# விலாஸம்

# விலாஸம்

பா. திருச்செந்தாழை

எதிர்
வெளியீடு

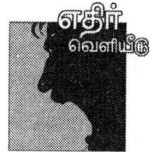

**விலாஸம்**
பா. திருச்செந்தாழை

முதல் பதிப்பு: ஜனவரி 2022
இரண்டாம் பதிப்பு: ஜனவரி 2023

எதிர் வெளியீடு,
96, நியூ ஸ்கீம் ரோடு, பொள்ளாச்சி – 642 002
தொலைபேசி: 04259 226012, 99425 11302

**விலை: ரூ. 300**

Vilaasam
B. Tirusenthalai

Copyright © Tirusenthalai


First Edition: January 2022
Second Edition: January 2023

Published by
Ethir Veliyeedu, 96, New Scheme Road, Pollachi – 2
email: ethirveliyedu@gmail.com
www.ethirveliyeedu.com

ISBN: 978-93-90811-91-5
Cover Design: Santhosh Narayanan
Printed at Jothy Enterprises, Chennai.

All rights reserved. No part of this book may be reprinted or reproduced or utilised in any form or by any electronic, mechanical or other means, now known or hereafter invented, including Photocopying and recording, or in any information storage or retrieval system, without permission in writing from the Publisher.

*பஞ்சம்பிழைக்க வேண்டி, ஒரு பழைய சைக்கிளும் அழுக்கடைந்த சிம்னி விளக்கைப்போல காலுக்குள் சூழ்ந்த குடும்பத்தோடும் முன்பின் தெரியாத பொட்டல்வெளி கிராமங்களில் அதிகாலையில் இறங்கிநின்று வாழ்வை அதன் கொதிநிலையோடு எதிர்கொண்ட என் அப்பா*
*ம. பாலசுப்ரமணியம்*
*அவர்களின் நினைவிற்கு.*

*நன்றி*

*காலச்சுவடு, ஆனந்தவிகடன்,
தடம், வடக்குவாசல்,
மணல்வீடு, தமிழினி,
வல்லினம், வனம், நீலம்*

## முன்னுரை

எனது இரண்டாவது சிறுகதைத் தொகுப்பு இது. பத்தாண்டுகளுக்கு மேலாகத் தலைமறைவாகிவிட்டுத் திரும்ப வருவதென்பது சமகால இலக்கியச் சூழலில் மிகத் தாமதமான ஒன்றுதான். எனினும் எனது முதல் தொகுப்பின் மீதான ஞாபகத்தோடு யாரேனும் எப்போதாவது குறிப்பிடும்போதெல்லாம் சிறிய ஏக்கத்தோடு இந்தத் திரும்புதலை எண்ணிக் கொண்டுதானிருந்திருக்கிறேன். அதற்கான சிறிய துவக்கமாக கடந்த வருடங்களில் தடம் இதழில் ஓரிரு கதைகள் எழுதவும் தலைப்பட்டேன். அதன் முழு வெளிப்பாடாக இந்த ஆண்டு அமைந்தது.

எங்கோ ஒலிக்கின்ற ஒரு சொல்லிலிருந்தோ, அல்லது ஒரு துளி ஒளி கூடுதல் குறைவாக விழுகின்ற ஒரு காட்சியைப் பார்க்கும்போதோ உருவாகி வந்த கதைகள் இவை. பெரும்பாலும் சிரத்தையோடு எதனையும் பின்தொடர்வதில் விருப்பமில்லாத என்னை, முன்திட்டமிடல்களை நிர்பந்திக்காத இந்த ஒரு கண அனுபவங்கள் சுதந்திரமாக இயங்க அனுமதித்தன என்றே சொல்ல வேண்டும். இந்தக் கதைகளை எழுதும்போது எனது சுயநலமான தர்க்க ஒழுங்குக்குள் சிக்கிக்கொள்ள மறுத்து தங்களது வாழ்வைத் தாங்களே நிகழ்த்திக்கொண்ட சிறுகதைகளின் முடிவை வெறுமனே பார்வையாளனாக மட்டுமே நான் பார்க்க முடிந்தது. ஆனால் ஆசிரிய குறுக்கீடற்ற அச்சிறுகதைகளின் போக்கை வாசகர்கள் தங்களது வாசிப்புச் சுதந்திரமாக உணர்ந்துகொண்டதாகக் குறிப்பிட்ட வேளைகளில் யாரோ ஒருவனாக இருந்து பிறரது வாழ்வை எழுதுவதன் சுதந்திரத்தையும், அதே நேரத்தில் யாரோ ஒருவனாக மாறுவதற்கான

அசாத்திய மனத்தடைகளையும் ஊன்றிக் கவனிக்க முயன்றேன். அவ்வகையில் எனது முதல் தொகுப்பில் நான் இறுக்கமாக்கி வைத்திருந்த சில நம்பிக்கைகள் நெகிழ்ந்து மேலெழுந்து வந்த பருவம் இது.

இதிலிருக்கும் புதிய வாசிப்பனுபவம் தந்த கதைகளாக கருதப்படுகின்ற வணிகச்சூழலை மையமிட்ட கதைகள் நான் புழங்குகின்ற கீழமாசி பஜாருக்குள்ளிருந்து எடுத்து வரப்பட்டவை. மிகுந்த கூச்சத்தோடுதான் நான் அதனை முன்வைத்தேன். ஆனால் அதனைத் தொடர்ந்து மேற்கொள்வதற்கான தேவையை வாசகர்கள் தங்களது வாசிப்பின் வழியே முன்வைத்தார்கள். விரிவான தனிப்பிரதியாக அதனை மாற்றுவதற்கான உற்சாகத்தை அதன்வழியே நான் அடைந்துள்ளேன்.

இந்தக் கதைகளில் வெளிப்படுகின்ற, உரைநடைக்கும் கவிதைக்கும் இடையிலான உருகுதலான தன்மை குறித்து சக எழுத்தாள நண்பர்கள் மெல்லிய குறைபாட்டை வெளிப்படுத்துகின்றனர். ஒருவகையில் மொழியால் ரொமாண்டிசைஸ் செய்யப்படுகின்ற விஷயங்களை நானுமே தவிர்க்க முயல்வேன்தான். ஆனால் பெரும்பாலும் உணர்வுபூர்வமான ஒரு காட்சியைச் சித்தரிக்கும்போது மொழி தன்னியல்பாகவே அந்தப் பதத்தை அடைந்துவிடுகிறது. வாசகர்களுக்கு அது கதையின் போக்கோடு வலுவாக பிணைத்துச் செல்கிற அம்சமாக இருப்பினும், கவனத்தில் கொள்ள வேண்டிய விமர்சனமாகவே அதை ஏற்கிறேன்.

இந்தத் தொகுப்பிற்கான அடிப்படை உந்துதலாக இருவரைக் குறிப்பிட விரும்புகின்றேன். எழுதாமல் இருப்பதற்கான எனது எல்லா சாக்குப்போக்குகளையும் கேட்பவர்கள் ‘சரிதானே’ என எண்ணுவதற்கு வாய்ப்புள்ள வேலைச்சூழலில் நான் இருந்தாலும், அது இரக்கம் கோரும் வழியல்ல - குற்ற உணர்வு கொள்ள வேண்டிய இடம் எனத் தனது முழு ஆற்றலோடு எரிந்து கொண்டிருக்கும் கலைஞனான ஜெயமோகன் தனது இடையறாத தன்மையின் மூலம் சுட்டிக்காட்டுகின்ற போது உள்ளூர நான் உளஎழுச்சி அடைந்து கொண்டேயிருந்தேன். அவ்வகையில் தனது ஆவேசமான படைப்புச் செயல்பாட்டின் வழியே கலை மீதான

செயல்பாட்டு ஒழுங்கை வாசகனான எனக்கு அளித்தார். மட்டுமல்லாது, இந்தக் கதைகள் வெளிவந்தபோது அவற்றில் பெரும்பாலானவற்றைத் தனது தளத்தில் வெளியிட்டு பரவலான வாசக கவனத்திற்கும் கொண்டு சென்றார். அவருக்கு எனது அன்பும் நன்றியும். இந்த ஆண்டின் துவக்கத்திலிருந்தே நான் எழுதிய, எழுதவேண்டிய சிறுகதைகள் குறித்த உரையாடலை சோர்வுறாமல் நிகழ்த்திக்கொண்டிருக்கும் மொழிபெயர்ப்பாளர் இல. சுபத்ராவின் பங்களிப்பு இந்தத் தொகுப்பில் கணிசமானது. இந்தச் சிறுகதைகளின் முதல் வாசகியும் அவரே. தட்டச்சு செய்வதுமுதல் தலைப்பிடுவது வரை நீள்கின்ற அவரது உடனிருப்பு ஒவ்வொரு சிறுகதையையும் குறிப்பிட்ட கால அவகாசத்தில் முடித்தளிக்க பெரிதும் உதவியது. நான் எழுதுவதன் வழியான மகிழ்வையே தனக்கான நன்றியாக அவர் எண்ணிக்கொள்வாரென நம்புகிறேன்.

இதிலிருக்கும் சிறுகதைகளுக்கான தர்க்க ஒழுங்கமைவை சீரமைத்ததில் அன்புவேந்தனுடனான உரையாடல்கள் பெரிதும் உதவின. தனது வாசிப்பின் வழியே ஒரு சிறுகதை நிகழ்வதற்கான எண்ணற்ற சாத்தியப்பாடுகளை அவர் முன்வைக்கும்போதெல்லாம் அதன் முடிவிலாத தன்மைகளை எண்ணிச் சோர்வுறுபவனாகவும் பிறகு விடுதலை கொள்பவனாகவும் மாறிமாறி நிகழ்ந்து கொண்டேயிருந்தேன்.

இக்கதைகள் வெளிவந்தபோதெல்லாம் தனது அழகான வாசிப்பனுபவக் குறிப்புகளின் வழியே குறிப்பிட்டுக்கொண்டேயிருந்த சரவணன் மாணிக்கவாசகம் அவர்களுக்கு அன்பும் மகிழ்வும்.

ந. ஜயபாஸ்கரன், ஸ்ரீசங்கர், ஹவிக்கு எப்போதுமான அன்பு.

எழுதும்போதும் எழுதாத காலத்திலும் என்மீதான நம்பிக்கையை ஒருபோதும் தளர்த்திக் கொள்ளாத கவிஞர். கனிமொழி. ஜி

உருப்படியாக ஏதாவது செய் என எப்போதும் திட்டுகின்ற நண்பன் கார்த்திகைப்பாண்டியன்

எழுத்தின் வழியே நான் அடைகின்ற சிறிய முக்கியத்துவத்தைக்கூடத் தனது பெருமிதமாக எண்ணி மகிழ்கின்ற நூலகர் கி.ச. கல்யாணி

தனது ஆய்வுப் பணிகளுக்கு இடையிலும் எனது எழுத்து சார்ந்த தன் மதிப்பீடுகளை முன் வைக்கின்ற பேராசிரியை சுபா

வாசனாக அறிமுகமாகி அணுக்க நண்பர்களாகிவிட்ட புதுகை சரவணன் மற்றும் விநோ

முகநூலில் எனது எழுத்தின்மீதான தனது அபிப்ராயங்களை எப்போதும் அன்போடு வெளிப்படுத்தி வருகின்ற மீனம்மா கயல்

இப்பிரதியை உரிமையாக வாங்கி பிழைதிருத்திய புனிதா கஜேந்திரன், பூவண்ணா சந்திரசேகர்

அக்கறையையும் அன்பையும் வெளிப்படுத்திக்கொண்டே இருக்கும் நெகிழன், செல்வராணி, தேவிலிங்கம்

இன்னமும் ஒரு வணிகனின் அம்மாவாக என்னை எச்சரித்தாலும், இதழ்களில் வெளிவருகின்ற எனது பெயரை மறைக்கமுடியாத புன்னகையோடு பார்க்கின்ற அம்மா நவமணி பாலசுப்ரமணியம், மனைவி காமாட்சி, மகன் அகிலேஷ் பாண்டியன்

இவர்கள் அனைவருக்கும் என் அன்பும் நன்றியும்.

இந்தத் தொகுப்பின் பின்பகுதியில் உள்ள சில கதைகள் எனது முதல்தொகுப்பின்போது விடுபட்டவை. இந்தத் தொகுப்பிற்காக அவற்றை வேண்டியபோது தந்துதவிய வடக்குவாசல் யதார்த்தா கி. பெண்ணேஸ்வரன் அவர்களுக்கு நன்றி.

இந்த ஆண்டு எழுதிய கதைகள் வெளிவந்த இதழ்களின் ஆசிரியர்களும் எனது தாமதங்களை அனுசரிக்கின்ற நண்பர்களுமான மு. ஹரிகிருஷ்ணன் (மணல்வீடு), கோகுல்பிரசாத் (தமிழினி), ஷாதீர் (வனம்), வாசுகிபாஸ்கர் (நீலம்) இவர்களுக்கும், இத்தொகுப்பை சிறப்பான முறையில் தொகுப்பாக வெளியிடும் ‘எதிர்’ அனுஷ்-ற்கும் அன்பும் நன்றியும்.

பா. திருச்செந்தாழை
மதுரை - 1
16.11.2021

## உள்ளடக்கம்

1. டீ-ஷர்ட் .................................................................. 13
2. திராட்சை மணம் கொண்ட பூனை ........................... 23
3. விலாஸம் ............................................................... 36
4. துடி ........................................................................ 52
5. த்வந்தம் ................................................................. 60
6. துலாத்தான் ........................................................... 75
7. அசபு ..................................................................... 92
8. ஆபரணம் ............................................................ 110
9. மஞ்சள் பலூன்கள் ............................................... 126
10. காப்பு .................................................................. 139
11. வேர் ..................................................................... 152
12. நட்சத்திரங்களை ருசிப்பவர்கள் ........................... 165
13. மீன் முள்ளின் இரவு ............................................. 169
14. அவற்றின் கண்கள் ............................................... 173
15. முடிவற்ற நட்சத்திரங்களின் வசீகர வெளிச்சங்கள் ............... 176
16. தேவைகள் ........................................................... 185
17. படையல் .............................................................. 191
18. நிழல் இழந்த முற்றம் ......................................... 199
19. கீறல் .................................................................... 209

# டீ–ஷர்ட்

## 1

அவன் எதிர்பாராத வினாடியில் அவர்கள் மூவரும் அவனை மறித்து நிறுத்தியபோது, அவனது கையில் ஒரு கறுப்பு கேரிபேக்கில் சுற்றப்பட்ட நாப்கினும் பிரெட் பாக்கெட்டும் இருந்தன. சடுதியில் அவன் சுதாரித்து நழுவ முயலுகையில் தங்கவேலு ஓங்கி ஓர் அறைவிட்டார். அதிகாலை பஜாரின் ஆட்கள் சட்டெனக் கவனிக்க ஆரம்பிப்பதை உணர்ந்தபடி, தங்கவேலுவின் கை தன்னிச்சையாக பின்பக்க பெல்ட்டில் சொருகி வைக்கப்பட்ட வாக்கி-டாக்கியின் பட்டனை ஆன் செய்தது. வாக்கி டாக்கியின் இரைச்சலும் அதிகாரமுமிக்க, ஆணியால் கிறுக்குவதைப் போன்ற ஒலிக்குறிப்புகள் அங்கே நின்று பார்ப்பவர்கள் எல்லோரது முதுகுத்தண்டிலும் கண்ணுக்குத் தெரியாத அச்சத்தைப் பாய்ச்சியதை உணர முடிந்தது. அவனது கண்களில்கூட முழுவதும் தோற்றுவிட்ட ஒரு சாயல் வந்திருந்தது.

அறை விழுந்த கன்னத்தைத் தடவியபடி, அவன் வலியை மென்றபோது, தங்கவேலு அசாத்திய உரிமையோடு அவனது சட்டைப் பாக்கெட்டுக்குள் கை நுழைத்து அவனது செல்போனை எடுத்துக்கொண்டார். சுற்றியிருந்த அனைவரும் பார்த்தபடியிருக்க, அவன் மேலும் அவமானத்தில் குன்றிப்போனான்.

அவர்கள் அவனது சட்டைக்காலரைப் பற்றிக்கொண்டு நெட்டித்தள்ளினார்கள். தூரத்தில் மறைந்திருந்த கார் வெளியே வந்து அவர்களை நோக்கி ஒருமுறை ஹார்ன் அடித்தது.

தங்கவேலு முன்னால் நடந்தபடி யாருடனோ போனில் பேசிக்கொண்டிருந்தார். சந்தேகமேயில்லாமல் ஜே.பி. கூடத்தான் இருக்கும்.

அவன் மெதுவான குரலில் இடப்புறமிருந்தவனிடம் திரும்பி, “ஒரு நிமிஷம் ரத்தத்தைத் துடைச்சிக்கவா.. எல்லாரும் பாக்குறாங்க” என்றான். உதட்டு விளிம்பில் அறைந்த விரலின் நகம் பிளேடைப் போல இறங்கியிருந்தது. லேசான தாடியும் ஒரு மாதிரி வெகுளியான கண்களும் அவனுக்கிருந்தன. கொஞ்ச நேரம் பேசினால் பிறகு மறக்கவே முடியாத ஏதோவொரு ஞாபகத்தைத் தனது சிரிப்பின் வழியாகப் பதியச் செய்திடும் திறன்கொண்ட புன்னகை அவனுக்கிருக்க வேண்டும். முற்றிய ஆரோக்கியமான பல்வரிசையும் கோடுகள் விழாத தெளிந்த நெற்றியும் அவனை ஏதோவொரு வகையில் தீங்கற்றவனாகக் காட்டின. பிடி இலேசாகத் தளர்ந்தது.

## 2

வாசலில் கார் வந்து நிற்கும் ஓசை மென்மையாகக் கேட்டது. கால்களுக்கிடையே தன்னைக் குழைத்திருந்த கேண்டியை விலக்கிவிட்டு நான் எழுந்து நின்றேன். அது ‘ஏன்’ என்பதுபோல ஒருமுறை பார்த்துவிட்டு முகத்தைத் தரையில் பொருத்திப் படுத்துக்கொண்டது.

நான் முற்றிலும் தளர்ந்திருந்தேன். இந்தப் பத்து நாட்களில் என்ன நிகழ்ந்திருக்கும் என்பதற்கான விடைகளை மாற்றிமாற்றிப் போட்டுப் பார்த்த குரூரமான சுவாரஸ்ய விளையாட்டு இன்று அதிகாலை பாரூக் போன் செய்தவுடன் முடிந்திருந்தது. உடலின் மொத்த ஆவேசமும் தளர்ந்து, கடுமையான ஏமாற்றத்தின் சோர்வில் நொறுங்கியிருந்தேன். உள்ளறையில் அம்மா விழித்துவிட்டிருந்தாள் என்பது தெரிந்தது. பாரூக் போன் செய்யும்போது மிகக் கவனமாக அம்மாவிற்குத் தெரியாமல்தான் பேசினேன். ஆனாலும் அவள் யூகித்திருப்பாள் எனவும் அப்போதே தோன்றியது.

உள்ளே போய் அவளைப் பார்க்கவே அச்சமாக இருந்தது. இந்த நேரத்திற்கு அம்மா தலைக்குக் குளித்து, நரைமுடியை அருவிபோல் விரித்துவிட்டுத் திகைத்தபடி அமர்ந்திருப்பாள். அவளுக்கு எப்போதுமே உணர்ச்சிகளில் கொந்தளிக்கும் முகம்.

அப்பா இருந்தவரை தன்னை மறைத்தபடி புன்னகைக்கும் கலையை அவளுக்குப் பயிற்றுவிக்க எவ்வளவோ முயன்றார். ஆனால் எதுவும் பயனில்லை. அதிர்ச்சியோ, ஆனந்தமோ அவளுக்கு முகம் முழுக்க சிறுசிறு உயிர்களாக பிரகாசமாகித் தங்களை வெளிப்படுத்திக் கொள்ளாமல் போனதேயில்லை. இந்த நேரத்தில் அவளது முகத்தில் எவ்வளவு அகாலம் குடிகொண்டிருக்கும் என்பதை நினைத்துப் பார்க்கவே அஞ்சினேன்.

இந்த வீட்டில் பத்துநாட்களாக இருந்த இருள் மொத்தமும் இப்போது கடைசிப் புள்ளியாக அவளது முகத்தில் திரண்டிருக்கும். தண்ணீரைப் போல பிரதிபலிக்கிற வழுவழுப்பான தரையின் மீது எனது பிம்பத்தைப் பார்த்தபடி வெளியே வந்தேன். முருகேசன் வாசலோரமாக உறங்கிக்கொண்டிருந்தான். தூசியும் சேறுமாக டஸ்டர் நின்றுகொண்டிருக்க, கடந்த பத்து நாட்களில் ஆபரணம் போல மினுங்கிய வீட்டிலிருந்த எல்லாப் பொருட்களிலும் மனிதர்களிலும் கண்ணுக்குத் தெரியாத துரு ஏறியிருப்பதை உணர முடிந்தது.

பாரூக் அமைதியாக கதவைத் திறப்பதற்கான ப்ளக்கை ஒலித்தான். நான் ஏறிக்கொள்ளும் முன் ஒருமுறை வீட்டைப் பார்த்தேன். நிச்சயமாக, இதன் ஒளி நீங்கிவிட்டிருக்கிறது. சுவரை வெறித்தபடி அமர்ந்திருக்கும் அம்மா, பத்து நாட்களாகத் தூங்காமல் கொள்ளாமல் தெருத்தெருவாக தினமும் பலநூறு கிலோமீட்டர்கள் அலைந்து வந்து விரக்தியில் உறங்கும் முருகேசன், அபத்தமான மனநிலையைத் தருகின்ற தொட்டிச் செடிகளின் வரிசை, ஏன் கேண்டியின் இருப்புகூட விலங்கு என்பதாகவும், தூசிபடிந்து நிற்கின்ற - எனக்கு மிகப்பிடித்த - டஸ்டர்கூட ஒரு சாதாரண வாகனம் என்கின்ற பதத்திற்கும் வந்து விட்டிருக்கின்றன.

“ஒன்னும் பெருசா யோசிக்காத, அங்க இருக்க மூணுபேரும் நம்ம ஆளுகதான். விஷயம் கைக்குள்ளேயே முடிஞ்சிடும். நீ அப்நார்மலா பிஹேவ் பண்ணிடாத” என்றபடி காரைக் கிளப்பினான். சீருடை அணியாமல் வந்திருந்தான். மேலேறிக்கொண்டிருந்த ஜன்னல் கண்ணாடி இரைச்சலை, காற்றை, வெளியிலிருக்கும் காட்சிகளை, ஊமையாக்கியபடி

மூடியது. கண்ணாடிப் பரப்பில் இலேசாகப் பிரதிபலித்த எனது முகத்தைப் பார்த்தேன். இந்தப் பத்து நாட்களில் ஒருமுறைகூட நான் ஷேவ் பண்ணாமல் இருந்ததில்லை. வழக்கமான டீஷர்ட், நீரைப் போலான ஸ்பெக்ஸ் என அவள் விட்டுச்சென்றிருந்த எந்தவொன்றையும் துளி மாறாமல் செய்துவந்தேன். அவ்வாறு செய்வதை நிறுத்துவதுகூட தீயசகுனம் என நம்பினேன்.

திலகா இறந்து போன இரண்டு வருடங்களுக்குள் எனக்கு உயரிய பதவி வந்தது. அவளது இழப்போடு சேர்த்து நான் மல்லுக்கட்ட வேண்டிய பணி இடர்களும் சேர்ந்து மிகச் சோர்ந்துவிட்டவனாகக் காட்டின. அம்மா இரண்டாவது திருமணம் குறித்துப் பேச்செடுத்த போது அது எனக்கு இயல்பாகவே தேவையான ஒன்றாகப்பட்டது.

அப்போது வந்த பெண் வரிசைகளில் நான் இவளைத் தேர்ந்தெடுக்க அவளது இளவயதும், இரசனையான உடைத்தேர்வும் காரணமாக இருந்திருக்கக்கூடும். ஆனால் அம்மாவிடம் ஆரம்பத்திலேயே இதிலொரு உஷார்த்தன்மை இருந்ததாக இப்போது உணர்கிறேன். முதலில் அம்மா, வேறு பெண் பார்ப்போமே எனப் பட்டும்படாமல் கூறினாள். அவளது அச்சம் நியாயமான ஒன்று. எனக்கும் அவளுக்கும் பதிமூன்று வருட இடைவெளி இருந்தது. சமீபகால பணிச்சுமையின் பொருட்டு நான் வயதிற்கு மீறிய வயோதிகனாகக் காணப்பட்டேன். ஆனால் புதிய பதவியுயர்விற்குப் பிறகுதான் நான் அதிகாரத்தின் வழியே, பொருளாதாரத்தின் வழியே வாழ்க்கையை அலங்கரிக்கின்ற இவ்வளவு பொருட்களையும் விஷயங்களையும் அறியத் துவங்கியிருந்தேன். இதனை அடைவதற்கு என் வாழ்நாளின் பாதிப்பங்கு கழிந்திருக்கிறது. இன்னும் மீதியிருக்கும் காலம் முழுவதும் நான் தோள்பற்றிப் பயணிக்க, என்னால் வாங்கமுடியாத இளமை தேவைப்பட்டது. ஆகவே நான் இவளை விரும்பித் தேர்ந்தெடுத்தேன்.

அவள் வந்தபிறகு, என்னைச் சுற்றியிருந்த அலுப்பின் சுவடுகளை தனது துள்ளலான ரசனையின் வழியே முழுவதும் துடைத்தெறிய முற்பட்டாள். சட்டை என்பது எவ்வளவு வயதான அலுவலக உடை என்பதைத் தனது டீஷர்ட் தேர்வுகளின் வழியே வேறுபடுத்திக் காட்டினாள். பழுப்பான அலுவலத் தாள்கள் சிதறிக்கிடக்கும் வீட்டின்

மூலைகளிலெல்லாம் சிறிய தாவரங்களைக் கொண்டுவந்து வைத்தாள். வீடு முழுவதும் இளமையான குளிர்ச்சி பரவத் துவங்கிய காலம் அது.

நானும்தான் எவ்வளவு மாறத் துவங்கினேன் அப்போது. தினசரி சவரம் செய்கிற முகத்தில் வந்துவிடுகிற காய்ந்த களிமண் பொம்மையின் சாயலை நீக்க அவள் இந்த ப்ரேம் இல்லாத கல்படிகத்தைப் போன்ற ஸ்பெக்ஸை அணியச் சொன்னாள். எல்லா டீஷர்ட்களிலும் துளியூண்டு சாக்லேட் பெர்ஃப்யூம் தெளித்தே மடித்து வைப்பாள். எனது கொஞ்சம் வயதான தோற்றத்தின் மீது இந்த இளமையான சந்தோஷத்தை நான் விரும்பி சிரமப்பட்டு ஏற்றுக்கொண்டேன். ஆனால் ஒவ்வொரு கணமும் பராமரிக்க வேண்டிய இளமைத் தோற்றமாகவும் அது இருந்தது. அவளது முத்தங்களின் பொருட்டு அதனை அவ்வளவு நேர்த்தியாக நான் செய்தேன்.

யாரையும் எதற்காகவும் நான் நம்பியதேயில்லை. அப்பா இறந்த பிறகான வறுமையில் அம்மா எனது கல்வியைத் தின்னக் கொடுத்துவிடுவாள் என அஞ்சி படுமோசமான அரசாங்க விடுதிகளில் பால்யத்தைக் கழித்தபடி படித்தேன். சர்வீஸ் கமிஷனில் தேர்வாகி, வயதான சக அலுவலர்களுக்குக் குட்டி அதிகாரியாக வந்தமர்ந்தபோதும், "அனுபவஸ்தன்.... சொல்றேன், கேளு தம்பி..." என்கிற அன்பான குழைதல்களைப் புறக்கணித்தபடி வளர்ந்தேன். எனக்கான வாய்ப்புகளைத் துளிகூட விட்டுத்தராதவனாக, எனது வளர்ச்சிக்கு நடுவே எவரையும் பொருட்படுத்திப் பார்க்கின்ற நேரமில்லாதவனாக உயர்ந்தேன். திலகாவைத் திருமணம் செய்தபோது இந்த வேட்டைப் பாய்ச்சலுக்கு நடுவிலிருந்த ஒரு காலம். எனது வாழ்க்கையில் அவள் வந்ததும், சிறிது காலத்திலேயே இறந்ததும் இப்போதும் கனவா நனவா எனப் பிரித்தறிய முடியாத ஞாபகங்களாக இருக்கின்றன.

ஆனால் இவளைத் திருமணம் செய்தபோது, நான் ஆயுதங்களைத் தளரவிடுகின்ற மனநிலைக்கு வந்திருந்தேன். ஒரு சட்டையைக் கழற்றிவிட்டு டீஷர்ட் அணிந்தவுடன் எனக்குள் பரவுகின்ற இனிய மலர்தல்களில் நான் விரும்பி மயங்கினேன். அலுவலக ரீதியான என் கண்காணிப்பின் சிறு கவனம்கூட இல்லாத மயக்கம் இது. வாய் முழுவதும் கசந்துவிட்டதைப்

போல ஒருணர்வு. டேஷ்போர்டில் கிடந்த தண்ணீர் பாட்டிலை எடுத்தேன்.

"பாரு ஜே.பி., வீணா உன்னோட செல்ஃபை ரொம்ப கழிவிரக்கமா மாத்திக்காத. உன்னால முடிந்தளவு திடமா இருக்க முயற்சி செய். இரக்கமில்லாதவனாக்கூட இரு, தப்பில்ல. ஆனா கழிவிரக்கத்துல விழுந்துடாத. அது மோசமான புதைமணல்."

-கார் போய்க்கொண்டிருந்தது.

குடித்து நசுக்கிப் போட்ட டீ கப்கள் காரைச் சுற்றிக் கிடந்தன. புறநகரின் வயல்கள் துவங்குகின்ற இடத்திற்கருகே அவர்கள் எங்களுக்காகக் காத்திருந்தனர். தங்கவேலு மீதமிருந்த இரண்டு நபர்களையும் அனுப்பிவிட்டு, பாரூக்கிற்கு உடல்மொழியில் ஒரு வணக்கம் வைத்தார்.

காரை நெருங்க நெருங்க எனக்குள் அப்படியொரு ஆவேசம் கூடிவந்தது. பின்னிருக்கையில் அவன் தலைகவிழ்ந்து அமர்ந்திருந்தான். நடந்தபடியே பாரூக் எனது விரல்களை மெதுவாக மொத்தமாகப் பற்றி அழுத்தினான்.

சிரமமாக என்னைக் கட்டுப்படுத்திக்கொண்டாலும், உடல் முழுக்க நடுங்கியபடி இருந்தது. இந்தப் பதட்டத்தை மூர்க்கமாக ஏதேனும் செய்யாமல் வெல்ல முடியாது. தங்கவேலு அவனிடம் கைப்பற்றிய செல்போனை பாரூக்கிடம் நீட்டினார். பாரூக் அதை அலட்சியமாக வாங்கிக்கொண்டு தங்கவேலுவை முன்னால் ஏறிக்கொள்ளச் சொன்னான். அவனது இருபுறமும் நானும் பாரூக்கும் அமர்ந்துகொள்ள கார் கிளம்பியது.

நான் இன்னமும் அவனது முகத்தை முழுதாகக்கூட பார்க்கவில்லை. அவன் தனக்குள் முழுமையாக ஒளிந்துகொள்ள விரும்புபவனைப் போல தலைகவிழ்ந்திருந்தான். கைகளில் சுருட்டி வைக்கப்பட்டிருந்த கருப்புநிற கேரிபேக்கைப் பார்த்தவுடன், அதை மேலும் தனது கைகளுக்கிடையே பதுக்கிக்கொள்பவனைப் போல சுருட்டிக்கொண்டான். எனக்குள் கங்குகள் உடையும்போது எழுகின்ற பிரகாசமான வெளிச்சம் போல ஆவேசம் பொங்கித் தளர்ந்தது. பாரூக் அவனது த்லைக்கு பின்புறமாகக் கைநீட்டி எனது தோளைத்தட்டி அந்த செல்போனை நீட்டினான். நான் அதை வாங்கியபடி,

எனது டீஷர்ட்டின் விளிம்புகள் அவனைத் தொடுவதைத் தவிர்க்கும் விதம் கூசியவனாக ஒதுங்கி அமர்ந்தேன். அதை அவன் உணரும்படியே செய்தேன். அவனுக்குத் தெரிய வேண்டும் - தான் ஒரு சாக்கடை எலி என்று. அவனது சிறிய உதட்டு விளிம்பில் ஒரு துளி குருதி காய்ந்து கிடந்தது. அது இல்லாவிடில் அவை பூரணமான அழகிய உதடுகள். சட்டென என்னையே வெறுத்தவனாக, அசுவாரஸ்யமாகப் பார்ப்பவனைப் போல, உள்ளூர பரபரப்படைந்தபடி அந்தச் சிறிய செல்போனின் குறுஞ்செய்திகளைப் படித்தேன். இரண்டு மூன்று குறுஞ்செய்திகள் மட்டுமே இருந்தன. அதிலொன்று இன்றைய காலையில் சற்று நேரத்திற்குமுன் அனுப்பப்பட்டிருந்தது.

"வர்றப்ப முடிஞ்சா ஒரு நெஸ்கஃபே பாக்கெட்..."

திடுக்கென வாந்தி கிளம்புவதைப் போலிருந்தது. அவளேதான். அதற்குள் எனது உள்ளங்கைகள் பிசுபிசுத்து வியர்வை ஊறிக்கிடந்தன. அந்தச் சிறிய செல்போன் சூனிய சிலையைப் போல அதற்குள் கிடந்தது. நான் இவனை இப்போது என்ன செய்ய வேண்டும்? ஒரு கொலையை தடயமில்லாமல் நிகழ்த்தி முடிப்பது ஒன்றும் பெரிய விசயமல்ல. பாரூக்கின் நட்பும் எனது பதவியும் அதை எளிதாக நிறைவேற்றிவிடும். ஆனால் இவனிடம் இருக்கின்ற ஏதோவொன்றை நான் இவ்வளவு நாளாக முயன்றும் அடைய முடியாமலே இருக்கிறேனென உள்ளுணர்வு கூறுகிறது. என்ன அது? முகத்தைத் திருப்பாமல் ஓரக்கண்களால் மீண்டும் அவனை அளந்தேன்.

இலேசான தாடி, வெளிறிய நிறத்திலான கட்டங்கள் போட்ட சட்டை, ஒழுங்கற்ற தலைமுடிகளுக்குள் ஒரு சுதந்திரம் இருக்கிறது. பாதங்களுக்குக் கீழே தன்னை உறுத்தலாக வெளிக்காட்டிக்கொள்ளாத தேன் நிற செருப்பு.

எனது செல்போனில் பாரூக்கிற்கு, "ஏன் இப்படி?" என ஒரு வரி அனுப்பினேன். அதனை வாசித்த பாரூக், செருமிக்கொள்வதாக பாவனை செய்து அவனை முழுமையாக ஒருமுறை பார்த்துவிட்டு எனக்குப் பதிலனுப்பினான். "ஆயிரம் காரணம் இருக்கலாம். முக்கியமாக அவளது இரசனை. ஒருவரின் அந்தரங்கத்தின் மையத்தில் நுழைவதற்கான கதவு அவர்களது இரசனையைக் கண்டுபிடிப்பது. இரசனையின் வழியாக

சந்தித்துக்கொள்பவர்கள் தங்களது சப்கான்ஷியஸில் பரஸ்பரம் காதலிக்கத் துவங்குகிறார்கள். கான்ஷியஸாக அவர்கள் பிரிந்தாலும் அந்தச் சூழ்நிலையில் இருவரது ஆன்மாவும் இணைந்தே இருக்கும். அப்படிப்பட்ட ஒரு புள்ளியை அவளிடம் இவன் தொட்டிருக்கலாம். யாருக்குத் தெரியும், ஒருவேளை அவளது அதீத இரசனை உன்னை அலங்கரித்து முடித்துவிட்ட பருவமாயிருக்கலாம் இது. இப்போதுதான் செதுக்கிய சிறிய தேக்கு சிலையைப் போல வறுமையின் உளித்தீற்றல்களோடு, அலங்காரமில்லாமல் நிற்கின்ற இவனது நிர்வாணமான புறத்தோற்றம்கூட அவளை வீழ்த்தியிருக்கலாம். இவ்வாறெல்லாம் நாம் ஆயிரம் காரணங்களைக் கற்பிதம் செய்துகொண்டாலும், அது நம்மால் அறியவே முடியாத ஆயிரத்துக்கு அப்பாலான ஒன்றாகவும் இருக்கலாம்". வாசித்து முடித்தவுடன் நான் மிகச் சுருங்கிய மனிதனாக உணர்ந்தேன். அலங்கரிக்கப்படுகின்ற ஒரு பொம்மையின் உயரமே கொண்ட மனிதனாக.

பாருக்கின் இந்தச் செய்தியில் என்னால் தாங்கிக்கொள்ள முடியாத ஏதோவொரு உண்மை இருப்பதாக உணர்ந்தவுடன், பதற்றமாக, "இவனை என்ன செய்யலாம்?" என அடுத்த செய்தியை அனுப்பினேன். "எனக்குப் புரிகிறது ஜே.பி. சற்றுப் பொறு" என பதில் அனுப்பினான்.

நான் ஜன்னல் கண்ணாடியைக் கீழே இறக்கிவிட்டேன். அதுவரை காருக்குள் அபத்தமான இசையைப் போல் அலைந்த சாக்லேட் பெர்ஃப்யூமின் வாசனை காற்றில் சிதறி மறைந்தது.

ஆங்காங்கே சில வீடுகளுடன் அந்தப் பகுதி இன்னமும் வயல்வெளிகளின் பசுமைக்குள்ளே கிடந்தது. தூரத்தில் பென்சில் தீற்றல்களைப் போல தென்னந்தோப்புகள் திசைகளுக்குச் சரிகை கட்டியிருந்தன. வயலை அழித்துப் போடப்பட்ட நொறுநொறுப்பான செம்மண் சாலை புத்தம் புதிதாக இருக்க, அதனை ஒட்டியபடியிருந்த சிறிய கால்வாயில் ஆற்றுநீர் போய்க்கொண்டிருந்தது. கார் வேகம் குறைந்துகொண்டே சென்று ஓரிடத்தில் நின்றது. அவன் இன்னமும் தலைகுனிந்தே அமர்ந்திருந்தான். தங்கவேலு திரும்பி, "எந்த வீடுடா?" என்றார்.

அவன் பார்த்த திசையில் சமீபத்தில் கட்டி முடிக்கப்பட்ட சிறியதொரு வீடு இன்னமும் மெருகு குலையாமல்

பக்கவாட்டில் கம்பிகளைத் துருத்திக்கொண்டு, அவிழ்க்காத சாரப் பலகைகளோடு பச்சை வயலுக்கு நடுவே இருந்தது.

அவளுக்குத் தாவரங்கள் மிகப்பிடிக்கும். அது போல சிறிய வெண்கலப் பொருட்களும். எனது கடல் போன்ற வீட்டின் எல்லா இடங்களிலும் நீர் நிறைத்து வைக்கப்பட்ட வெண்கலப் பாத்திரங்களை அவள் பரப்பி வைத்தபோது அவை புகழ்பெற்ற ஓவியங்கள் தருகின்ற வசீகரத்தைவிட கூடுதல் அழகை வீட்டிற்கு அளித்திருந்தன. இங்கே இருப்பதைப் போல கருவேலங்களும், புளிய மரங்களுமற்ற, அழகிய பூக்கள் கொண்ட எண்ணற்ற தொட்டிச் செடிகளால் ஒரு வனத்தையே வீட்டிற்குள் சமைத்திருந்தேன் நான். விதவிதமாக வழிகின்ற வர்ணங்களோடு அவ்வளவு மலர்கள் தவறாமல் பூக்கின்ற காலை வேளையை அவளுக்கு உறுதிசெய்து தந்திருந்தேன். அவளைச் சுற்றிலும் அவளது இரசனையின் ஒரு அங்குலத்தைக்கூடச் சேதம் செய்திடாமல் வெல்வட் உலகத்தையே நான் கொடுத்திருந்தேன்.

சிறிய செம்மண் தடம் ஓடிமுடிகின்ற இடத்திலிருக்கும் இந்தச் சுண்ணாம்பு பூசப்பட்ட சிறிய வீட்டிற்குள் அவள் எப்படித் தன்னைப் பொதிந்துகொண்டாள்? என்னால் நம்பவியலவில்லை. பாரூக் எனது தோளைத் தட்டினான். நான் இறங்கியபடி எனது உடைகளைத் திருத்திக்கொண்டேன். ஏதேதோ யோசனையில் என் முகத்திலிருந்து வழிந்துவிட்ட கடுமையை மீண்டும் பூசிக்கொண்டேன். ஒரு வலுவான அதிர்ச்சியை எதிர்நோக்கியபடி இதயம் மகத்தான துடிப்புகளோடு நெஞ்சுச் சதையை முட்டிக்கொண்டிருந்தது. தங்கவேலு எங்களுக்குக் கைகாட்டி, பொறுத்துவருமாறு சொல்லியபடி அவனது தோளில் மெலிதாக கைபோட்டபடி வீட்டை நோக்கி அழைத்துச் சென்றார். நான் ஞாபகமாக, கோபத்தின் சிறிய துண்டைக் காட்டுவதைப் போல, அவனது செல்போனை அவர்களுக்குப் பின் எறிந்தேன். அவன் குனிந்து அதைப் பொறுக்கிக்கொண்டான்.

கார் அமைதியாக பின்னால் ரிவர்ஸ் எடுத்துச்சென்று மரச்செறிவுக்குள் தன்னைப் புதைத்துக்கொண்டது. பாரூக் எனது காதருகே முணுமுணுத்தான். "அவங்க முன்னால போகட்டும் ஜே.பி. தங்கவேலு உள்ளார போனபிறகு நாம்

நுழையலாம். ஏன்னா, நிறைய சடன் சூசைட்ஸ் இந்த முதல் கணத்துல நிகழ்ந்திருக்கு. அலறிக்கிட்டே ஓடிப்போய் கிணத்துல குதிச்சிடறது, சட்டுனு கதவைச் சாத்திட்டு நரம்பை வெட்டிக்கிறதுனு. மெதுவாப் போவோம்".

அவர்களுக்கு இருபதடி தொலைவில் நாங்கள் நடந்துசென்றோம். எனது கால்கள் வேர்த்து ஒழுகி நடுங்கத் துவங்கியிருந்தன. வீட்டிற்கு வெளியே சிறிய தூரத்தில் கீரை விதைகள் தூவி அவை பசுங்கால் மிதியைப் போல முளைத்திருந்தன. பெட்ரோல் பங்க்குகளில் வீசியெறியப்படுகின்ற சர்வோ ஆயில் டப்பாக்களில் மண் நிரப்பி குட்டிக் குட்டிச் செடிகள் தங்களின் ஒரே வார்த்தையைப் போன்ற ஒற்றைப் பூக்களோடு நின்றிருந்தன. வயல்வெளிக்கு நடுவே அபசுரம் போல நின்ற வீட்டை மெல்ல இசைமைக்குத் திருப்புகின்ற சின்னச் சின்ன அலங்கரித்தல்கள் நிகழ்ந்திருந்தன.

தங்கவேலுவும் அவனும் வீட்டைச் சமீபித்தார்கள். வீட்டிற்குள் இயல்பாகப் புழங்கிக்கொண்டிருக்கிற பெண்ணுக்கான சமிக்ஞைகளை நாங்கள் உணர்ந்தோம். வீட்டு வாசல் முன்பு அவனோடு நின்றபடி தங்கவேலு கதவு திறக்கின்ற நொடிக்காகக் காத்திருந்தார். உள்ளே ஓசைகள் நின்றன. பிறகு, "எவ்வளவு நேரம்டா எரும..." என்றபடி, உற்சாகமான பாடலைப் போல கொலுசுக் கால்கள் கதவை நோக்கி ஓடிவருகின்ற ஓசை அருவி வீழ்கின்ற புத்துணர்ச்சியோடு கேட்டது.

குட்டி மலர்களாலும், சிறிய கீரைத் தோட்டத்தாலும், நீர் நிரம்பி வைக்கப்பட்ட சிறிய வெண்கல கலயத்தாலும் அலங்கரிக்கப்பட்ட வீட்டிற்குள்ளிருந்து வருபவளின் காதல் வழிகின்ற முகத்தைக் காணத் தன்னை மறந்து நின்றுகொண்டிருந்த கணத்தில், சிறிய துணுக்குறலோடு தங்கவேலு திரும்பிப் பார்த்தார். கொலுசின் சப்தம் சமீபத்திருந்த அந்தக் கணத்தில், பாரூக் மௌனமாக தலை கவிழ்ந்து நின்றிருக்க, அவரிடம் பிணைத்திருந்த தனது உள்ளங்கையை நெகிழ்த்திக்கொண்டு ஜே.பி திரும்பி நடந்துகொண்டிருந்தார். மிக உலர்ந்த நிறம் கொண்ட அந்த டீஷர்ட்டின் முதுகுப் புறத்தில் கொலுசின் மகிழ்ச்சியான ஓசை மோதமோத அவரது நடையில் தளர்வு கூடிக்கொண்டே சென்றது.

– தமிழினி இணைய இதழ், 27.02.2021

***

# திராட்சை மணம் கொண்ட பூனை

**1**

க்ளிங் எனும் ஒலியுடன் இருட்டு இழைந்திருந்த தரையில் வழுக்கியபடி சாவிக்கொத்து கட்டில் காலருகே வந்து நின்றது. சுற்றிலும் அடர்ந்திருந்த இருளில் இன்னமும் வெக்கை அலைய, கண்ணைத் திறவாமலே சாவிக்கொத்தின் மினுமினுப்பை அவள் உணர்ந்தாள். கண்கள் காட்சிகளை வெறுத்து இருளிலேயே மிதக்க விரும்பின. சாவிக்கொத்தின் சிறிய வெளிச்சம் கூட இந்த இருளைக் காயப்படுத்தி விடுமெனத் தோன்றியது. நல்ல புணர்ச்சிக்குப் பிறகான மதமதப்பில் மூழ்கியிருந்தாள். கைகள் அநிச்சையாக உடலின் மேடுகளில், பள்ளங்களில் தேங்கி நின்ற ஒரு துளி வலியை மெல்ல வருடி வருடி நறுமணமாய் புகையச் செய்தன. ஒரு விலங்கின் தீவிரத்துடன் உச்சத்தில் தன்னை முகத்தோடு முகம் நோக்கிய அவனின் சித்திரம் இன்னமும் ஞாபகத்தில் மிதந்தது. அதில் தோன்றிய இதுவரை காணாத இனிய வன்மத்தை மீண்டும் மீண்டும் நினைவுபடுத்தி ரசித்தாள். அப்படி ரசிக்கின்ற ஒவ்வொரு முறையும் அவளது விரல்கள் உடலின் சதைப்பகுதியொன்றை வேறொரு உடலாய்ப் பாவித்து கிள்ளிப் பிசைந்தன. ஒரு கட்டத்தில் இவளை அப்படியே இறுக்கி இளக்கி ஒன்றுமில்லாதவளாய் ஆக்கிவிடுவதற்கான அந்த ஆணுடலின் தவிப்பில் எவ்வளவு குழந்தைத்தனம் வந்துவிடுகிறது. மெய்மறந்து இயங்குகின்ற அவனது ஒவ்வொரு பாவனையையும் அவளது கண்கள் ஞாபகத்தில் கோர்த்தபடியிருந்தன.

உருகிக் கொண்டிருக்கும் அவனது உடலை அணைத்தபடி, இறுக்கங்கள் நொறுங்கி, வியர்வை கசிய புதிதாய்ப் பிறந்து வருகின்ற அம்முகத்தைக் கைகளில் ஏந்தி முத்தமிட்டிருந்தாள். அவன் அப்போதுதான் சமவெளியில் பிறந்தவனைப் போல ஆதூரமான முகத்தை பெற்றிருந்தான். இப்படியே இருளில் படுத்தபடி அந்த முகத்தை மீண்டும் மீண்டும் நினைவுகூர விரும்பினாள். அதே நேரத்தில் பரஸ்பரம் இரண்டு உடல்கள் தங்களது ரகசியத்தினை வெளிப்படுத்திக் கொண்ட பிறகு அவர்களுக்கிடையே வந்துவிடுகிற வெறுமையின் சாயல் அம்முகத்தில் எங்கேனும் தென்பட்டதா எனத் திரும்பத் திரும்ப சரிபார்த்தாள். இல்லை. அதில் அப்போது நிறைவின் மகிழ்ச்சியைத் தவிர வேறில்லை. அவளுக்கு சந்தோஷமாகவும் அதேநேரத்தில் இவ்வளவு ஞாபக அடுக்குகளை அவனும் சேகரித்திருப்பானா என்கின்ற கவலையும் எழுந்தது.

இந்த கூடலுக்கான காத்திருப்பு நாட்களில் அவர்களிருவரின் உடல் நுனிகள் எதிர்பாராமல் உரசிக் கொள்கையில் அதில் கிளர்ந்த தீப்பொறிகள் இனி இல்லை. உறவின் சீரற்ற கோடுகளின் முரட்டுத்தனம் நீங்கி, இசைக்கருவியின் தந்திக் கம்பிகளைப் போல இப்போது வர்ணம் சூல்கொண்டு நிறைந்திருந்தன.

அவளது வெறுமையான நாட்களிடையே சிறிய பூவைப் போல் அவனது உறவைக் கண்டெடுத்தாள். அடிப்படையில் அவள் வெறுமையையோ அதன் மூலமான தனிமையையோ அஞ்சுபவள் அல்ல. இன்னும் சொல்லப் போனால் யாரிடமும் உரையாட அவசியமற்ற அந்தத் தனிமைகளை அவள் விரும்பக்கூட செய்தாள். நீர்க்குமிழி ஒன்றிற்குள் அமர்ந்தபடி எங்கெங்கும் போய் வருபவளாக அவள் இருந்த இந்நாட்களில் அவளது கணவனும் அதைப் பெரிதாய் லட்சியப்படுத்தியதில்லை. அவர்களிருவருக்குமிடையே, சத்தமற்று வீழ்கின்ற இரவின் பனிப்பொழிவைப் போல் ஏதோவொரு விரக்தி பரஸ்பர தனிமையையும் பிரிவையும் கொண்டு வந்திருந்தது. வீடு என்கிற அருங்காட்சிகயத்தின் கூரையில் உலாத்துகின்ற பல்லிகளைப் போல அவர்களிருவரும் வீட்டையும் வீட்டின் பொருட்களையும் அமைதியாகக் கடந்து கொண்டிருந்தனர்.

புதியதொரு தொடர்பின் வழியே தனது நாட்களைத் துடுக்குத்தனத்திற்கு மாற்றிக் கொள்ளும் ஆசை இவளுள் இருந்ததாவெனத் தெரியவில்லை. ஆனால் அப்படியிருந்தால் என்ன நிகழும் என மனதில் அவள் கற்பனைத்துக் கொண்டிருந்த நாளொன்றில், திரைச்சீலையை விலக்கி உள்நுழைபவனைப் போல மிக எளிதாக இவன் நுழைந்தான்.

மிகச்சாதாரணமாக காபிக்கோப்பைகளில் துவங்கிய இந்த புதிய உறவின் வழியே வெகு சீக்கிரம் அவர்கள் தங்களின் எல்லைகளைக் கடந்திருந்தனர். எல்லோரும் உறங்கிவிட்ட நள்ளிரவில் வார்த்தைகளின் வழியே உடலைச் சீண்டுவதன் இன்பம் இருவருக்கும் பிடித்தவொன்றாய் இருந்தது. எவ்வளவு பாதுகாப்பான விளையாட்டு அது... அறிவாலும் கற்பனையாலும் உடலை ஏமாற்றிக் கொள்கிற விளையாட்டு. ஆனால் உடல் ஒரு அசமந்த விலங்கு. அதைப்பற்ற வைப்பது மிக எளிது. ஆனால் இறுதியாக ஒரு தோள்பட்டையில் பல்பதிய கடிக்காமலோ, இதமின்றி ஒரு கனியைப் பற்றி நசுக்குவது போல சதைக்குழைவைப் பற்றாவிட்டாலோ அதன் மூர்க்கம் குறைவுபடுவதல்ல. உடலை மறைமுகமாக சீண்டிக்கொள்கிற விளையாட்டுகளின் இறுதியில் உடல், வேலிப்படல்களை பிரித்தெறிகின்ற வேளை ஒன்றுண்டு. அப்போது சகலமும் அதன் முன் கைதொழுது விலகும்.

அடிப்படையில் இவளைப் போல கலையுணர்வு அவனிடமில்லை. அவனது நாசூக்கற்ற முரட்டுத்தனங்கள் இவளது அறிவுப்பெருக்கை நொடியில் ஊதித்தள்ளின. காதலுக்கான மென்நிகழ்வுகளில் இவள் பெருவிருப்பம் கொண்டிருந்தாள். அவனால் அதை ஓரளவிற்கு மேல் சகிக்க முடியவில்லை. எல்லா நீண்ட உரையாடலின் முடிவிலும் இவளை விழுங்கப்போகின்ற வெறி அவனுள் கிளர்ந்தெழுவதை துளி கூட மறைக்காமல் அப்படியே அவள்முன் வெளிக்காட்டுவான். லேசாக அசூயை அடைந்தவளாக அவள் காட்டிக் கொண்டாலும் அவளுள் எதுவோ இன்பமாகக் கொதித்து அடங்கும்.

இருவர் படுக்கையில் சந்திப்பதற்கு முன் எத்தனை கட்டங்களை பொறுமையாகத் தாண்டுகின்றனர் எனக் கணக்கெடுத்தால் இது வெகுசீக்கிரம்தான். நெல்மணியை நீட்டி நீட்டி உள்ளிழுத்துக்

கொள்ளும் விரல்களை, ஒரு புள்ளியில் மிகக்கச்சிதமாகச் சிவந்த அலகொன்று இரையோடு கவ்வி இழுப்பதைப் போல, இன்று எதற்கோ இளகலாய் துவங்கிய உரையாடல் இந்த முதல்முறை படுக்கை பகிர்வுவரை அழைத்து வந்துவிட்டது. அவளுக்குத் தெரியும், எல்லைகள் தீர்மானிக்கப்படாத இடங்களில் எவ்வளது தூரம் உலாத்தலாமென்று. இன்று எங்கோ வசமிழந்து நின்றுவிட்டாள். சிவந்த அலகொன்று விரலைப்பற்றி உள்ளிழுத்துக் கொண்டது.

அவளது வெற்றுடலில் சன்னஞ்சன்னமாக முத்தமிட்டுக் கிறங்கியபடி அவளது அடிவயிற்றின் குழைவில் முகிழ்ந்திருந்தான். சொற்கள் காற்றில் சிதறும் வர்ணப்பொடியைப் போல முனகலாக வெளிப்பட்டுக் கொண்டிருக்க, கைகள் பின்புறத்தில் பரபரத்துக்கொண்டிருந்தன. சீனப்பீங்கான் ஜாடியைச் சுற்றியபடி பிணைந்தேறுகிற மலைப்பாம்பின் சீற்றமான பெருமூச்சுகளுடனும், இன்ன இடமென்றில்லாமல் எங்கெங்கோ முத்தமிட்ட அவனது உதடுகளும் அவளது உடலின் சாவிகளைத் தேடித்திறந்து அவளுள் மூச்சுமுட்டத் திணறுகிற விலங்கைத் தாழ் உடைத்து வெளியேறச் செய்கின்ற பிரயாசை கொண்டிருந்தன.

தன்னைச் சுற்றியெழுந்து கொண்டிருக்கும் அனலின் தீவிரத்தில், சிறிய காட்டுச் சுள்ளியைப் போல அவளது உடல் நெளிந்து முறுகிக் கொண்டிருக்க, ஒரு புதியவனுடனான முதல் உறவில் இயல்பாக எழுகின்ற கழிவிரக்க விசாரணை அவளை கையைப் பிடித்து துடிக்கத் துடிக்க நிறுத்தி வைத்திருந்தது. அனலில் எரிந்தடங்குவதே ஒரு சுள்ளியின் விடுதலையென்பதை உடல் மன்றாடிக் கொண்டிருக்கும் போது ஞாபகமானது துருப்பிடித்த பழைய கதவுகளுக்குள் பெருகியபடியிருக்கும் அவளின் உடலை பலவந்தமாகத் திணித்துக் கொண்டிருந்தது.

அவனது தலைமுடிகளில் அலைந்து கொண்டிருந்த அவளது கைகள் அதில் ஏதோவொரு பற்றுதலைத் துழாவின. மூடிய கண்களுக்குள் துடித்த பாவைகள் எதுவோவொன்றைத் தெளிவுறக் காண அலைந்தன. மலர்ந்தும், சுருங்கியும் தன்னை வெளிப்படுத்துகின்ற அவளின் முகத்தில் மூச்சுத்திணறுவதன் சாயல். அவளைச் சுற்றியெழுந்து கொண்டிருந்த ஆவேசமான

உணர்வுகள் முழுமையாக அவளை வந்தடைவதற்கான வழியில் எங்கேயோ நசுங்கின.

தன்மீது காமத்தின் முழு உருவமாக வியர்வைததும்ப எழுந்தடங்குகிற அவனை, அவனது வனவிலங்கான தோற்றத்தை எதிர்கொள்வதற்கான எதுவோவொன்று தன்னில் குறைவதை உணர்ந்தாள்.

அவனது முகத்தைப்பற்றி மேலேற்றினாள். போதமுற்ற அவனது கண்கள் யானையின் விழிகளைப் போலிருந்தன. அதில் ஏதேனும் விடையிருக்கிறதாவெனத் தேடிச்சலித்தாள். அவன் மேலும் ஆவேசமாக அவளைத் தன்னுள் பொதிந்தபடி, "தேவிடியாடி நீ..." என்றபடி முத்தமிட்டான். அவளுக்கு முதலில் புரியவில்லை. ஆனால் போகிறபோக்கில் அவை அவளது விலாவை பிளேடின் கூர்மையுடன் கிழித்துச் சென்றிருந்தன. ஒரு சிறிய அதிர்ச்சி; அவனது உதடுகள் இன்னமும் பேரார்வமாக அவளை முத்தமிட்டுக் கொண்டிருந்தன. ரத்தம் வழிகின்ற அவளது விலாவிலிருந்து, ஈரத்துடனும் சூட்டுடனும் புத்தம்புதிய சிறகுகள் வலியோடு முளைத்தெழுந்தன. அவன் மீண்டுமொருமுறை தேவிடியா என்றபடி அவளின் காதுமடல்களைக் கடித்தான். அவளுள் மிக நீளமான பெருமூச்சுகள் எழுந்தன. அவளது உடலிலிருந்து இறுக்கமானவொன்று கழன்று விழுந்ததைப் போலிருந்தது.

மிகச்சப்தமாக ஒருமுறை சிரித்தாள். பிறகு ஒரு காட்டுப்பன்றியை வீழ்த்தி மல்லாந்திடச் செய்யும் கூர் அம்பின் சீற்றத்துடன் அவனைத் திருப்பிப் போட்டாள். திசையெங்கும் வளர்கின்ற தனது உடலைச் சுழற்றியபடி மேலேறினாள். அவளது நாணங்கள் இப்போது எக்காளமாயிருந்தன. ஒருதுளி குருதி துளிர்க்கும்படி அவனது உதட்டைக் கடித்து முத்தமிட்டுக் கொண்டிருந்த அவளது முகத்தை அவன் ஜ்வலிப்பான வேறொருத்தியாய் உணர்ந்தான். நீண்ட நேரங்களுக்குப் பிறகு, அறையெங்கும் மாமிச வெப்பம் மிதந்தபடியிருக்க, அவன் சட்டையை மாட்டிக்கொண்டு புறப்பட யத்தனித்தான்.

அவள் இன்னமும் கண்களை மூடியபடி, குழைந்த பாலைவனத்தைப் போன்ற நிர்வாண உடலுடன் கட்டிலில் இருந்தாள். அவன் மென்மையாக அவளது நெற்றியில்

முத்தமிட்டான். புணர்வு குறித்து அவள் பேரன்புடன் ஏதேனும் சொல்வாளாவென எதிர்பார்த்தான். அவள் இன்னமும் கண்களைத் திறக்கவில்லை. அவளது உதடுகள் மெல்லிய சிரிப்புடன் எதையோ முனங்கின. அவன் மீச்சிறு உடலியாய் அவளது தனிமையான மகிழ்வின் முன் உணர்ந்தான்.

தொலைக்காட்சி மீதிருந்த சிறிய பூச்சாடியை ஆச்சர்யமாய் கையில் எடுத்து பார்த்தவன், திரும்ப வெளியேறும்போது மிகக்கச்சிதமாய் அதன் தூசுப்படலத்தின் நடுவேயிருந்த, பழைய தடத்தின் மீதே அதை அமரச்செய்துவிட்டு, ஒருமுறை படுக்கையிலிருந்த இவளை நோக்கிப் புன்னகைத்துச் சென்றான்.

வீடு முழுவதும் ரகசியம் தாங்காது முணங்கிக்கொள்வதைப் போலிருந்தது. அவள் அமைதியாக எழுந்து தன்னுடைய ஆடைகளைத் திரட்டிக் கொண்டாள். காற்று முழுவதும் படர்ந்திருக்கின்ற கலவியின் வெதுவெதுப்பை நுட்பமாக உணர முடிந்தது.

இன்னும் கொஞ்சம் அவனிடமிருந்து பெற்றிருக்கலாம் என புன்னகைத்தபடி நினைத்தாள். ஆனால் நிச்சயமற்ற உறவுகளில் என்றேனும் எதிர்படும் விரிசலின்போது இந்த சிறிய தியாகங்கள் ஒருவித குரூர சுயகழிவிரக்கத்தைக் கொடுத்து நம்மை புனிதமாக உணரச் செய்வதும் நல்லதுதான் எனத் தோன்றியது. இப்போதுதான் பிறந்திருக்கிற சந்தோஷங்களின் கவுச்சி வாடையைத் தேடி இந்த கருப்புப் பூனைகள் ஏன் உடனே வந்துவிடுகின்றன? எனச் சிணுங்கியபடி குளியலறைக்குள் நுழைந்தாள்.

## 2

இரண்டாவது முறை காலிங்பெல்லை அழுத்திவிட்டு காத்திருந்த நொடியில் தனது காரின் முகப்புப்பக்கத்தினை வெறுமனே பார்த்தபடியிருந்தான். சிறிய பயணத்தை ஓடிக் கடந்திருந்த அதனுடலில் இன்னமும் சூடும் துடிப்பும் மிச்சமிருப்பது போலத் தோன்றியது. ஆயினும் அது அதனை மறைத்தபடி புன்னகைத்தது.

அவள் அமைதியாகக் கதவைத் திறந்துவிட்டு, ஒரு புன்னகையோ சொல்லோ எதுவுமின்றி இவனை எதிர்பாராமல் திரும்பி

உள்ளே சென்றாள். இவன் பொறுமையாக தனது வடிவமான செருப்புகளைக் கழற்றி, அதனை மிக நேர்த்தியாக ஸ்டாண்டில் வைத்துவிட்டு, இன்னமும் உறைபிரிக்கப்படாமல் கிடந்த சில கவர்களையும் கார்களுக்கான மாதாந்திர இதழையும் எடுத்துக் கொண்டு உள்ளே நுழைந்தான். அவள் சாப்பாட்டு மேஜையில் வெறுமனே அமர்ந்து, ஒரு டம்ளரில் நீர் நிரப்பி, அதனை ஆளற்ற எதிர்முனைக்கு நகர்த்திவைத்தபடி எங்கோ பார்த்தாள். அவன் மெலிதாக அதிசயித்தவாறே தனது அறைக்குள் நுழைந்து கையிலிருந்த கவர்களின் வாயை சிரத்தையாய்க் கத்தரித்து உள்ளிருந்த காகிதங்கள் கூறுகின்ற விஷயங்களை வாசித்தபடி தனக்குத்தானே தலையாட்டிக் கொண்டான்.

மாதாந்திர கார்களின் இதழில் அட்டைப்படத்தில் சமீபத்தில் வெளியான கார் ஒன்றின் புகைப்படம் வசீகரித்தது. மிகுந்த ஆண்மையுடன் சாலையொன்றில் அஸ்தமனச் சூரியனைப் பார்த்தபடி அது நின்றிருந்தது. அதனது உடலின் ஒவ்வொரு பாகத்திலும் எதிரொலித்த மாலை வெளிச்சங்களை அது வழுவழுப்பாய் பிரதிபலித்தது. குறிப்பாக தெறித்துவிடுவது போன்ற திண்மையும் முருக்கேறியிருந்த அந்த டயர்களும் அதன் கம்பீரத்தை மேலும் உயர்த்தின. மொத்தத்தில் அசிங்கமானபடி நெளித்து, ஒடித்து ஏறிப்பதுங்குகின்ற கார்களைப் போலின்றி, இது பற்றி ஏறி அமர்கின்ற வகையில் ஒரு இளவயது காட்டுவிலங்கைப் போலிருந்தது. அவனையறியாமல் அவனது விரல்கள் அந்த புகைப்படத்தை வருடின.

இன்னமும் அவன் வந்து எடுத்துக் கொள்ளாத அந்த டம்ளரைப் பார்த்தபடி அமர்ந்திருந்தாள். அவளுக்கு தான் ஏன் இப்படி அதிகப்படியாக நடந்து கொண்டோமென தோன்றியது. அவன் மெலிதாய் ஆச்சர்யமடைந்தபோது இவளுக்குள் எதுவோ துணுக்குற்றது. இது இயல்பில்லை, இயல்பில்லை என எதுவோ உள்ளிருந்து முனங்கியது. ஆனால் அதற்குள் எல்லாம் தாமதித்திருந்தது. நீரை ஊற்றியவாறே அவனை நோக்கி புன்னகைத்தோமா என யோசித்துப்பார்த்தாள். அப்படி செய்திருந்தால் அதை விட மடமையானது வேறில்லை. அவன் வெகுநிச்சயமாக இந்த வித்தியாசங்களின் வழியே சந்தேகத்திற்கு வந்தடைவான். ஏனெனில் நீண்டகாலமாகவே அவர்கள் அருங்காட்சியகத்தின் தனித்தனியே சுற்றும் பல்லிகள்.

இவளது நாசிகள் மிக ரகசியமாக காற்றில் ஏதேனும் வாசனைகள் இன்னும் மிச்சமிருக்கின்றனவாவென துழாவின. இருப்பது போலவும், இல்லையெனவும் ஒரே நேரத்தில் குழப்பமேற்பட்டது. வீட்டின் பொருட்கள் அனைத்தும் அவனிடம் அனைத்தையும் கூறிவிட துடிப்பவை போல தோன்றின. அவன் கையிலிருந்த புத்தகத்தை டீபாயில் வைத்துவிட்டு, ஒரு மதிப்பான புன்னகையுடன் இவளை நோக்கி வந்தான். கைகள் தன்னிச்சையாக அந்த டம்ளரை எடுத்துக் கொண்டன. கண்கள் அவளது உடலை புதிது போலப் பார்த்தன. அவள் தனது உடலின் மிதப்புகளை சட்டென தணித்துக் கொள்ள முயன்றாள். ஆனால் அது அவ்வாறு எளிதில் கைகூடவில்லை. கழுத்துக்குக் கீழே இருக்கும் உடல் ஒரு தனி விலங்கு. அதற்கு சட்டென ஒளியவும் தெரியவில்லை. இப்போதுதான் வேட்டை முடிந்த திருப்தியில் அதன் வாளிப்பான பாகங்கள் படு இளமைத்துடிப்புடன் தாழ்ந்தேறிக் கொண்டிருந்தன. போக, புதிய வேட்டையின் உத்திகளில் ஏற்பட்டிருந்த நிறைவு மிக வசீகரமான குழைவை அதனுள் தோற்றுவித்திருந்தது. அவளது முகம்தான் இதனைக் கட்டுப்படுத்தும் விதத்தில் தோல்வியுற்று மிகுந்த அவஸ்தையிலிருந்தது.

அவன் நீரைப் பருகிவிட்டு டம்ளரை வைத்தபடி, வெகு எதேச்சையாக அவளது விரல்களிலொன்றைப் பற்றினான். வேர்வை கசிந்திருந்த உயிரோட்டமிக்க அந்த சிறிய விரல் அவளின் இளமைக்கால முகத்தைப் போலிருந்தது. வேறொரு சமயமாயிருந்தால் அவள் லேசான எரிச்சலுடன் அவ்விரலை பின்னுக்கு இழுத்திருப்பாள். அந்த உடலசைவே அவனது துளிர்த்த காமத்தை ஊனப்படுத்த போதுமானது. ஆனால் இப்போது அப்படிச் செய்யவியலவில்லை. அவன் அவ்விரலின் சதைப்பற்றை மெலிதாய் அழுத்தினான். அவளது பரிதவிப்பின் நீட்சியாய் அவ்விரல் அவனது கைகளுக்குள் ஒடுங்கி நின்றது. அதனைச் சட்டென உருவிக்கொள்கிற அதிகாரத்தை அவள் இழந்ததைப் போல் உணர்ந்தாள். இல்லையென்றால் அவனே அறியாத அவனது இந்த ஏமாற்றத்தின் முன் ஒரு சிறு கருணையைப் போல. அவளது இந்தத் தவிப்பு அவனை உற்சாகப்படுத்தியது. அவன் நீண்ட நாட்களுக்குப் பிறகு அவனது இளம் மனைவியைக் கண்டவனைப்

போல உணர்ந்தான். அதே அச்சம்; படபடப்பு; ஒரு சிறிய பிராணியைப் போல தன்னை ஒடுக்கிக் கொள்கின்ற இந்த உடலசைவுகள். அவன் ஈரம் கசிந்த அந்த விரலைத் தன் உள்ளங்கைக்குள் குவித்தான். வெளிறிய முகத்துடன் விரல்நுனி மெல்ல மடங்க முற்படும்போதெல்லாம் அவன் அதனை நிமிண்டி நேராக்கினான். அவ்விரலின் செழுமையான கட்டுகள் நிர்வாண உடலின் சிறிய சிற்பவடிவைப் போல அதை மாற்றியிருந்தன.

அவளால் தாளவியலாத தொடுகையாய் இருந்தது. எவ்வித சந்தேகத்தையும் அவனுக்கு அளித்துவிடக் கூடாதென்னும் ஜாக்கிரதை உணர்வு அச்சமாய் மாறியிருக்க, அந்த அச்சம் அதற்கு பதிலீடாய் எதை வேண்டுமானாலும் தந்துவிடக் கூடிய உச்ச கையூட்டு நிலையிலிருந்தது. ஒரு வேசித்தனம் குடியேறுகின்ற காமத்தின் ஜ்வலிப்பு அவளது உடலில் பற்றத் துவங்கியது. மிருதுவாக அவ்விரலின் நுனியில் முத்தமிட்டான். அவள் விரலை இழுத்துக்கொள்ளவில்லை. அவனது உதட்டை நோக்கி மீண்டும் ஓங்கிய அவ்விரலை மெலிதாக ஈரம்போக நசுக்கித் துடைத்தான். நசுக்கப்பட்டு, மீண்டும் ரத்தம் ஊறி வருகின்ற விரல் நுனிகளில் காமத்தின் இளஞ்சிவப்பு. தனது இந்த செய்கைகளை புன்னகைத்தபடி அங்கீகரிக்கின்ற அவளது கண்களைப் பார்த்தான். மிகவும் நிறைவாய் அதனை ரசிப்பது போல தன்னை மினுங்கிக் கொள்கின்ற அந்தக் கண்களில் அலுப்பான பழைய பெண் இல்லை. அவள் அவனின் தலைமுடியைக் கலைத்து வருடினாள். அவனிடமிருந்த தனது சிறிய விரலை அவள் இன்னமும் நீக்கவில்லை. புதிய தீவிரத்துடன் அவ்விரலை நோக்கி குனிந்தவனின் பின் கழுத்தை மென்மையாக அழுத்தினாள்.

மிகப்புதிதாக அவளிடம் வெளிப்படுகின்ற ஏதோவொன்றின் வசீகரத்தை மயக்கமாக யூகித்தபடி, அதே நேரம் மர்மமான நளினங்களைக் கசிய விடும் அவளது அழைப்பில் முன்னெப்போதும் அறிந்திடாத அந்த ருசியை மேலதிகமாக விரும்பியவனாக அவளது சிறிய, திரட்சியான விரலை நோக்கிச் சாய்ந்தான்.

நீண்ட பருவங்களுக்குப் பிறகு நிகழ்ந்திருந்த கலவியில் அவனது பிரக்ஞை இளகியிருந்தது. அவளது உடலின் மென்பாகங்களை

வருடியபடி தூக்கத்திலாழ்ந்தான். பாலின் வெண்மை நிறத்தில் பூனைக் குட்டியொன்றை கைகளில் வைத்துத் தடவியபடியிருந்தான். பொங்குகின்ற வெண்மை நிறம்கொண்ட அவ்வுடலின் முடிகள் அவனது விரல்களிடையே பால்நதியைப் போல எழுந்தடங்கின. அதன் மிக மெல்லிய சிவந்த நாக்கால் அது அவனது உடலை நக்க முயன்றது. அவனது விரல்களில் படிந்த அந்த எச்சிலின் குளிர் ஊசியாய் துளைத்து பரவியது.

அவன் கண்களை மூடியபடி பூனை என்கின்ற குழைந்த உயிரியை உணர முயன்றான். அதன் அடிவயிற்றில் பதிந்திருந்த அவனது விரல்களில் அதன் இதயத்தின் துடிப்பு வரிகளாய்ப் பதிந்தது. அதனுடைய மொழியைப் போல விரல்கள் அதை உணர்ந்தன. இவ்வளவு மெல்லுடலியின் இதயத்துடிப்பில் ஏனிந்த பதட்டம்? அவனது விரல்கள் மேலும் அந்த துடிப்பை, அதன் ரகசியத்தை அது தன்னிடம் வெளிக்காட்டாமல் பதுங்குகின்ற அதன் மனவோட்டத்தை அறிய முயல்வதுபோல உன்னித்தன. அவனது விரல்கள் அளிக்கின்ற அவஸ்தையிலிருந்து தன்னை விடுவித்துக் கொள்ளும் பொருட்டு, பூனையின் பாவனைகள் அதிகரித்தன. அது தனது உடலை மேலும் பொதிந்து கொண்டது. அதன் நாவால் மேலும் எக்கி அவனது உடலைத் தீண்ட முயன்றது. கண்களை மூடி அதன் ரகசியத்தைத் தேடுகின்ற அவனது கவனத்தைக் குலைக்கும் விதமாக தனது மியாவ்வில் மேலும் திராட்சை வாசனை சேர்த்தது.

அதுவரையில் அது தன்னுள் விரித்திருக்கின்ற அந்தத் திரையை உணராத அவனது பிரக்ஞை அசந்தர்ப்பமாய் அதனைக் கண்டுபிடித்தது. அவனைக் குளிர்வித்த எச்சிலின் மீது இப்போது நாற்றம் வீசியது. எடையேயில்லாத அதன் இருப்பின் மீது சாமர்த்தியமான தன்னை மறைத்துக் கொள்ளும் யுக்தியைக் கண்டுபிடித்தான். அடுத்தகணம் அவனது விரல்கள் அதன் இதயத்தசைகளிலிருந்து விலகின. அதன் குருத்தான நெகிழுகின்ற எலும்புகள் அவனை அசூயை அடையச் செய்தன. சட்டென அதனை தரையில் எறிந்தான். அது கச்சிதமாக தரையில் தன்னை ஊன்றிக் கொண்டது. பிறகு பதட்டமேயில்லாமல் அவனைப் பரிதாபமாகப் பார்த்தது.

ஒவ்வொரு சிமிட்டலிலும் அதன் கண்களுக்குள் மாறுகின்ற கலைடாஸ்கோப் தன்மையுடைய பாவைகளில் கொஞ்சம்

கூட உண்மையில்லை. துளிகூட மனிதமில்லை. சற்றுமுன் தன்னை, தனது அன்பை மேலும் மேலும் விரியச் செய்த அந்தப்பூனை இப்போது அவனை பீதியுற்றவனாக்கியிருந்தது. தனது நிர்வாண உடலை அதன்முன் மறைத்தபடி அதனை விரட்டினான். அதைக் கையில் வைத்திருந்த கணங்களில் அவனது உடலில் இயல்பாகத் தோன்றியிருந்த காமத்தின் வழியே எழுச்சியடைந்திருந்த அவனது குறி இப்போதும் சிறிதும் லஜ்ஜையின்றி தன்னை வெளிப்படுத்திக் கொண்டிருந்தது. பதட்டமாக, கலங்கியபடியிருந்த அவனது கண்களையும், அவனது கைகளிடையே திமிறுகின்ற குறியையும் மேலும் மேலும் வினோதமாகப் பார்த்தபடியிருந்தது அப்பூனை.

சட்டென கண்விழித்தான். இருளுக்குள் ஒளி ஓடுகின்ற சப்தம். அருகே அவனது மனைவி உறங்கிக் கொண்டிருந்தாள். உடலெங்கும் கனவு தந்திருந்த அதிர்ச்சியில் வியர்வை பூத்திருந்தன. தண்ணீர் ஜாடியைத் தேடியபடி எழுந்தான். உறங்குகின்ற அவளைப் பார்த்தபடி நீரைப் பருகினான். தான் விலக்கிவிட்டு எழுந்திருந்த அவளது கை இன்னமும் தன்மீதே இருப்பதாக நினைத்தபடி, போர்வையைப் பற்றியிருக்க, முடிகள் முகத்தில் படிந்து காற்றிலாட உறங்குகின்ற அவள் முகம் அவ்வளவு கருணையாயிருந்தது.

### 3

அவன் சீராக உறங்கிக் கொண்டிருப்பதன் அடையாளங்களைத் திரும்பிப் படுத்திருந்த அவனது முதுகுப்பரப்பின் அமைதியில் உணர்ந்தாள். அவளுக்கு மகிழ்ச்சியாக இருந்தது. அதுவரையில் ஏதோ ஒரு புள்ளியில் ஊனப்பட்டு நின்றுவிட்ட தன் குடும்ப வாழ்வில் மிகப்பெரும் நெகிழ்தலாக இன்றைய காமத்தை உணர்ந்தாள். அந்த ஊனத்தை குணமாக்கிய அற்புத மருந்தைப் போல தான் உணர்கின்ற காமத்தில் எப்படி அந்த வசீகரம் கலந்ததென யோசித்தவள், பிறகு எதுவும் புரிபடாமல் சந்தோஷமாக தனது காலை அவன்மேல் தூக்கிப் போட்டுக் கொண்டாள். நிர்வாண உடலுடன் அவன் மீது கால் போட்டுக் கொண்டிருக்கும் அவளது இருப்பு, துடிதெய்வமொன்றின் சிலையைப் போல் இருந்தது.

சப்தம் காட்டாமல் கை நீட்டி தனது மொபைலைத் துழாவி எடுத்து உயிர்ப்பித்தாள். அவள் எதிர்பார்த்தது போலவே எண்ணற்ற குறுஞ்செய்திகளை அவன் அனுப்பியிருந்தான். எல்லா வகைகளிலும் முதல்முறை புணர்ச்சியின்போது இயல்பாகவே தவறவிடுகின்ற பல சுவாரஸ்யங்களைக் குறித்தான இனிய குறைபட்டுக் கொள்ளுதல் மின்னியது. அந்த செல்லச் சிணுங்கல் அவள் உடல் மீதான அவனது ஆர்வத்தை அவன் இன்னும் விரும்பி நிற்பதாக உணர்த்தியது. அவள் தன்னையே தித்திப்பாக உணர்ந்தாள்.

ஒரு மலை அருவியைப் போலத் தன்னை நினைத்துக் கொண்டாள். அதன் ஊற்று முகத்தில் நீருக்குள் வேர் கொண்டிருக்கும் மூலிகைச் செடி இந்தப் புதியவன். வெறும் நீரில் அவனது ஞாபகங்களும் முத்தங்களும் வாசனை சேர்த்து விடுகின்றன. ஓயிலாக சரிந்து ஓடுகின்ற இந்த அருவியின் கீழே இதோ அருகில் உறங்குபவன் தன்னந்தனியாகத் திளைத்தபடி குளிக்கின்றான்.

புன்னகையுடன் அவனுக்கு மறுமொழியாக நிறைய இதயங்களை அனுப்பினாள்.

“என்ன செய்ற..”

திடீரென அவன் இணைப்பில் வந்தான்.

“ம்..நீ அனுப்பினதெல்லாம் வாசிச்சு வாசிச்சுப் பார்த்துக்கிட்டிருக்கேன்...”

பிறகு சில முத்தங்களை அவன் தொடர்ந்து அனுப்பினான். இவளும்.

அவளது உடலின் வாளிப்பும் ரகசியமும் குறித்து அவன் கிறக்கமான வரிகளை அனுப்பியபோது அவள் மகிழ்ந்தபடி தனது கணவனுடனான நீண்ட காலங்களுக்குப் பிறகான உடலுறவைக் கூறினாள். அதற்கான ஜ்வலிப்பைத் தந்தவன் நீ எனும் அர்த்தம் பெறும் விதமாகவே அவள் அதனைக் கூறினாள். அவனிடம் அதை மறைப்பதற்கான குறைந்தபட்ச பாதுகாப்பு உணர்வைக்கூட அவள் இழந்திருந்தாள். ஒருவகையில் அது அவனை இன்னும் அதிகமானவனாக உணரச் செய்யும் என்றும் அவனது வருகை தனக்குள் வேர்விட்டிருக்கும் மூலிகைச்

செடியைப் போல அபரிமிதமான ஆற்றல் கொண்டது எனவும் அவனிடம் வெளிப்படுத்த விரும்பினாள்.

அவனிடமிருந்து ஒரு ஸ்மைலி வந்தது. பிறகு அவன் வெகுவேகமாக உரையாடலை வேறு வேறு முனைகளுக்குத் திருப்பத் துவங்கினான். ஆனால் அவள் இன்னமும் அவனை மகிழ்விக்கும் உந்துதலில் தனக்கும் கணவனுக்குமிடையே இன்று நிகழ்ந்த உறவின் ஒவ்வொரு நிமிடங்களையும் புகைப்படங்களைப் போல வரிகளாக்கி அவனுக்கு அனுப்பிக் கொண்டேயிருந்தாள். அப்படி சொல்லிச் சொல்லி தான் மேலும் லேசாகி விடுவதைப்போல உணர்ந்தாள். ஒரு குழந்தையைப் போல தனது காலுக்குக் கீழே சுருண்டு படுத்து உறங்கிக் கொண்டிருக்கும் கணவனிடம், தான் இதுநாள் வரை கண்டிராத அந்த நெருப்பைப் போன்ற கிளர்ச்சிக்கான புரிபடாத காரணங்களை தனக்கும் தனது உடலுக்குமான பதக்கங்களைப் போலப் பதிந்து கொண்டவாறே அவனுடன் உரையாடிக் கொண்டிருக்கும் போது,

"நீ தேவிடியாடி..." என்கிற சொற்கள் திரையில் வந்து விழுந்தன.

அந்தரங்கத்தில் அவளை விடுதலை செய்கின்ற அந்த வரிகளை அவள் மீண்டும் படித்தாள். அவன் இன்னமும் அந்த சொல் குறித்தான கிறக்கத்திலும் அதனை உச்சரிக்கும் போது இருவரும் அடைகின்ற தீப்பிழம்பான பரவசத்திலும் இருப்பதாக நினைத்தபடி சிரித்தாள். அவன் மீண்டும் அவ்வரியை அனுப்பினான். அவளுக்கும் இப்போது "அட" எனும் சிறிய சிணுங்கலுடன் புன்னகை வந்தது. அவனுக்கு ஒரு மிட்டாய் நிற இதயத்தை அனுப்பினாள். அவனிடமிருந்து பதட்டமாக, ஆவேசமாக, கண்ணீராக, முணங்குதலாக மாறி மாறி அவ்வரி திரும்பத் திரும்ப வந்தபடியிருந்தது.

ஆடைகளற்ற உடலுடன், அருகே உறங்கிக் கொண்டிருப்பவன் மீது கால்போட்டபடி, மிகக் கர்வமாக, மிக ஆசுவாசமாக, மிக சுதந்திரமாக அவள் கண்ணீர் துளிர்க்கப் புன்னகைத்தபடி அவனது வரிகளுக்கு இதயங்களை அனுப்பிக் கொண்டேயிருந்தாள்.

– காலச்சுவடு, ஏப்ரல் 2021

***

## விலாஸம்

அப்பா தனது சட்டைக்காலரை ஒருமுறை தூக்கிவிட்டபடி 'உஸ்ஸ்ஸ்' என்றார். பளீரிட்ட வெண்மையான வேட்டி சட்டைக்குள் அவரது உடலும் முகமும் வழக்கமான துருத்தலோடிருந்தன. இயல்பாகச் செய்வதைப் போல, கழுத்திலிருந்த தங்கச்சங்கிலியை சட்டை விளிம்புகளுக்குள்ளும், விரலிலிருந்த நவரத்தினக்கல் மோதிரத்தின் முகப்பை உள்ளங்கைக்குள் திரும்பியிருக்கும்படியும் மாற்றிக்கொண்டார். முகத்தில் அவர் கொண்டுவர நினைத்திருந்த சாதாரணத்தன்மை மெல்ல மெல்லப் பரவுவதை உணர்ந்தேன். கையிலிருந்த பொன்னிறச் சதுரமிட்ட வரவேற்பு அழைப்பிதழ்களின் பெயர்களைச் சரிபார்த்தேன். நேரம் போய்க்கொண்டிருந்தது.

"போலாம். சர்க்யூட் ஹவுஸ்ல ஜெகநாதன்கிட்ட சொல்லிருக்கேன். முன்னபின்னனாலும் சர்க்யூட் ஹவுஸ்ல போய் பார்த்துடலாம்."

நான் ஒன்றும் பேசாமல் நின்றிருந்தேன். அப்பாவால் எதுவும் முடியும்.

வெளியே நாங்கள் வந்திருந்த செர்ரி நிறத்துக் காரை டிரைவர் மேலும் மேலும் பழமாக மாற்றிவிடுபவனைப் போலத் துடைத்து மெருகேற்றிக்கொண்டிருந்தான். அருகிலேயே அந்த வீட்டுக்காரர்கள் உபயோகப்படுத்துகிற பிஸ்தா நிற பியட் கார் மெழுகு பொம்மையைப் போல் நின்றிருக்க, அதன் வயசாளியான டிரைவர் அருகேயிருந்த பூந்தொட்டியின் விளிம்பில் சாய்ந்து

நின்று பீடி புகைத்தவாறே எங்களது காரையும் டிரைவரையும் பார்த்தபடியிருந்தான்.

ராமபவனம் எனக் கேட்டால் தேனியில் யாருக்கும் தெரியாது. சாரட் வண்டி வீடு என்றால் ஆட்டோக்காரன் முப்பது ரூபாய் வாங்கிக்கொண்டு கூட்டி வருவான். யானை உயர காம்பவுண்டுக்குள், நூறாண்டு வயசான மரங்களுக்கு நடுவே, தேக்கினாலும் மொசைக்கினாலும் செதுக்கப்பட்ட இந்த வீட்டிற்குத்தான் முதன்முதலில் மின்சாரம் வந்து, குண்டு பல்பு எரிவதைப் பார்ப்பதற்கு எல்லோரும் வண்டி கட்டி வந்திருந்தனர் ஒரு காலத்தில். ராமவிலாஸ் என்கின்ற பெயருக்குப் பின்னே உங்களுக்குத் தெரிந்த எந்த வியாபாரத்தையும் பின்னிணைப்பாகப் போட்டுக்கொண்டு தேனி எனத் தந்தி தட்டினால் மூன்றாவது நாள் உங்களுக்கு விலை நிலவரப் பட்டியல் வந்துவிடும் என்பார்கள். பெருங்காட்டிற்கு நடுவே பாய்ந்துகொண்டிருக்கும் ஒற்றைப் பேராற்றைப் போல, இங்கே பணம் என்பது நுழைகின்ற எல்லா வழிக்ளிலும் ராமவிலாஸ் மட்டுமே இருந்தது.

அது ஆகிப்போயிற்று நாற்பது வருடங்கள். இப்போது இது வெறும் ராமபவனம் மட்டுமே.

வாசலில் சைக்கிள் செயினை ரிவர்ஸில் சுற்றியபடி யாரோ வேகம் குறைத்து வருகின்ற சப்தம் கேட்டது. அப்பா, "புகழேந்தி அண்ணே" என்றார் வாட்சைப் பார்த்தபடி.

கையில் நான்காக எட்டாக மடிக்கப்பட்ட மஞ்சள்பையை நோட்டைப் போலப் பிடித்தபடி உள்ளே வந்த புகழேந்தி அண்ணனுக்கு அப்பாவைப் பார்த்தவுடன் கண்களில் ஒரு பிரகாசம். முழுக்க வெண்மையான தலைமுடியை உள்ளங்கையில் ஒதுக்கியபடி, "வா... வா... தன்ராஜு... ஏது?" எனத் திருத்தமாகச் சிரித்தார்.

அப்பா பதிலுக்கு நமஸ்கரித்தபடி அரைகுறையாக எழுந்து மீண்டும் அமர்ந்தவாறே, "நாலாவது யூனிட்டு. அதான் மொதலாளிகிட்ட ஒரு ஆசீர்வாதம் கேட்டுக்கலாம்னு" என்றார்.

அளவாகத் தலையாட்டிக் கேட்டுக்கொண்ட புகழேந்தி அண்ணன், "என்னடா புதுசா? என்னமோ கேட்டுக்கிட்டு

செய்யறவன் கணக்கா? எட்டடி இல்ல, எம்பதடி பாய்ஞ்சவன் இல்ல நீ" என்றவாறே என்னைப் பார்த்து, "தெரியுமா" எனும் விதமாகச் சிரித்தார்.

எவ்வளவு இடங்களில் நான் பார்த்த சிரிப்பு இது. அப்பாவால் இன்னமும் மொடமொடப்பான ஒரு வெள்ளை நிறச் சட்டைக்குள் முழுமையாகத் தன்னை நுழைத்துக் கொள்ளமுடியாமல் திணறச் செய்கின்ற சிரிப்பு. அப்பாவைப் பார்த்தேன். விஷங்களை ஏற்கும் போதெல்லாம் அவரது கண்களில் தோன்றும் வன்மமும் உதட்டில் உறைகின்ற சிரிப்பும் மீண்டும் வந்திருந்தது.

ராமவிலாஸின் எண்ணற்ற வணிகங்களிலொன்றில் ஒரு எளிய சிறுவனாக நுழைந்து, அந்தப் பேராற்றின் இழுவிசையை மீறி, தன்னந்தனியாகக் கடலை அடைந்த வலிய மீனைப் போல, அப்பா தனி நபராக வணிகத்தில் ஜெயித்திருந்தார். அவர் மோதியதும், உடைத்து எறிந்து முன்னேறியதுமான பாதையில் புகழேந்தி போன்றவர்களின் சிறுமையே அதிகமிருந்தது. அப்பா தனக்கெதிரான இந்தச் சிறுமைகளை ஒருபோதும் நசுக்குவதில்லை. அவரால் ஒரு கூரிய பதில்மூலம் இவர்களின் தொண்டையைக் கிழிக்க முடியும். ஆனால் அவர் மூட்டைப் பூச்சிகளை, தங்களை மறந்து இரத்தம் குடித்தபடி உறங்கச் செய்கின்ற கலையைப் பயின்றவர் போல தனக்கெதிரான இந்தச் சிறுமையாளர்களை அப்படியே காலம் முழுவதும் தன்னைப்பற்றி எண்ணிக்கொண்டும் புலம்பிக்கொண்டும் எளிய குத்திக் காட்டல்களில் திருப்தியடைந்து நின்றுவிட்டிருக்கிற எளிய உயிரிகளாய் மிச்சமாக்கி விட்டிருந்தார்.

முதன்முதலில் வியாபாரம் செய்யத் துவங்கிய புதிதில் கிராமங்களில் வாங்கிய சரக்குகளைப் பிடிப்பதற்கு ஒரு சாக்கு வாங்குவதற்குக்கூட அவர் அவ்வளவு போராட வேண்டியிருந்தது. எவ்வளவு கேலிகள்! ஏறத்தாழ தாசிதான்.

"நீ யாருன்னே தெரியாது. உன்னை நம்பி எப்பிடி...?" எனத் திருடனைப் போல சந்தேகமாய்ப் பார்க்கின்ற சம்சாரிகளின் கண்களில் ஒரு ஸ்நேகம் கலந்த சிரிப்பினை உருவாக்குவதற்கு மழை பெய்கின்ற இரவுகளில் எத்தனை கிராமங்களுக்குத் தூக்கமின்றி அலைந்திருக்கிறார். முழுவதும் கசங்கிய மனிதராக

அவர் வீடு திரும்புகின்ற நள்ளிரவில் ஒரு சொம்புத் தண்ணீரை அவர்முன் வைத்துவிட்டு அவரது மனக்குமுறலை எப்படி சமன்படுத்துவதெனத் தெரியாமல் எத்தனை இரவுகளில் தூக்கமிழந்த முகத்தோடு அம்மா எதிரே அமர்ந்திருக்கிறாள்.

"யானைக்கு பாகன்தான். ஆனா, யானையோட கால் உயரம்கூட நாம கிடையாதுங்கிறது பாகனோட மனசுக்குள்ள எப்பவும் இருக்கணும்."

சிறிய சிறிய நஷ்டங்களைக் கணக்குப் பார்த்தபடி பேட்டைத் திட்டில் அப்பா கணக்கெழுதிக்கொண்டிருக்கும் போது யாராவது மூடையைத் தைத்தபடி கூறுவார்கள். அப்பா எல்லாவற்றையும் மென்று தின்றார். இந்தக் கசப்பை, ஒரு கட்டத்தில் இவனைத் தடுக்க முடியாது என எழுந்த பெருமூச்சை, பிறகு தனது அசாதாரணமான இராட்சத வளர்ச்சியில் அவர்களது இரத்தம்வரை எல்லாவற்றையும்.

ராமவிலாஸ் எனும் பெரிய மரத்திலிருந்த சின்னஞ்சிறு விதையை அப்பா இருபது வருடங்கள் அங்கே உழைத்து நசுங்கிக் கண்டுபிடித்தார். மிகச்சிறிய விதை. அப்போதுதான் சர்க்கரை நோய் அங்கொன்றும் இங்கொன்றுமாக தலைதூக்கிக்கொண்டிருந்த பருவம். சிறுதானியங்களுக்கு மதிப்பே இல்லாத அல்லது மதிப்பு வைக்காத பருவம் அது. மழைக்கும் வெயிலுக்கும் வெளியே கிடக்கும் கல் உப்பு மூடைக்கும், வரகரிசி சிப்பத்திற்கும் எந்த இடத்திலும் வரவேற்பே கிடைத்ததில்லை. அப்பா சர்க்கரை வியாதியென்னும் சிறிய விதையைக் கண்டுபிடித்தார். கூடவே சிறுதானியங்களெனும் சீந்துவாரற்ற ஒரு அற்புத விளக்கையும். ராமவிலாஸின் எண்ணற்ற உற்பத்திப் பொருட்களுக்கு இடையே இந்தச் சிறுதானியங்களும் இருந்தன. ஆனால் அங்கே அது பத்தோடு பதினொன்று. அப்பா இந்த இருபது வருடங்களில் அதனை அரசனாக்கிக் காட்டினார்.

ராமவிலாஸின் சொத்துகளிலொன்றைத் திருடி வந்துவிட்டவரைப் போலவே கொஞ்ச நாட்கள் எல்லோரும் பேசிக்கொண்டிருந்தனர். ஆனால் ஒரு சிறிய வைக்கோல் நுனியில் பற்ற வைத்துக்கொண்டு வந்த நெருப்பில் அப்பா ஒரு மலையையே பற்றி எரிய வைத்தார், தனியொரு மனிதனாக.

பியட் கார் டிரைவர் சட்டென பீடியை நசுக்கிவிட்டு, காலுக்கிடையே சொருகியிருந்த வேட்டியைத் தழைத்தபடி நிமிர்ந்து நின்றான். வீட்டிற்குள்ளிருந்து காலடியோசையும் மொசைக்கின் நீர்ப்படலத்தின் மீது நிழலுருவமும் எழுந்து வந்தது. ஒரு மரியாதைக்குரிய அமைதி அங்கே நிறைந்தது. அப்பா எழுந்துகொண்டார். உடலில் ஒரு சிறிய கூனலோடு தன்னை இளக்கி நின்றார்.

நன்கு ஷேவ் செய்த முகமும் கதர் இழை பனியனும் தோளில் வெள்ளைத் துண்டுமாக பொன்கொண்ட பெருமாள் வந்தார். ஒருகாலத்தில் திடமேறி இப்போது கனியத் துவங்கிவிட்ட செந்நிற உடலெங்கும் மாம்பழத் துண்டுகளாக சதைகள் தளரத்தொடங்கியிருந்தன. நன்கு நரைத்திருந்த மயிர்களில் அழகான வாத்து மினுப்பு பிரகாசித்தது. கையில் பாதி படித்தபடி மடிக்கப்பட்டிருந்த ஹிண்டு.

"வா வா தன்ராஜ். ஏன் இங்கியே? உள்ளார வந்திருக்கலாம்லடா?" என்றபடி சோபாவின் ஒரு முனையில் உட்கார்ந்தார். நான் மாப்பா என்றபடி அவரது பாதத்தைத் தொட்டு வணங்கிக்கொண்டேன். பேரிச்சம்பழத்தின் கனிவுடனிருந்த விரல்கள் எனது தலைமுடியை அலைந்து ஆசிகூறி விலகின. அப்பா இன்னமும் இறுக்கமாக, வைத்த வணக்கத்தைப் பிரிக்காத கரங்களுடன் நின்றார். மாப்பா என்னை ஆசீர்வதிக்கும்போது அவர் கண்களில் ஒரு தளும்பிய மகிழ்ச்சி கடந்திருக்கும் என உணர்ந்தேன். ராமவிலாஸின் பார்வைக்கே தங்களைத் தழைத்து மறைத்துக்கொண்ட அதனது வேலைக்காரனின் மகன் இன்று அவரிடம் தைரியமாக முன்னால் வந்து ஆசி வாங்குகிறான். யானையின் காலருகே நிற்கின்ற பாகன் செய்கின்ற புன்னகை அது.

மாப்பா என்பது ஒருவகையில் அம்மாவினுடைய அப்பாவை அழைக்கும் சொல். அதை அவ்வளவு சீக்கிரம் உறவற்ற ஒருவரிடம் யாரும் கூறுவதில்லை. அப்படி கூறுகிறவர்களின் தரத்தினைப் பரிசீலிக்காமல் யாரும் அதனைக் கௌரவமாக ஏற்றுக்கொள்வதுமில்லை. ஒருவகையில் அது அந்தஸ்தை சமன் செய்கின்ற வார்த்தையைப் போல.

எனது கையிலிருந்த அழைப்பிதழை அப்பாவிடம் தந்தேன். அதை அவர் பள்ளிச் சிறுவன் சிலேட்டை நீட்டுவதைப் போன்ற ஒரு அறியாமை நிறைந்த முகத்துடன் மாப்பாவிடம் தந்தார். உள்ளிருந்து நைந்து போன செக் புக்குகளில் சில்லறைச் செலவினங்களை நிரப்பிவிட்டு அதில் கையெழுத்து வாங்குவதற்காக வெளியே வந்த புகழேந்தி மாப்பாவின் தோளுக்கருகே குனிந்து எதையோ முணுமுணுத்தபடி செக் புக்கை நீட்டினார். அதனை வாங்கி கையெழுத்திட்டவாறே மாப்பா அப்பாவைப் பார்த்தார்.

"ப்ச். என்ன இன்னமும் நின்னுகிட்டு? உட்காருடா."

சோபாவின் எதிர்முனை காலியாக இருந்தது. அப்பா அதன் நுனியில் தன்னை ஒட்டிக்கொண்டார். புகழேந்தியின் முகத்தில் அசாதாரணமான ஒரு புன்னகை கடந்து மறைந்தது. இலேசாகத் திரை விலக்கிப் பார்த்தால் ஆங்காரமாக நீண்ட பற்கள் தெரிகின்ற புன்னகை அது.

"பாளையத்திலயா? பவர் ஸ்டேஷன் குடுக்கறானுகளா?" என்றபடி அழைப்பிதழை மடியில் வைத்துக்கொண்டார். அப்பா மெல்ல தலையசைத்தார். ஆனால் அந்த பவர் ஸ்டேஷனை மில் காம்பவுண்டிற்குள் கொண்டுவருவதற்கு அவர் செய்த மல்லுக்கட்டல்களை நானே நேரில் கண்டிருக்கிறேன்.

"நம்ம குடோன் ஒன்னு அங்க ரொம்ப நாளா கெடக்குல்ல?"

"ஆமா. அது பீரியட் மாறினபிறவு கவர்மெண்ட் வாடகை சரியா தராம நாம லாக் அடிச்சிருக்கோமே?"

"ம். நல்ல விஷயம்டா தன்ராஜ். என்ன குடிக்கற?"

"இருக்கட்டும்" என அப்பா சொல்லாகக் கூறவில்லை. பவ்யமான சிரிப்பாகக் குழைந்தார். அப்பாவின் இந்தச் சிரிப்பிற்குப் பின்னாலும் ஒரு விலங்கு நின்றிருந்தது. அது பொன்கொண்ட பெருமாளின் சிறிய அதிருப்திக்காகவோ எரிச்சலுக்காகவோ முகச்சுழிப்பிற்காகவோ காத்து நின்றது. ஆனால் பத்திரிகையை வாங்கியது முதல் மாப்பாவின் முகத்தில் மென்மை ஒரு ஊதுவத்தியைப் போல அமைதியாகக் கமழ்ந்துகொண்டே இருந்தது.

அப்பா இந்தத் தொழிலைத் தொடங்கிய பிறகு, வெகு சீக்கிரமே ராமவிலாஸ் பதித்திருந்த எல்லைகளைக் கடந்துசென்றார். இப்போது நாங்கள் செயல்பட்டுக்கொண்டிருக்கும் உயரங்கள் ராமவிலாஸின் நான்காவது பரம்பரை வந்தாலும் எட்ட முடியாத உச்சம். அப்பா இதுவரை கடந்து வந்திருந்த பாதையை ஒருபோதும் திரும்பி நின்று இரசித்ததில்லை. ஆனால் இந்த முறை அவருக்கு ஒரு சீண்டல் தேவையாயிருந்தது. அதனால்தான் இந்த அழைப்பிதழ் வைபவம் எல்லாம்.

"வடக்கே இருப்பவனைவிட கம்மியா விக்கிறதுக்கு தவிடை எண்ணெய்யாக்கி காசாக்கின பாரு. அது நல்ல மூவ்டா" என்றார் மாப்பா.

குவித்துப் போட்டிருக்கும் திணையரிசித் தவிடுகளிலிருந்து விடிவதற்குள் கணுக்கால் உயரத்திற்கு ஊளை நாற்றமிக்க எண்ணெய்ப்படலம் கசிந்து தேங்கிவிடும். அதை என்ன செய்வதென்றே தெரியாமல் சாக்கடைக்குத் திருப்பிவிடுவார்கள். அதனை சிற்சில மறுசுழற்சிகளில் அப்பா உபயோகிக்கத் தகுந்த ஒரு எண்ணெயாக மாற்றியிருந்தார். அதுவரை தவிடு என்பது ஒரு தானியத்தை அரிசியாக அரைக்கும்போது உருவாகி வருகின்ற இழப்பு என்பது நீங்கி, அந்தத் தானியத்தின் மற்றுமொரு விலைப்பெறுமானமுள்ள உபபொருள் என மாறியது. அதனை எப்படி உருவாக்குகிறோம், எங்கே விற்கிறோம் என யாராலும் அறிய முடியாது. இந்த ஒரு கண்ணியில் இந்தத் தொழிலிலிருக்கும் எல்லா விலாசங்களும் வீழ்ந்து போயின. நாங்கள் குறைக்கின்ற விலையை அந்தத் தவிட்டெண்ணெய் ஈடு கட்டியது.

வீட்டிற்குள்ளிருந்து யாரோ - அனேகமாக பெண்ணின் சரசரப்பு - வருகையொலி கேட்டது. நினைத்தது போலவே கல்யாணி வந்தாள். அவள் கையிலிருந்த சிறிய சாப்பாட்டுக் கூடையை பியட் டிரைவர் பவ்யமாகப் பெற்றுக்கொண்டு காரை நோக்கி நடந்தான். அவளிடமிருந்து வருகின்ற மெலிதான சாண்டல் மணத்தை நுகர்ந்தபடி நான் புன்னகைத்தேன். சிறிய பார்வைத் தீண்டல்கள்தான். ஆனால் ஆழங்களிலிருந்தன. ராமவிலாஸ் டிரஸ்டின் கீழ் இயங்குகின்ற பள்ளி ஒன்றிற்கு அவள் வைஸ் பிரின்சிபலாக இருந்தாள். முன்பு முழுக்க முழுக்க ராமவிலாஸின் நேரடிக் கட்டுப்பாட்டின் கீழ் இருந்த பள்ளி இப்போது ஜாதி

சங்கத்தின் கட்டுப்பாட்டின் கீழ் போய்விட்டது. கல்யாணிக்கும் சம்பளம் போட்டுவிட்டதாகக் கேள்விப்பட்டிருந்தேன். எவ்வளவு பெரிய குலப்பெருமை வீழ்ச்சி அது. பள்ளியை விரிவாக்கம் செய்வதற்கான நன்கொடை திரட்டலின் போது என்னிடம் தனிப்பட்ட முறையில் தொலைபேசியில் அழைத்துக் கேட்டாள். பத்து கணினிக்கான செலவை முன்வைத்தாள். நான் ஆய்வுக்கூடத்திற்கான முழுத்தொகையையும் எங்களது மில் சார்பாகக் கூடுதலாக ஏற்றுக்கொள்வதாக உறுதியளித்தேன். பேசி முடித்தபிறகு 'வச்சிடவா?" என்றாள். "ம்" என்றேன். அவ்வளவு சிறிய எழுத்துக்குள் அவள் மட்டுமே உணர முடிகிற சின்னஞ்சிறிய காதல் இருந்தது.

எங்களைப் பார்த்து ஒரு கணம் அதிசயித்தவள் பிறகு பொதுவாக நமஸ்கரித்துவிட்டு இலேசான புன்னகையுடன் காரை நோக்கிச் சென்றாள்.

"பிறகென்னடா? மளமளன்னு வேலையை ஆரம்பிடா. கண்டிப்பா நான் வரேன்" என்றவாறே அழைப்பிதழை சோபாவின் மீது வைத்துவிட்டு குழந்தையின் சிரிப்புடன் அப்பாவைப் பார்த்தார் மாப்பா.

"பின்ன! விட்டுருவானா? எத்தினி பேர் காலை உடைச்சிட்டு ஜம்முனு தனியாளா ஓடிட்டிருக்கான்."

புகழேந்தி சிரித்தபடி சொல்லியவாறே செக்கில் விவரங்களைச் சரிபார்த்தார். அப்பாவின் முகத்தில் இப்போது மாமிசத்தன்மையிலான மகிழ்ச்சியின் கீற்றொன்று தென்பட்டது.

மாப்பாவின் முகத்தில் இப்போது மகத்தான இறந்த காலத்தின் சோர்வு.

"யாவாரம்னா போர்தான. காலென்ன தலை என்ன? பள்ளத்துக்குப் பக்கத்துலதான மேடுன்னு ஒன்னு உருவாகுது" என்றார். குழந்தையான சிரிப்பின் வெளிச்சம் சின்னச் சின்னச் சுடர்களாய் குறைந்துகொண்டிருக்க, "நல்ல தொழிலாளிக்கு திறமை எவ்வளவு முக்கியமோ அதை அவனோட மூளைக்குச் செல்லவிடாம தடுக்கிற சூட்சுமம் முதலாளிக்கு முக்கியம்னு அப்பா சொல்வாரு."

அப்பாவின் மாமிச மகிழ்ச்சி இப்போது மேலும் எச்சில் உமிழ்ந்தபடி அந்த வார்த்தைகளை உதிர்க்கின்ற இயலாமையான மனதை நெருங்கியது. புகழேந்தி வெளிப்படையான வன்மமிக்க கண்களை அப்போது அவரறியாமலே கொண்டுவந்திருந்தார்.

நீண்ட போருக்குப் பிறகு எஞ்சியிருந்த இரண்டு எதிரெதிர் சிப்பாய்களைப் போல அப்பாவும் புகழேந்தியும் மிஞ்சியிருக்க மாப்பா அசந்த குரலில், “நங்கவல்லி என்ன பண்றா உள்ளார? அம்மா கிளம்பிட்டான்னு சொல்லியாச்சா?” என்றார்.

கல்யாணி ஏறிக்கொண்ட பியட் கார் முன்னும் பின்னுமாய் தன்னை அசைத்துக் கிளம்புவதற்கான பிரயத்தனத்தில் இருக்க, வீட்டிற்குள்ளிருந்து தனது எலும்பு துருத்திய உடலும் சோடாபுட்டி கண்ணாடியுமாக நங்கவல்லி வேலைக்கார ஆச்சியின் தோளைப் பற்றியவாறே வராண்டாவிற்கு வந்தாள். வளைந்துவிட்ட கால்கள் இரண்டும் விநோத எத்தனிப்புகளுடன் எட்டு வைத்தன. நங்கவல்லி இன்னும் குளித்திருக்கவில்லை போல. சோர்வான முகமும் பிசிறு பறக்கின்ற முன்சிகை நெற்றியுமாக பியட் காரின் கண்ணாடி ஜன்னலில் கையசைத்த கல்யாணியின் முகத்தைப் பார்த்து உயிரற்ற புன்னகையுடன் கையசைத்தாள். கல்யாணி பதிலுக்குக் கையசைத்தபடி ஒரே ஒரு கணம் என்னைப் பார்த்துவிட்டுச் சென்றாள்.

கல்யாணியின் கணவன், நங்கவல்லிக்கு மூன்று வயதாகியபோது அவளுக்கு நேர்ந்த இந்த உடல்குறைபாட்டை முன்வைத்து விலகிச் சென்றவன் அதன்பிறகு மீண்டும் திரும்பவேயில்லை. நங்கவல்லி இலேசாகத் தன்னைக் குறுக்கிக்கொண்டு வராண்டாவின் இளவெயிலில் அவளுக்கெனத் தயாரித்திருந்த சிறிய மர ஸ்டூலில் எங்களைப் பார்த்தபடி அமர்ந்தாள்.

மாப்பா தனது கையை நீட்டி, “பட்டுக்குட்டிக்கு இன்னும் விடியலையா?” என்றார்.

நங்கவல்லி அதே சோர்வுடன் புன்னகைத்தாள். “நீ ஏன் நேத்து நான் தூங்குனதும் ரூமைவிட்டு சொல்லாமப் போன?” நோய்மையின் வெண்மைபடிந்த உதடுகளை அளவாகப் பிரித்தபடி கேட்டாள்.

"தாத்தாக்கு மாத்திரை போடற நேரம்டா. போட்டுட்டு ஒரு நிமிசம் படிச்சேனா.. தூக்கம் சொக்கி விழுந்திட்டேன்."

நங்கவல்லி அதைப் பொருட்படுத்தாமல் எங்களைப் பார்த்தாள். இயல்பாக அவளைப் பார்த்துச் சிரித்தேன். அவள் எதிர்கொண்ட திடுக்கிடலற்ற முதல் அறிமுகப் பார்வையாயிருக்கும் அது. அப்பாவைப் பார்த்தாள். சிரிப்பதா கை குவித்து வணங்குவதா எனத் தெரியாத குறுகலான பாவனைக்குள் சங்கடமாகப் புன்னகைத்தாள். நங்கவல்லி வந்தவுடன் மாப்பா முழுமையாக வேறொரு மனிதனாகவே மாறிவிட்டார். அப்பா எதிர்பார்த்த வேட்டையின் வாசலுக்குக்கூட வராமல் தன்பாட்டிற்கு செல்கின்ற முதிய யானையைப் போல அவர் நெகிழ்ந்திருந்தார். அதற்கு மேல் அங்கே ஒரு வினாடிகூட அமர்கின்ற பொறுமையை அப்பா முழுமையாக இழந்திருந்தார் எனத் தோன்றியது. நான் நங்கவல்லியிடம் புன்னகையுடனும் சிறிய குழந்தைத்தனத்துடனும் என்னை அறிமுகப்படுத்திக்கொண்டேன். அவளது உதடுகளில் பதில் சிரிப்பும் கண்களில் சிறிய சந்தேகமும் ஒன்றாக எழுந்தது. மாப்பா அதனை விரும்பிக்கொண்டவராக அவளிடம் மேலும் மேலும் விளையாட்டாக ஏதேதோ சொல்லியபடி சென்றார்.

புகழேந்தி சுவரில் சாய்ந்து நின்றபடி, செக் புத்தகங்களில் தீவிரமான கண்களும் நங்கவல்லியிடம் மாப்பா செய்கின்ற நகைச்சுவைக்குச் சிரிக்கின்ற உதடுகளுமாக சகஜமாகிக்கொண்டிருந்தார். நான் இறுகிக்கொண்டே சென்ற அந்தக் காலை நேரச்சூழலின் மீது வந்தமர்ந்து அதனை மெல்ல மெல்ல நெகிழச் செய்தபடியிருக்கின்ற நங்கவல்லியின் இருப்பை யோசித்தேன். அப்பா மென்மையாக எழுந்து கும்பிட்டுக்கொண்டார்.

ஒரு சின்ன குலுக்கலில் கண்விழித்தேன். பாளையம் நோக்கிய சாலையில் கார் போய்க்கொண்டிருந்தது. வெகு அண்மையில் மேற்குத் தொடர்ச்சி மலையின் பச்சைக் குழைவுகளுக்குள் மேகம் நீரென கமழ்ந்துகொண்டிருந்தது. சாலையின் புறமெங்கிலும் படர்ந்திருந்த புற்பரப்புகளில் காற்று வளைந்துகொண்டிருக்க, எப்போதும் மழைபெய்துவிடப் போவதற்கான முன்னறிவிப்பினைப் போலவே இளவெளிச்சம் எங்கும் அமைதியாக விரிந்திருந்தது.

திண்மையான கார் டயருக்குக் கீழே சரளைகள் நொறுங்குகின்ற நெருநெருப்பான இனிய ஓசை. லாடமிட்ட குதிரைகள் தார்ச்சாலையில் போகும்போது எழுகின்ற வசீகர சப்தத்தைப் போல இயந்திரங்களுக்கும் மானுடத்தைத் தீண்டுகிற புலன்கள் தோன்றிக் கொண்டிருப்பதைப் போலிருந்தது. ராமபவனத்திலிருந்து திரும்பிக் கொண்டிருந்த இந்த பயணத்திற்குள் சிறிய தூக்கமும் சின்னஞ்சிறு கனவினையும் கண்டுவிட்டிருந்தேன்.

ஏதோ ஒரு விசேஷ தினத்தின் மாலை. நங்கவல்லி குங்குமநிறச் சீட்டிப் பாவாடையும் ரெட்டைப்பின்னலில் பூவுமாக அதே வாசலில் அமர்ந்திருக்கிறாள். அருகிலிருக்கும் சோபாவில் கல்யாணி அமர்ந்து நீரில் நனைந்த கிளியாஞ்சட்டிகளில் மஞ்சள் குங்குமம் வைத்துக்கொண்டிருக்கிறாள். நான் வெகு தாமதமும் அதிக காதலுமாகக் கெஞ்சிய முகத்தோடு சிறிய ப்ரீஃப்கேஸை விட்டெறிந்தபடி அவர்களிடம் ஓடுகிறேன். கையில் வைத்துத் திலகமிட்டுக்கொண்டிருக்கும் மஞ்சள் அப்பிய விரல்களினூடாக கல்யாணி ஒரு அழகான கோபப் பார்வை பார்க்கிறாள். நங்கவல்லியோ அப்போதுதான் பண்டிகை துவங்குவதான புன்னகையுடன் என்னை நோக்கிக் கரம் நீட்டுகிறாள்.

தன்னையறியாமல் புன்னகைக்கிற என் முகத்தை டிரைவருக்கு அருகேயிருந்த கண்ணாடியில் சில வினாடிகள் யாரோ போல பார்த்து பிறகு நிதானித்து மீண்டேன். டிரைவருக்கு அருகேயான இருக்கையில் அப்பா அமர்ந்திருந்தார். சாலை தவிர்த்த இடமெல்லாம் பச்சையும் காற்றும் மழைக்கால மேகமும் போட்டிருந்த எந்தவொரு காட்சி மயக்கத்தையும் கண்ணுறாமல் நீள வெள்ளைக் கோடுகளை விழுங்கிக்கொண்டிருக்கும் காரின் முகப்பு மேலே பல்லியைப் போல அவரது பார்வை நின்றிருந்தது. அவரது மனம் அதற்கும் முன்னால் ஓடிக்கொண்டிருந்ததை உணர்ந்தேன். அப்பாவின் மிகப்பெரிய தோல்வி இந்த மனநிலை. அவரால் வினாடியில் ஆறில் ஒரு பங்கு நேரத்திற்கு மேலாகச் சிரிக்க முடியாது. வாசனையை வைத்தே ஏழு தொலிகளுக்குக் கீழே திரண்டிருக்கும் வரகு அரிசியின் நிறத்தையும் ருசியையும் யூகித்துப் பழகிய மனதிற்கு தனது குடும்பக் கஷ்டங்களைக் கண்ணீர் மல்க கூறிக்கொண்டிருக்கும்

சிப்பந்தியை, 'இவன் எவ்வளவு கூட்டிக் கொடுத்தால் வெளியேறாமல் இருப்பான்' எனத் தாட்சண்யமின்றி எடை போடவே இந்தத் தொழிலுலகம் பழக்கியிருந்தது. எங்களது வீட்டின் எல்லா உணர்ச்சிகரமான தருணத்திலும் கடைசியாக வந்து முதலாவதாக வெளியேறுபவராக அவரது இருப்பு இருந்தது. அம்மா அதனைப் புரிந்து அனுசரித்துக்கொண்டாள். 'இந்த வருசம் குதிரைவாலி சீரழியும் பாரு' என அவர் முனகிக்கொண்டிருப்பதைக் கேட்டுத் தலையாட்டிக்கொண்டே இட்லிகளை எடுத்து வைப்பாள். சட்னிக்குப் பதிலாக, 'பின்ன உசிலம்பட்டி சொஸைட்டில கிடக்குறதெல்லாம் எடுத்துட வேண்டியதுதான' என அவள் என்றாவது பதில் சொல்வாளாவென அப்பாவிற்குள் ஒரு ஆசை ஓடுமெனத் தோன்றும்.

சிறிய ஓய்விற்கு இடையே படிக்கலாமென நான் சில புத்தகங்களை மில்லிற்கு எடுத்துச் சென்றிருந்தேன். சார்டெக்ஸ் யூனிட்டில் நிகழ்ந்த சிறு பிழையைச் சரிசெய்துவிட்டு எங்களது சிறிய கண்ணாடித் தடுப்பு அறைக்குள் நுழையும்போது தலையில் முண்டாசும் வெற்றிலை வாயுமாக அய்யாவு அந்தப் புத்தகங்களைப் புரட்டிப் பார்த்துக்கொண்டிருந்தார். அப்பாவின் நீண்டகால விசுவாச சிப்பந்திகளில் முதன்மையான வயசாளி.

"படிக்கிறீங்களா?" பின்னாலிருந்து அவரது தோள்பட்டைகளைப் பற்றியபடி கேட்டேன்.

"எதுக்கு இந்த சிரிப்பாணி விசயம்லாம் நமக்கு?" உதட்டில் அன்பான கேலி வழிந்தது.

"இன்னுங் கொஞ்சம் தெரிஞ்சுக்கிறதுக்கு. இந்த உலகம் எவ்வளவு பெரிசுன்னும்."

அதே கேலியோடு புத்தகங்களைக் கீழே போட்டார்.

"ந்தாருக்குல நம்ம உலகம்" அவர் கைகாட்டிய திசையில் நீண்ட கடப்பாக்கல் களங்களில் வரகும் சாமையும் இளவெயிலில் காய்ச்சலுக்காக விரித்து விடப்பட்டிருந்தன. வெகுதூர எங்களது மில் காம்பவுண்டிற்கு அருகே பசுஞ்செறிவான மலைத் தொடரின் விளிம்பு முத்தமிட்டபடியிருக்க, அதற்குக்

கீழே படரத் துவங்கிவிட்ட குளுமையிலிருந்து காப்பதற்காக சாமையை நடுத்திட்டுக்கு ஏற்றிக் கட்டிக்கொண்டிருந்தார்கள்.

துளி கூன் விழாத திடமான தோள்களோடு ஆண்சட்டையும் பாவாடையும் அணிந்த பெண்கள் மடங்கிய கைவிரல்களைப் போன்ற இழுக்குச்சியால் திண்டுக்கு அதனை ஏற்றிக் கட்டுவதற்குப் போராடிக்கொண்டிருந்தார்கள். அய்யாவு கைநீட்டிய திசையில் வேலை செய்துகொண்டிருந்த பெண் ஒருத்தி, வரகு தானியத்தின் காப்பிப் பொடி கறைபடிந்த முகத்தைப் புறங்கையால் துடைத்தவாறே சிரித்தாள்.

"எப்பிடி நம்ம சேடிப்பொண்ணு?" என்றவாறே இலேசாக சிரித்தார்.

"மலைக்கு அந்தப் பக்கமும் ஒரு உலகம் இருக்கு" என்றேன்.

"இருக்கட்டும். அங்கவொரு அய்யாவு நிப்பான். அவ்வளவுதான்."

"தன்ராஜ் உருக்கி ஒட்டிவெச்ச மூளைக்கு கடிகாரம், தேதி, வரகு, தவிடு தவிர வேறென்ன தெரியும்? தப்பில்ல" கையைத் துடைத்தபடி சீட்டில் உட்கார்ந்து அய்யாவுவைப் பார்த்தேன். வாய் ஓவெனத் திறந்திருக்க, வேட்டியின் இடுப்புச் செருகலுக்குள் பொடியோ எதுவோ தேடித் துழாவிய விரல்களைப் பார்த்து குனிந்திருந்தார். எதுவோ சொல்லப் போவதற்கு முன்பான ஒத்திகை.

"இந்த எழுத்தை உடைச்சுப் பார்த்தா அதுக்குள்ள என்ன இருக்கும்னு நமக்கு தெரிஞ்சதில்ல. புத்தியும் அதுல போலேன்னு வையுங்க. ஆனா, அப்பப்ப புத்தகத்தை மூடி வெச்சுட்டு, பொறுமையா மூணாறுல வாங்குன இலைகளை நுணுக்கிப் போட்டு தானா சிரிச்சுக்கிட்டே மொதலாளி வெந்நீல ஒரு டீ போடுறீகளே.. பார்த்திருக்கேன். நல்லா சாயங்கால தூத்தல் மாதிரி முகம் குளுந்து நிக்கும். எல்லாம் எழுத்தை உடைச்சா வர்ற கிறக்கம். இல்லையா மொதலாளி?"

நான் பதில் பேசாமல் அவர் முகத்தையே பார்த்தேன். "யாவாரம் வேற சங்கதி. பழக ஆரம்பிக்கும் போது பணத்துல இருக்கும் அந்தச் சிப்பாணி. பின்ன தன் மேலேயே, தான் கத்துக்கிட்டதை நினைச்சு நினைச்சு வரும். ங்கன வாசல்ல நின்னு மேற்சரிவைப் பார்த்து நாலு நாளைக்கு மழை

வெளுக்கும் அய்யாவு. ஆண்டிப்பட்டி கணவாய் முழுக்க நிக்கிற சாமை அடிவாங்கும் பாரு. கோடை இருப்பு சரக்கை எடுக்காத. சிவராத்திரிக்கு வடக்க நூறை நெருக்கி விலை வெப்பானுக பாருனு சொல்லிட்டு போனா நாலு மாசம் தாண்டுறதுக்குள்ளேயே கிலோ நூறை நெருக்கியே ஆகும். அந்த நூறு ரூபாயா போதை. செருப்பைக் கழுவி மாட்டுற நிமிஷத்துல அதைச் சொல்ல வைக்கிற அந்த அனுபவம் தர்ற போதைதான விசயமே?"

அவரையும் அவரது கூற்றையும் முட்டாள்தனமென எண்ணிக்கொள்பவனாக நான் புன்னகைப்பேன்.

"ராம விலாஸை சாய்ச்சு நாம வந்து நிக்குறோம். பால்குடி முடிஞ்ச குழந்தையப் புடுங்கிட்டு வந்த மாதிரி வந்திருக்கோம். அப்படியே வச்சிருந்தா அது தப்பு. இந்த முப்பது வருஷத்தில தன்ராஜு அதுக்கு காலை உரமாக்கி கைய விரிச்சு தானா நடக்க வச்சிருக்கான்ல. அதுவும் குழந்தைக்கு முக்கியம்ல. இப்ப இந்த யாவாரம் கோயில் யானை மாதிரி. ராமவிலாஸ்ல மட்டும் இருந்திருந்தா இதுக இன்னமும் பத்தோட பதினொன்னு. இப்ப இந்தாபாரு."

அய்யாவு கைகாட்டி நடந்த திசையில் நீண்ட டாரஸ் லாரிகளில் நூற்றுக்கணக்கான சிப்பங்களாக தானியங்கள் அடுக்கப்பட்டு தார்ப்பாய் போடப்பட்டுக்கொண்டிருந்தன. முழுவதும் போர்த்திய தார்ப்பாய் உடலுடன் முப்பது டன் டாரஸ் ஒன்று வடக்கு நோக்கி சரிந்து குலுங்கி மேலேறும்போது இலேசாக யானையைப் போலத்தான் இருந்தது.

எல்லாச் சமாதானங்களுக்கும் வெற்றிகளுக்கும் மேலாக அப்பாவை ஒரு வணிகனாக மிகவும் அஞ்சி மதித்தேன். ஆனால் ஒரு தகப்பனாக எந்த உணர்ச்சிகரமான தருணத்தையும் அவரோடு பிணைத்து என்னால் நினைத்துப் பார்க்க முடிந்ததேயில்லை.

கார் பாளையம் நோக்கிப் போய்க்கொண்டிருக்க, அப்பா முகப்புக் கண்ணாடிக்குக் கீழே குனிந்து வானத்தைப் பார்த்தார். இரண்டொரு நீர்த்திவலைகள் கண்ணாடிப் பரப்பில் விழத் துவங்கியிருந்தன. அப்பா டிரைவரிடம் "வேகமா போடா. புது மில் களத்துல இந்த மழை இறங்கினா பின்ன கோடைக்கும்

ஈரப்பதம் போகாது” என்றவாறே அவரது அலைபேசியில் புது மில் ஏஜெண்டிடம் களத்தில் உமி பரப்பி தார்ப்பாய் போடச் சொன்னார். ஏறக்குறைய கத்தினார். இலேசாக சாரல் விழத் துவங்கியிருந்த சாலையின் மீது எண்ணெய்ப் படலத்தைப் போல நீரை அரைத்தபடி கார் சீறிச் சென்றது.

துணுக்குற்ற உறுப்பைப் போல எனது அலைபேசி அதிர்ந்தது. புதிய எண். நான் மெதுவான குரலில் பேசினேன். புகழேந்தி அண்ணன்.

இலேசான மகிழ்ச்சியுடனும் அப்பாவைத் திருப்திப்படுத்தும் என்கிற ஆர்வத்துடனும் போனைத் துண்டித்துவிட்டு நிமிர்ந்தேன். அப்பா சிடுசிடுப்பான முகத்தோடு காரின் வேகத்தின் மீது ஆற்றாமையான உடலசைவுகளோடு இருந்தார்.

“அப்பா, புகழேந்தி அண்ணன் பேசினாரு”. அவர் அதைக் கேட்டது போலவே தெரியவில்லை.

“குச்சனூர் வழி இல்லாட்டி அடுதிரம் வழியா போடா” பல்லைக் கடித்தபடி எரிந்து விழுந்தார்.

நான் சொல்லலாமா வேண்டாமா எனக் குழம்பி முணுமுணுப்பான குரலில், “பாளையத்துல லாக் அடிச்சிருக்க ராமவிலாஸ் கிட்டங்கிகளை நமக்கு லீஸுக்கு விடச்சொல்லிட்டாராம் மாப்பா. புகழேந்தி அண்ணன் சொன்னார்.”

அப்பா எதிர்பார்த்த, அவரது தீ விரும்பிய எண்ணத்துளிகள் இந்தச் செய்தி. ஒட்டுமொத்தமாக ராமவிலாஸ் எங்களிடம் தன்னை ஒப்புக்கொடுத்து விட்டதற்கான சான்று. அப்பாவின் வெறிகொண்ட பாய்ச்சலுக்கு முன் ராமவிலாஸ் தளர்ந்த தன் கால்களை மண்டிபோட்டுவிட்ட பெருநிகழ்வும்கூட. ஏஸிக் குளிரையும், மழையின் ஜில்லிப்பையும் மீறி அப்பாவின் வலது புற நெற்றியில் இன்னமும் வியர்வை வழிந்தபடி இருந்தது. அவரது ஆவேசமான கண்கள் காருக்கு முன்பாக சாலையில் ஓடியபடி இருந்தன. சட்டென இளகியவராக, மலர்ச்சியும் கர்வமுமாக புன்னகை முகத்தோடு அப்பா என்னைத் திரும்பிப் பார்க்கும் அந்த விநாடிக்காக ஆவலோடு காத்திருந்தேன். கார் மில் வளாகத்திற்குள் நுழைந்தது.

தீப்பற்றிக் கொண்டதைப் போல, மழைச்சாரலைக் கண்டு தார்ப்பாயும் நைந்த சாக்குகளுமாக ஆட்கள் மில் வளாகத்திற்குள் ஓடிக்கொண்டிருந்தனர். புதிய மில் தனது புத்தம்புதிய சிமிண்ட் உடலோடும் பச்சை நிற பெயிண்ட் அடித்த, இன்னமும் பாலித்தீன் பிரிக்கப்படாத விநோத இயந்திரக் கரங்களோடும் மழைக்குக் கீழே நின்றிருந்தது.

அட்டியல் போடப்பட்ட தானிய மூடைகளை இடம் மாற்றி வைக்க ஈரம் வழியும் உடலோடு லோடுமேன்கள் திணறிக்கொண்டிருந்தனர். முறத்தை தலைக்குத் தடுப்பாக பிடித்தபடி அய்யாவு தூரத்துக் களத்தை நோக்கித் தார்ப்பாய்களை அள்ளிச்செல்வது தெரிந்தது.

நான் கூறிய செய்திக்கு அப்பாவின் பதிலென்ன என்பதைக் கவனித்தவாறே இருந்தேன். கார் நிற்கும் முன்பு அப்பா தாவி இறங்கினார். மொடமொடப்பான அவரது வெள்ளைச் சட்டையில் விழுகின்ற மழைநீர், சட்டைத் துணிக்குக் கீழே இருந்த மூட்டை தூக்கி இறுகிய தோள்பட்டைகளின் ஆகிருதியை நீரால் மெழுகிக் காட்டியது. தன்னைக் கடந்த லோடுமேன் ஒருவனின் கையிலிருந்த மாட்டுக் கொம்பு கைப்பிடியிட்ட ஊக்கை விசுக்கெனப் பறித்துக்கொண்டு, நனையத் துவங்கியிருக்கிற தானிய மூடைகளின் திசை நோக்கி வேட்டி நுனியைத் தூக்கிப் பிடித்தவாறே ஓடத் துவங்கினார். பரபரப்பான நூறு கைகளுக்கு கால்களுக்கு நடுவே ஒருவராக மறைந்து போகின்ற அவரை நோக்கி, “அப்பா, இருங்கப்பா” எனக் கத்த முயன்றேன்.

மழைப்படலத்திற்குக் கீழே, புதிய கனவுகளோடு அப்போதுதான் பிறந்த காட்டு யானையின் குட்டியைப் போல நின்றிருந்த ஆலையின் நூறு கரங்களை நோக்கி என்னால் இவ்வளவு தன்னிச்சையாக ஒருபோதும் ஓடவியலாது எனச் சட்டென உணர்ந்தவனாகக் கூசி அடங்கினேன்.

– தமிழினி இணைய இதழ், 25.04.2021

***

# துடி

"ப்பா.." என்றவாறே சின்னவன் கைகளை விரித்து, தத்தியபடி இன்னாசியின் கால்களைக் கட்டிக்கொள்ள வந்தான். அவனது அரைஞாண் கயிற்றில் முடிச்சிடப்பட்டிருந்த சேலையின் இன்னொருமுனை ஜன்னல் கம்பியில் கட்டப்பட்டிருந்தது. அம்மணமான கரிய நிறப் பிஞ்சு உடலில் வயிற்றிலும் முட்டியிலும் குறுமணல்கள் ஆபரணத்துகள்கள் போல ஒட்டியிருந்தன. இன்னாசி ..ர்ர்ரப்பென அவனது முகத்தில் அறைந்தான்.

"ஒழி சனியனே.."

இன்னாசியின் ஆடை முழுக்கக் கட்டிப்புரண்டு சண்டை போட்ட புழுதிக் கறைகள். கைலி தாறுமாறாகப் பதற்றத்தில் கட்டப்பட்டிருக்க சட்டையின் முதுகுப் பகுதியில் கூர்மையான ஏதோவொன்றால் தாக்கப்பட்டதன் அடையாளமாக ஒரு கிழிசல். அந்தக் கிழிசலின் நடுவே, கீறப்பட்டு இரத்தம் உறைந்த காயம் இருந்தது.

அவனால் நிற்க முடியவில்லை. உடல் முழுவதும் வெடவெடவெனத் துடி இறங்கிக்கொண்டிருப்பவனைப் போல நடுங்க, நொறுக்குத் தீனிகளுடன் தரையில் கிடந்த தட்டை மிதித்து நசுக்கினான்.

முகத்தில் வந்து உரசிய சேலைத் தொட்டிலைத் தாம்புக் கயிறோடு அறுத்து எறிந்தான். வீட்டிற்கு வெளியே கருவேல மரத்தடி நிழலில் சிலேட்டில்

எதையோ கிறுக்கிக்கொண்டிருந்தான் சோலை. அப்பாவின் கோபத்தை நடுங்கியபடி பார்த்தவாறே வாசலிலேயே நின்றுவிட்டவனை இன்னாசி பொருட்படுத்தவில்லை. எளிய பத்துக்குப் பத்து அறை கொண்ட வீட்டில் அவன் வெறியோடு கைக்குக் கிடைப்பதையெல்லாம் நொறுக்கிக்கொண்டிருந்தான். சோலையை யாரோ போலப் பார்த்த அந்தக் கண்களின் வெறுமையை இதற்குமுன் பல சந்தர்ப்பங்களில் கண்டிருக்கிறான்.

பனைமரக் கூட்டங்களுக்கு நடுவே வெயிலில் கருவேல மரத்தின் மீது, சிறிய கூரையைப் போல வெறுமனே ஓலைத்தட்டி போடப்பட்ட கள்ளிறக்கும் இடங்களில் பெரியப்பாவும் அப்பாவும் நீண்ட நேர போதையில் திளைத்திருக்கும் சந்தர்ப்பங்களின் போது அம்மா அனத்தி அனுப்பி வைப்பாள்.

டவுசரும் வேர்த்தொழுகும் முகமுமாக நிற்கின்ற சோலையை ஏறிடும் இன்னாசியின் கண்களில் அந்தத் தகப்பன் களை மறைந்துவிட்டிருக்கும். அருகே புளித்த வீச்சத்துடன் கிறங்கி அமர்ந்திருக்கும் அண்ணனின் தொடையைத் தட்டி “செவிட்டு முண்ட ஆள் விட்ருக்கா பாரு” என்பான். மச்சக்காளை களுக் களுக்கென வாந்தியெடுப்பதைப் போல தலைகுனிந்து சிரிப்பார். தரையில், ஓலைக்கீற்றில் பரப்பி வைக்கப்பட்டு, கலைந்து கிடக்கிற மிக்சரையோ பாதி பிய்ந்த அவித்த முட்டையையோ அவரது கைகள் முகம் பார்க்காமல் எடுத்து நீட்டும்.

வாங்கத் தயங்கியபடி, அழுதுவிடும் கண்களுடன் அப்பாவை “வாப்பா” எனக் கூறுகின்ற சோலையை “தின்னுடா” என்கிற இரக்கமில்லாத குரல் விரட்டும். பனங்காட்டிலேயே அதன் வெக்கைக்குள்ளேயே திரிந்துகொண்டிருக்கும் பழைய இன்னாசியின் குரல் அது. மச்சக்காளை அந்த இன்னாசியைப் பார்ப்பதற்கென்றே வருபவர். வெயில் தருகின்ற மூர்க்கத்திற்கும் பனைமரங்கள் உணர்த்துகின்ற அனாதைத்தனத்திற்கும் மத்தியில் வளர்ந்தவர்கள். இரத்தம் தெறிக்க மோதல்கள் நிகழ்கின்ற நாட்களில் அவர்கள் குடித்த கள்ளிலும் பிய்த்துத் தின்ற ராட்டு இறைச்சிகளிலும் அவர்களுக்குள்ளே உறங்கிக் கிடக்கின்ற துடி தெய்வங்களை அவர்களே தரிசித்ததுண்டு. அதுவே மகத்தான போதை.

முதுகுக்குக் கீழே கருவேலம்பூக்கள் உதிர்ந்து கருகிக் கிடக்கும் சருகுகளுக்கு அடியில் நெறுநெறுவென நெளிந்து செல்கின்ற ஏதோவொன்றைத் தூக்கத்தினூடே உணர்ந்தபடி மூச்சுக்காட்டாமல் இருந்த தலைமறைவு நாட்களிலும், எப்போதாவது யாரிடமேனும் சண்டையிட்டுத் தோற்றுவிட்ட பிறகு அவர்களுக்கான மகா ஆவேசத்தையும் இந்த வெக்கை அலைகின்ற பனங்காட்டுக்குள்ளிருந்துதான் திரட்டி எடுத்திருக்கிறார்கள்.

சந்தர்ப்பமாகவோ அசந்தர்ப்பமாகவோ சாம்பாவை இன்னாசி திருமணம் செய்த பிறகு, இதுபோல் அண்ணனுடன் கள்ளு குடிக்கும் நாட்களில் தன்னிடம் வரத்தயங்கி தூரப் பனைமரத்தூரிலேயே நிற்கின்ற ஏதோவொன்றை உணர்வால் அறிவான்.

மார்பு வரை ஏற்றிக் கட்டியிருந்த ஈரப்பாவாடையுடன் கையில் துவைத்த துணிகளைச் சுருட்டியபடி தார் ரோட்டின் ஓரமாக சாம்பா ஓடிவருவதைப் பார்த்த சோலை, "வேகமாக வா" எனும் விதமாகக் கையசைத்தான். தரையில் கிடந்து அழுதுகொண்டிருந்த சின்னவனுக்கு இன்னாசியின் உறுமல் இப்போது அதிக பயத்தைக் கொடுத்திருக்க வேண்டும். வாயை மூடியபடி விசும்பினான்.

"சாவடிக்கணும். சாவடிக்கணும்..." இன்னாசி வெறி வந்தவனைப் போலக் கத்தியவாறே ஜன்னல் கதவுகளைப் பற்றி இழுத்தான். அவை சிறியவை. அவனது தீப்பிடித்த ஆவேசத்தில் கழன்று வந்தன. இன்னுமின்னுமென உள்ளுக்குள் எதுவோ அரற்ற, மேலும் மேலும் கூவியபடி வெடுக்வெடுக்கென ஒவ்வொரு ஜன்னல் கதவாகப் பிடுங்கி எறிந்தான். வலுவாகக் கீலில் பிணைந்திருந்த ஒரு கதவைத் தனது சக்தியனைத்தையும் திரட்டிப் பற்றித் தொங்கினான். அப்போது அவனது நாக்கின் நுனி அழுத்தம் தாளாது பாம்பு வாலைப் போல வெளியே வந்து துடித்தது. விகாரம் பாய்ந்த அந்த முகத்தை சோலை பீதியுடன் பார்த்தான்.

அவர்களின் வீடு இருந்த பொட்டல் வெளியில் சுற்றிலும் குத்துச் செடிகளும் தொலைதூரப் பனை மரக்கூட்டங்களும் மட்டும்தான். இன்னாசியால் யாருடனும் இணைந்து செல்ல முடியாது என்கின்ற பண்பே பஞ்சம் பிழைக்க இங்கு

வரவழைத்துவிட்டிருக்கிறது. வெகுதூர அடிவானில் கரிமூட்டம் போடுகின்ற புகையும், அதன் வெந்த விறகின் வாசமும் எப்போதும் இந்தப் பொட்டலில் அலையும். நள்ளிரவின் போதெல்லாம், வறண்டுவிட்ட கணவாய்களுக்குள் நரிகள் இறங்கி ஊளையிடும்போது வீட்டுச்சுவர் அதிரும். வீட்டுக்கு எதிரிலிருந்து கணவாய்ச் சரிவுக்குக் கீழே எப்போதும் ஒரு நரி பூட்டிய வாசலை நோக்கி அண்ணாந்து நுகர்வதைப் போல சோலை நினைத்துத் திகைப்பான்.

ஊளைச் சப்தங்களைக் கேட்டதும் தூக்கத்திலிருந்து கைகால்களை உதைத்தபடி எழ முயல்கிற சின்னவனின் வாய்க்குள் மார்புக் காம்பைத் திணிப்பாள் சாம்பா. சோலை அஞ்சியபடி அம்மாவின் மடியில் தலை வைத்தபடி விழித்துக் கிடப்பான். அருகில் பட்டையாக திமுதிமுக்கின்ற காண்டா விளக்கைத் துளிச்சொட்டு வெளிச்சமாகத் தழைப்பாள். மிக இலேசான அந்தத் தகரக் கதவை நோக்கிக் கால்நீட்டிப் படுத்தபடி, தனது கால் பெருவிரல் கதவின் கீழ்ப்பகுதியை இறுக்கித் தள்ளியபடியிருக்க கணவாய்க்குள் எழுகின்ற ஊளைகளைக் கேட்டபடி தனக்கு எதிரே காண்டா விளக்கின் வெளிச்சத்தில் இருளுக்குள் முழுவதும் புதைந்து கண்களில் மட்டும் மஞ்சளொளி பிரதிபலிக்கின்ற அவர்களை இறுக்கமான முகத்துடன் இன்னாசி பார்த்தபடியிருப்பான். ஒவ்வொரு முறை ஊளை எழும்போதும் பற்களைக் கிட்டித்தவாறே பூட்டிய கதவை ஆங்காரத்துடன் பார்க்கின்ற அவனது முகம் சோலைக்கு வந்துபோனது.

ஈரமான உள்ளங்கையொன்று சோலையின் தோளைப் பிடித்து 'விலகு' என்றது. சோலை திரும்பினான். சாம்பா கையிலிருந்த ஈரத்துணிகளை அப்படியே தரையில் போட்டுவிட்டு இன்னாசியிடம் ஓடினாள். அவன் இன்னமும் ஜன்னல் கதவுடன் வலுவாகத் தொங்கிக்கொண்டிருந்தான். சாம்பாவைப் பார்த்ததும், "நாறச் சிறுக்கி, அப்படியே ஒழிடி மூதேவி" எனக் கத்தியவாறே அந்த ஜன்னலையும் பிய்த்தெறிந்தான். சுட்டெரித்த வெயிலின் வெளிச்சம் வீடு முழுக்க நிறைந்தது. அந்த வெயிலுக்கு நடுவே வியர்வை பொங்கித் ததும்பும் உடலுடன் இன்னாசி எண்ணெய் பூசிய சந்தி வீரப்பசாமியைப் போல நின்றான். சற்றுமுன் அடக்கியிருந்த அழுகையைப் புதிதாக நீட்டியபடி சின்னவன் சாம்பாவிடம் தவழ்ந்தான்.

துடி ❖ 55

"செவிட்டுச் சிறுக்கி... நொறுக்கிக் கொன்னுருவேன் எல்லாத்தையும்" என்றவாறே சாம்பாவின் கன்னத்தில் அறைந்தான். அவள் தீப்பட்டதைப் போலத் துடித்து, ஒரு கையால் கன்னத்தைப் பொத்திக்கொண்டு இன்னொரு கையால் சின்னவனை நாய்க்குட்டியைத் தூக்குவதைப் போலத் தூக்கி இடுப்பில் வைத்துக்கொண்டாள். அவளது கண்கள் அழுகையோடே இன்னாசியின் உதட்டசைவில் பதிந்து கிடந்தன. சோலைக்கு வீட்டிற்குள் செல்வதா வேண்டாமா என்கிற பயம் சூழ்ந்த குழப்பமேற்பட்டது.

உடைத்தெறிய ஒன்றுமில்லாதபோது இன்னாசி கொஞ்ச நேரம் அப்படியே நின்றான். பிறகு சாம்பாவின் மீதும் சின்னவன் மீதும் காறித் துப்பினான். பரண் மீது கிடந்த பீடிக்கட்டைத் துழாவுவதற்காகத் திரும்பியவனின் முதுகை சாம்பா அப்போதுதான் கவனித்தாள். அழுகையை நிறுத்திவிட்டுப் பாய்ந்தெழுந்து சட்டையின் குருதி காய்ந்த கிழிசலை விலக்கிப் பார்த்தாள். கரிய முதுகில் சதை சிவந்த வாயைப் போலப் பிளந்திருந்தது. ஈர விரல்களால் அதனைச் சுற்றித் திரண்டு கருகிவிட்ட சதைத் துணுக்குகளை வருடினாள்.

பிறகு ஓவென உரக்கக் கத்தியபடி, தலையிலடித்துக்கொண்டு புதியதாக அவள் அழ ஆரம்பிக்கவும் இன்னாசி அவளை மூர்க்கமாக அறைந்து தள்ளினான்.

"சாவுடி செவிட்டுச் சிறுக்கி. பிச்சைப் பொழப்புக்கு எங்கினயாச்சும் போய்ச் சாவுடி."

மிக மெதுவாக கண்களில் திரள்கின்ற நீர்ப்படலத்தை மறைத்தவாறு பீடிக்கட்டை எடுத்தபடி வெளியேறுகின்ற இன்னாசியைப் பார்த்தபடி, சாம்பா சுவரோடு அழுதபடி அமர்ந்தாள். கையில் பீடியோடு வீட்டிற்கு எதிரில் இறங்குகின்ற கணவாய் சரிவுமேட்டில் குத்துக்காலிட்டு அமர்ந்தவாறு, வெட்டவெளியில் எரிந்தபடி அஸ்தமிக்கின்ற சூரியனை அவன் பார்க்கத் துவங்கினான்.

ஒருதுளி கண்ணீர் படர்ந்திருந்த அப்பாவின் கண்களை சோலை பார்த்தான். இதற்கு முன்பும் அதனை ஒருமுறை பார்த்திருந்தான்.

சோலைக்கு மஞ்சள் காமாலை பீடித்திருந்த கோடைகாலம் அது. பச்சிலை பிழிவதற்குத் துண்டால் தலைக்கு முக்காடு

போட்டு, அகல கேரியர் சைக்கிளில் அவனை உட்கார வைத்து மஞ்சூருக்கு கூட்டி வந்தான். ஆறு வறண்டு கிடந்தது. எதிர்க்கரை குடிசைகளில் ஒன்றில் பச்சிலை பிழிவார்கள். கொதிக்கின்ற மணலுடன் புரண்டு கிடந்த ஆற்றைப் பார்த்தபடி இன்னாசி சைக்கிளை நிறுத்தினான்.

“எறங்கிக்கவாப்பா?” முக்காட்டுக்குள்ளிருந்து சோலை ஈனஸ்வரமாய் கேட்டான். இன்னாசி வேண்டாமெனத் தலையாட்டினான். தொண்டைக்குழி நீருக்கு ஏங்கி ஏறித் தாழ்ந்தது. சுற்றிலும் வீடுகளற்ற பொட்டல் பரப்பை ஆயாசமாய்ப் பார்த்தாலும் அடுத்த கணம் அதை இயல்பாக எடுத்துக்கொள்ளும் விதமாக எச்சிலைக் கூட்டி விழுங்கிக்கொண்டான். பிறகு கைலியால் முகத்தை அழுந்தத் துடைத்துவிட்டு சைக்கிளைக் கிளப்பினான்.

உட்கார்ந்திருந்த சோலையைத் தன்னோடு சேர்த்து அணைத்தபடி கொதிக்கின்ற மணலுக்கு நடுவே சைக்கிளை உருட்டினான். மணலில் புதைகின்ற சைக்கிளை அவன் பெரும்பிரயாசையாய் உந்தித் தள்ளுகின்ற ஒவ்வொரு முறையும், வெக்கையோடு கூடிய உப்புவீச்சம் இன்னாசியிடம் பொங்குவதை சோலை உணர்ந்தான்.

சுடுசாம்பலின் நெகிழ்வைப் போல, இன்னாசியின் பித்த வெடிப்புப் பாதத்தைக் குறுமணல்கள் உள்ளிழுத்துக்கொண்டன. தொலைவில், வானத்தை வெறித்து நிற்கின்ற பனைமரங்களில் ஓலைகள் உரசிக்கொள்ளும் உலோக ஓசை. பாதி தூரத்திற்கு மேல் இன்னாசியால் அந்தச் சூட்டைப் பொறுக்கவே முடியவில்லை. நிற்கவும் வழியின்றி தள்ளிச்செல்லவும் இயலாமல் ஊனப்பட்ட வெறியொடு அவன் சைக்கிளை இழுத்தான். சோலை திரும்பவும், “இறங்கவாப்பா?” என்றான்.

அவனது முக்காட்டை ஒருகையால் சரிசெய்தபடி, “வேணாம்டா, வந்துட்டேன்” என்றபோது இன்னாசியின் கண்களில் வலியை மென்று விழுங்கும்போது திரள்கின்ற கண்ணீர்ப்படலம் படிந்திருந்தது. அதற்கேயுரிய குரலில் பல்லைக் கடித்தவாறே, “செருப்பு வாங்கணும்டா” என்றான். இன்னாசியின் முகத்தில் படிந்திருக்கும் இந்த மாற்றத்தை மிகக் கிட்டத்தில் சோலை பார்த்தபடியிருப்பதை உணர்ந்த இன்னாசி சட்டென முகத்தைத் திருப்பிக்கொண்டு சைக்கிளைத் தள்ளத் துவங்கினான்.

ஜனதா வாத்தியார் ஒற்றைக் கையுடன் சைக்கிளில் வந்து இறங்கும்போது சாயங்காலம் கவிழத் துவங்கியிருந்தது.

பொட்டல் வெளிகளில் அந்தி இறங்கும்போது நீண்டு வெளிச்சிட்ட பரப்புகளெங்கும் பரவுகிற செவ்வொளியில் குருதிக்கடல் திரள்வதைப் போன்ற மயக்கம். மரங்களேயற்ற அவ்விடத்தில் குத்துச்செடிகள் முழுக்க மௌனமாகிவிட்ட மனிதர்களைப் போல உறைந்திருந்தன. கரி பிடித்த செம்பில் சாம்பா ஊற்றிக் கொடுத்த சாயாவை ஊதிக் குடித்தபடி ஜனதா வாத்தியார் பேசிக்கொண்டிருந்தார். அவரது வெறுமையான இடதுகை சட்டைத்துணி வெம்மையான இளங்காற்றில் ஆடிக்கொண்டிருந்தது.

இன்னாசி சைக்கிள் சீட்டைப் பிடித்தபடி நின்றான். கலைந்து நிர்மூலமாக்கப்பட்ட வீட்டுக்குள் கிடந்த ஒன்றிரண்டு தகரச் சாமான்களைப் பழைய பொதியாக்கியபடிக் கட்டி முடித்தாள் சாம்பா. ஜனதா வாத்தியாரின் தோளைப் பிடித்தபடி எழுந்து நின்ற சின்னவனின் தலையைத் தடவிக் கொடுத்தவாறே, “காமன்கோட்டை சாயுபுகிட்ட போயிருடா. இவனுக விடமாட்டானுக இனிமே. கத்தி எடுக்கற அளவுக்கு என்ன மயிறு கோபம்டா? உனக்கும் பொறுமை பத்தாது. பிள்ளைக நிக்கறதை நினைச்சுக்கனும்டா எப்பவும்” என்றார்.

“அதுக்காக சோத்துக்கு பதிலா என்னவாச்சும் திங்கலாமா வெக்கங்கெட்டு? த்தூ. இதுக பன்னிக்கூட்டம் கணக்கா என் காலுக்கக் கீழ நிக்காட்டி இந்நேரத்துக்கு அவனுகள்ல ரெண்டு பேரு தாலியத்துட்டு நானும் மச்சக்காளையும் இந்நேரத்துக்கு பனங்காட்டுக்குள்ள ஓடிக்கிட்டிருப்பம் நைனா.”

“எலேய் பன்னிக்கூட்டங்களா” எனக் கத்திச் சிரித்தவாறே சின்னவனைத் தோளோடு சுழற்றி மடியில் கிடத்திக்கொண்டார் வாத்தியார். கையில் தூக்கிச் செல்கின்ற அளவில் இரண்டு பொதிகளை வீட்டு வாசலில் வந்து வைத்தவாறே சாம்பா சோலையிடம் கொண்டுபோய் சைக்கிளில் வைக்கச் சொன்னாள்.

“இது பொழைப்பா நைனா? சாக வேணாம்? இல்லைனா அவனுகளைப் பிய்ச்செறிய வேணாம்? இருளுக்குள் இன்னாசியின் முகம் கரைந்திருக்க, அவனது தலைமுடிகள்

காற்றில் எழும்பி அடங்கின. சொம்பில் மீந்திருந்த மண்டியைக் குடித்துவிட்டு தேயிலைத் தூள்களைத் துப்பியபடி, “போடா மயிறு. வயசுக்கு ஒரு குணத்தை தீயில சுட்டுப்புடணும். இதுக வயித்துக்குத் தீயில உன் கோவத்தை சுட்டுப்போடு. போ” என்றவாறே இருளுக்குள் எழுந்து நின்று செருமிக்கொண்டார். எங்கும் கரிமூட்ட வாசனையின் வெதுவெதுப்பு பரவ சூறையாடி மூளியாக்கப்பட்ட வீட்டை விட்டு அவர்கள் கிளம்பினார்கள்.

பனைக்கூட்டங்களுக்கு நடுவே தடம் ஓடியிருந்த பாதையில் சைக்கிள் போய்க்கொண்டிருந்தது. எங்கும் இருள் நிறைந்து கிடக்க பனையோலைகளின் அரவங்களுக்கு மத்தியில் இன்னாசி வியர்வை பொங்க வேகுவேகுவென சைக்கிளை மிதித்துக்கொண்டிருந்தான். கீழே தரையில் எதுவுமே தெரியவில்லை. முன்புற பாரில் சோலை கம்பியைப் பிடித்தபடி உட்கார்ந்திருக்க, கையில் சின்னவனை அணைத்தபடி சாம்பா இன்னாசியின் இடுப்பைச் சுற்றிப் பிடித்தவாறே தடதடக்கின்ற பாதையோட்டத்திற்கு நடுவே இலேசாகக் கண்ணயர்ந்திருந்தாள்.

வானத்திலிருந்த நீல வெளிச்சத்தைக் கண்களில் அள்ளிக்கொண்டு, இருளான பாதையில் யூகமாக மிதித்தபடியிருந்தான் இன்னாசி. சைக்கிளில் இருபுறமும் கட்டித் தொங்குகின்ற சிறிய சுமைகளோடு அவன் போராடிக்கொண்டிருந்த நள்ளிரவில் வெகுதூரத்திலிருந்து நரிகளின் ஊளை எழுந்தது. திடுக்கிட்டு விழித்த சோலை தங்களுக்குப் பின்னால் நெடுந்தொலைவிலிருந்து எழுகின்ற அந்தக் குரலை கடைசியாகக் கேட்பதைப் போலக் கவனித்தபடி அப்பாவின் முகத்தை அண்ணாந்து பார்த்தான். பொத்தான்கள் உதிர்ந்த சட்டை எதிர்க்காற்றில் படபடக்க, வியர்வை வழிகின்ற மயிரடர்ந்த நெஞ்சும் கலைந்த தலைமுடியுமாக வானத்து வெளிச்சத்தை முகம் தூக்கி ஏந்திக்கொண்டு சைக்கிள் மிதிக்கிற இன்னாசியின் முகத்தில் ஒரே ஒருமுறை அதனைப் பார்த்தான் சோலை.

– தமிழினி இணைய இதழ், 24.06.2021

***

## த்வந்தம்

நெய்யாற்றங்கரை பாலத்தின்மீது ரயிலின் வேகம் படிப்படியாகக் குறைந்து கொண்டிருந்தது. அதிகாலை இருட்டிற்குள் தென்னந்தோப்புகளின் பச்சையான மெழுகு வெளிச்சங்கள். திறந்து விடப்பட்ட எனது சட்டை படபடக்க காற்று வழுவி விலகியது. தென்னந்தோப்பிற்குள் சிறியதொரு கோவிலில் மாட விளக்கு பொருத்தப்பட்டிருக்க, சாம்பலான இருளுக்குள் அது அம்மாவின் நெற்றியைப் போல இளவெளிச்சம் கொண்டிருந்தது. சிகரட்டை வெளியே சுண்டினேன்.

ஊதிய புகை ஒருகணம் எதிர்காற்றில் திகைத்து பிறகு நெஞ்சில் பனியைப்போல் பரவி சட்டென மறைந்தது. தூங்காமலிருக்கப் பழகிவிட்டிருந்த எனது கண்களில் எழுந்த எரிச்சலைக் கசக்கி நீவியபடி, உள்ளே பார்த்தேன். ஜன்னலோரம் முன்சிகைப் பிசிறுகள் முகத்தில் துடிக்க லீலா உறங்கிக் கொண்டிருந்தாள். லேசாகப் பிரிந்திருந்த அவளது உதடுகளுக்குள் சீரான பல்வரிசையின் வெண்மை. சதை போடாத நெடிய கழுத்தில் ஆபரண முகப்பைப் போல சங்கு தாழ்ந்தெழும்பியது. மிகச் சாதாரணமான ஒரு சேலை அவள் சுற்றிக் கொண்டிருக்கும்போது எங்ஙனம் அசாதாரணமாகி விடுகிறதென எப்போதும் நான் யோசிப்பதுண்டு. தூங்கும்போது பொதுவாக எல்லா முகங்களிலும் வந்துவிடுகிற சவக்களை கூட அவள் முகத்தில் வருவதில்லை. மெல்லிய துணியால் மூடப்பட்ட பழங்களைப்

போல உறக்கத்தால் கூட நீக்க முடியாத ததும்பலும் பிரகாசமும் கூடியவள். இப்போது கூட எனதிந்தப் பார்வை நடந்து செல்கின்ற அவளது முகத்தில் நீர்பூச்சி செல்வதைப் போல மெல்லிய சலனச் சுருக்கங்களை உண்டுபண்ணுகிறாள்.

இளஞ்சாரல் முகத்திலடித்தது. நான் புன்னகைத்தபடி இன்னொரு சிகரட்டை எடுத்தேன். மீண்டும் அவளைப் பார்ப்பதற்காக நிமிர்ந்தபோது அவளது மடியிலிருந்த சசிதரன் வாயில் எச்சில் வடிய என்னைப்பார்த்துச் சிரித்தான். ஆட்டிஸத்தில் நிர்மலமாகிவிட்ட முகங்களுக்கேயுரிய, எவ்வித குறிப்புகளோ, சுமைகளோ அற்ற சிரிப்பு. பத்துவயதாகிவிட்ட சசிதரனை மடியில் உட்கார வைத்தபடி உறங்கும் லீலாவின் முகத்தில் இதுவரை இல்லாத துயரங்களின் இருட்டையெல்லாம் மனது சட்டென நிறைத்துக் கொண்டது. வினாடிக்கும் குறைவான நேரத்தில் அவள் சற்று வயோதிகம் கொண்டவளாகிப் போனாள். அவர்களுக்கருகே எப்போதும்போல பயந்தவனாக தீபன் லீலாவின் தோளில் தலைசாய்த்து உறங்கியபடி இருந்தான்.

சட்டைப் பாக்கெட்டில் சரியாக வைக்காத ரூபாய்த்தாள் எதிர்காற்றில் படபடத்தபடி இருந்தது. இப்படி அசிரத்தையாகக் கையாளப்படும் எந்த விஷயத்தைப் பார்க்கும்போதும் எனக்குள் பரவி விடுகிற பதட்டமும் கோபமும் இப்போதும் வந்தது. அவனருகே சென்று அதனைச் சரியாகத் திணித்து வைத்தேன். அவனிடம் சிறு சலனம்கூட இல்லை. எனக்குள் பெருமூச்செழுந்தது. மிகச்சிறிய வயதில் முதன்முதலாக நான் பணத்தைத் தொலைத்துவிட்டு வந்த தினத்தன்று அப்பா என்னைத் திட்டவில்லை, அடிக்கவுமில்லை. மாறாக, ராமநாதபுரத்தின் கொடூர வெயில் விளைந்து கிடக்கிற நிலங்களின் மீது அவரோடு சைக்கிளில் வியாபாரம் செய்ய அழைத்துச் சென்றார். சற்றே சிறிய பலசரக்கு பைகள் கொண்ட எனது சைக்கிளின் மீது, மூச்சில் கங்குகள் தெறிக்கின்றபோதெழும் உஷ்ணமெழ, நாங்கள் எதிர்காற்றுடன் போராடிக் கொண்டிருந்தோம். ஒரு நாணயத்தை சம்பாதிக்க எவ்வளவு தூரம் சைக்கிள் மிதிக்க வேண்டும் என்கிற கணக்கு எனக்குத் தெரிய வந்தபோது, நான் சட்டைப் பையின் குறுக்கே ஊக்கு குத்திக் கொள்பவனாகியிருந்தேன். தீபன் இன்னமும்

உறங்கிக் கொண்டிருந்தான். செழிப்பான குடும்பப் பின்னணி கொண்ட அப்பாவிகளுக்கேயுரிய முகச்சாயல். சசிதரன் இப்போதும் என்னைப் பார்த்துச் சிரித்தபடியிருந்தான். அவன் சாய்ந்திருக்கும் லீலாவின் வெம்மையும் குழைவுமான நெஞ்சுப் பிதுங்கல்கள். ஏனோ, தீபன் அருகிலிருக்கும்போது எனக்கு லீலாவிடம் வழக்கமாக எழுகிற இச்சை துளிகூடக் கிளர்வதே இல்லை. இத்தனைக்கும் அவனை ஒரே விநாடியில் சரித்துவிட்டு முன்னேறிச் செல்கிற சூத்திரங்கள் தெரியாதவனல்ல நான். ஆனால் அந்த அப்பாவித்தனம் மிக்க முகம், அது என்னை எங்கோ தடை செய்கிறது. சசிதரனைப் பார்த்து லேசாகச் சிரித்துவிட்டு திரும்பவும் ரயில் வாசலருகே சென்று பார்வையை வெளியே கரைத்தேன். தோப்புகளின் விளிம்புகளிலும் எங்கெங்கும் தேங்கிக் கிடக்கும் நீர்மைகளிலும் அதிகாலை வெளிச்சம் சுடராகப் பற்றிக் கொண்டிருந்தது.

எங்களை சிங்கி விற்பவர்களெனக் கூறுவதுண்டு. சோடாபாட்டிலின் விளிம்புகளைக் கவ்வியிருக்கும் மூடிகளை, அவை உபயோகிக்கப்பட்டு நெளிந்து கிடக்கின்ற வீதிகளில் குப்பை அள்ளுபவர்களிடம் சல்லிசான விலைக்குப் பொறுக்கி வாங்கிக் கொள்வோம். பிறகு, தீப்பெட்டி ஒட்டும் பெண்களிடம் சுத்தி தட்டித் தரச்சொல்லி வாங்கிக்கொண்டு, பின் தங்கிய கிராமப்பகுதியில் ஒரு சிலிண்டரும் பழைய வில்ஸன் கேஸ் அடிக்கும் பெட்டியுமாக சோடா கலர் சுற்றி விற்கின்ற சைக்கிள் வியாபாரிகளை இலக்காக்கிச் செல்வோம். நடப்பு விலைக்கு கால்பங்கு விலையான இந்தச் சிங்கிகளை வாங்கிக் கொண்டு எங்களுக்கு கருவாட்டுக் குழம்பும் சோறும் போட்டு இரவுகளில் அவர்களது வீட்டு வராண்டாவில் தங்க வைத்து விடிகாலை முதல் பஸ்ஸில் அனுப்பி வைப்பார்கள். வெறுங்காற்றிலிருந்து பட்டு நூலை உருவி எடுக்கின்ற வேலை. ஆனால் ஒரு சிங்கிக்காரன் வெறுமனே மஞ்சள் பையில் சிங்கிகளைச் சுமந்து செல்பவனல்ல. உதிரி உதிரியாகக் கிடைக்கின்ற செய்திகளைத் திரட்டித் திரட்டி, பழைய சிங்கிகளைச் செப்பனிட்டு மின்னச் செய்யும் நுணுக்கத்துடன் எங்களுக்குள் தொகுத்துக் கொள்வோம். மனம் முழுக்க க்ளிப் இடப்பட்ட தகவல் துணுக்குகளைக் கொண்டு, அழுக்கு வேட்டிசட்டையும் பழைய மஞ்சப்பையுமாக திரிகின்ற சிங்கிக்காரன் ஒரு நம்பகமான செய்தித்தாளாக மாறவேண்டும்.

சிம்மக்கல்லில் ரீபட்டன் அடிக்கின்ற டயர்களை கேரளாவின் எந்தப்பகுதி அரசு அலுவலக ஜீப்புகளுக்கு புது டயர் என கணக்குக் காட்டி வாங்கிக் கொள்வார்கள்; சாதாரணமான டார்ச் பேட்டரியை மொத்தமாகக் கொண்டு சென்றால் கீழக்கரையில் எந்த ஓட்டு வீட்டிலிருக்கும் சாய்பு ரெண்டு மடங்கு விலை கொடுத்து வாங்குவார்; பொள்ளாச்சியின் வெள்ளிமலையில் அதிகாலை பழலோடு ஏற்றிக்கொண்டு மலையிறங்கும் மெட்டடர் வேன்களில் லைசன்ஸ் இல்லாத காப்பிக் கொட்டைகளை எந்த டிரைவர் ரெட்டை கூலிக்கு பழக்கூடைக்குள் ஒளித்து ஏற்றிவரச் சம்மதிப்பான் என்பது வரை, இன்னும் சொல்லப்போனால் ஏற்றவே மாட்டேன் என திமிர் பிடிக்கும் அரசாங்க பஸ் கண்டக்டரை எந்தக் கண்ணியில் 'சார்' என விளித்து சாமர்த்தியமாக லக்கேஜை ஏற்றி வருவது என்பது வரை. வெளிப்பார்வைக்கு இவை ஏதோ மூணாம் நம்பர் மோசடி வேலைகளைப் போல் தெரியும். ஆனால் மனிதன் தனது கீழ்மைகளை வெளிப்படுத்தும் போதுதான் இன்னொரு ஆன்மாவுடன் நெருக்கமாகப் பிணைகிறான். இப்படித் துண்டு துண்டான மனித மனங்களை, அவற்றுக்குள் நுழைவதற்கான ரகசிய வழிகளை ஒரு சிங்கிக்காரன் சேகரித்துக் கொண்டே இருப்பான். ஏனெனில் வெறுங்காற்றில் பட்டு நூலை இழுப்பதற்கு எவ்வளவோ உபவிஷயங்கள் தேவை. குறிப்பாக, காற்று மயங்கி நிற்க, நெகிழ்ந்து இசைய இந்தச் சிறிய கண்ணிகள் தேவை.

வேறெதோ காரியமாக போகலூர் வந்து, அங்கிருந்து திரும்பும்போது வெகு எதேச்சையாக பார்த்திபனூரில் நசிந்து கொண்டிருந்த மண்டியில் தீபனை நான் சந்தித்திருந்தேன். மானாவாரிக் காடுகள் சூழ்ந்த கிராமங்களுக்கேயான ஒற்றை கமிஷன் மண்டி. தனிக்காட்டுச் சிங்கமாக வளர்ந்திருக்க வேண்டிய மண்டியை தீபனால் எழச்செய்ய முடியாததற்குப் பல காரணங்கள் இருந்தன. ஒன்று அவனது மண்டி அவனது தாத்தாவின் காலத்தில் துவங்கப்பட்டு துளித்துளியாக பேராறாக மாறிய ஒன்று. இரண்டாவது காரணம் நீண்ட காலம் படிக்கச் சென்று விட்ட தீபன் அதனுள் நுழையும்போது அவனை அந்த ஸ்தாபனத்திற்கு ஆகிருதி மிக்கவனாகவும் வெகு சீக்கிரம் அதிலேயே புழங்கிய பழைய முகமாகவும் மாற்றுவதற்காக விரும்பிக் காத்திருந்த தீபனின் அப்பா

எதிர்பாராமல் இறந்தது. இந்த இடைவெளியில் குறு, சிறு மண்டிகள் நிறைய முளைத்திருந்தன.

“நெல்ல குதிருக்குள்ள வச்சாதான் பழசாக பழசாக தங்கம். அரிசியைக் கொட்டி வைச்சா புழுதான வைக்கும்.”

பெருங்கலமொன்றை நடுக்கடலில் செலுத்தும் சிறுவனைப் போல தத்தித் திணறி தீபன் மண்டியில் தோற்கும் போதெல்லாம் இதனை முகத்திற்கு நேராகவே கூறத் துவங்கியிருந்தார்கள். சுத்தமான வியாபாரிக்கு இந்த வார்த்தைகள் நூறு செருப்படிக்குச் சமம். ஆனால் தீபன் இயல்பிலேயே மென்மையும் அதன் வழியான மெல்லிய பயந்த சுபாவமும் கொண்டவன். நான் அவனைச் சந்தித்த முதல் தினத்தன்று இப்படி யாரிடமோ தோற்றுவிட்டு நின்றிருந்தான். பணத்தை எண்ணியபடி, அவனது முட்டாள்தனத்தை அடியில் கசிகின்ற கேலியை மேவிய பரிதாப வார்த்தைகளாக உருமாற்றிச் சொல்லிக் கொண்டிருந்த நாகலாபுரத்து ஏஜண்ட் ஒருவனை நான் அவன் கசியவிட்ட அதே புன்னகையை அவனுக்குத் திரும்பத் தந்தபடி, “சரிங்க சார், அடுத்த சீசன்ல சரி பண்ணிக்கறோம்” என்றேன். சார் என்ற வார்த்தையைக் கேட்ட பொழுதில் அவனுக்குள் விழுந்த சாட்டையடியைக் கண்கூடாகப் பார்த்தேன். ’சார்’ அவ்வளவு மோசமான கெட்ட வார்த்தை வணிக மண்டிகளில்.

தவறான காலத்தில் தவறான விலைக்குக் கொள்முதல் செய்யப்பட்ட நவதானிய மூடைகள் தகப்பனைச் சூழ்ந்திருக்கும் மக்குப் பிள்ளைகளைப் போல பம்மிக் கிடக்க தீபன் அதன் நடுவே அபத்தமான புன்னகையோடு நின்றிருந்தான்.

ஒரு சிங்கிக்காரனாக எந்த இடத்திலும் வெகு வேகமாக அங்கிருக்கும் பழைய பொருட்களுக்குள் ஒன்றாக உருமாறி விடுகின்ற தன்மை எனக்குக் கை கொடுத்தது. நவதானிய வணிகம் எனக்கு அவ்வளவு சம்பந்தமில்லாதது. ஆனால் ரெண்டு ரூபாய் வைத்தால் மூன்று ரூபாயாய் வருகின்ற எல்லா இடத்திற்கும் அடிப்படையான வணிக அறிவு ஒன்றுதான். ஒப்புநோக்க தீபனை விட லீலா சற்று துணிச்சலான பெண்ணாக இருந்தாள். தினசரி அவனுக்கு மதியச்சாப்பாடு கொண்டு வருபவளை மேலும் சற்று நேரம் கல்லாவில் உட்காரும்படி சொன்னேன். பெரும்பாலும் பெண்களை

வருடம் ஒருமுறை புதுக்கணக்கிற்கு மட்டும் விடியும் முன் அழைத்து வந்து வெளிச்சம் பரவுவதற்குள் வீட்டிற்கு அனுப்பி விடுகிற மண்டிகளில் லீலா கல்லாவில் உட்கார்ந்திருக்கும் சித்திரம் அளித்த சிறிய மின்னதிர்ச்சி இன்னமும் நினைவில் நிற்கிறது. அதில் இரண்டு லாபங்கள் இருந்தன. முதல் விஷயம் தீபனது அறியாமையை எவ்வித சங்கோஜமுமின்றி வெட்டி வெட்டித் தின்று ருசிகண்டிருந்த வியாபாரிகள், லீலா இயல்பாக, ஆனால் கவனத்துடன் கேட்கின்ற "ஏன்?" என்கின்ற ஒரு கேள்வியில் சட்டெனக் கூசி நின்றார்கள். யானையைப் பெருங்குழிக்குள் தள்ளிவிட்டிருந்த காலத்தில் லீலாவின் வணிகம் சார்ந்த தலையீடுகளில் தென்பட்ட புதிய நம்பிக்கை அந்தப் படுகுழிக்குள் சிறிய பாதையை சக வணிகர்களிடம் தோற்றுவித்திருந்தது. அவள் பெரிய மாயமொன்றையும் அதற்குள் நிகழ்த்தியிருக்கவில்லை என்றாலும் எதைக்கேட்டாலும் சிரித்தபடி தந்துவிடுகிற தீபனுக்கும் ஒருமுறை யோசித்துச் சொல்வதாக அனுப்பி விடுகிற லீலாவுக்கும் இடையே உள்ள நிதானத்தின் வழியே அந்த நம்பிக்கையைத் திரட்டத் துவங்கியிருந்தாள். அந்த இடத்தில் நான் செய்த செயல்கள் பெருவிசையுடன் மோத வருகிற விலங்குகளிடமிருந்து சற்றே விலகி வழிவிட்டு அந்த விசையின் ஒரு துளியை இந்தக் குழியானைக்குத் தைலமாகத் தடவித்தடவி நடக்க வைத்ததுதான்.

"இந்த வருஷம் ஆமணக்கு வேணாம் தீபன். விடு, காங்கேயத்துக்காரன் நேரா வந்து எடுத்துட்டு போகட்டும்."

"அண்ணே, அப்பா காலத்திலருந்து அந்தத் தாலுகா நம்ம கொள்முதல்ண்ணே."

"விடு விடு. இந்த ஒருவாட்டி அவனுக கொள்முதல் பண்றப்ப வைக்கிற சூட்டில அடிவாங்கட்டும். சம்சாரிக அடுத்து எப்பவும் வெளிமார்க்கட் நிலவரத்தச் சொல்லி நம்மளக் காய்ச்ச மாட்டானுக. நம்ம மாட்டுக்கு நாமளே வச்சா அது சூடு. வெளி ஆளு வந்து வைச்சா அது வைத்தியம். பேசாம இரு."

தீபன் கொஞ்சம் வருத்தமாகத்தான் கேட்பான். ஆனால் கல்லாப் பெட்டியின் இரும்பு கைப்பிடியைப் பிடித்தபடி

கேட்கின்ற லீலாவின் கண்களுக்குள் இந்தப் பேச்சின் போதையை விரும்புகிற கிறக்கம் தெரியும். பராமரிமிப்பிலில்லாத தெய்வமொன்று புதிய குருதி வாசனையை நுகர்ந்தபடி கண்களில் ஒளிபடர ஒரு எட்டு முன்னால் எடுத்து வைத்து வருகின்ற கிறக்கம்.

லீலா தொடர்ந்து வெகு ஆர்வமாக மண்டிக்கு வர ஆரம்பித்தாள். வீட்டிலிருக்கும் சசிதரனைப் பராமரிக்க கிராமத்திலிருந்து வயதான பெண்ணை வீட்டோடு நியமித்துக் கொண்டாள். மண்டியின் மாடியறையிலேயே தங்கிக் கொண்டு ஒப்புக்கு சுற்றியிருக்கும் சில கிராமங்களுக்கு சிங்கிகளை விற்கச் செல்பவனாக; அப்படிப் போகும் போதும் வரும்போதும் நவதானியம் சார்ந்த சிறுசிறு தகவல்களைக் கூட களிமண்ணுக்குள் புதைந்திருக்கும் சிறிய நாணயத்தைக் கழுவிக் கழுவிக் கண்டடைவதைப் போல, தகவல்களை நாணயங்களாக உருமாற்றி லீலா வசம் ஒப்படைப்பவனாக நான் மாறியிருந்தேன். இந்த மிகக்குறுகிய காலத்தில் ஓர் அறுவடைக்காலம் முடிந்திருந்தது. முதன்முதலாக நட்டக்கணக்கு எழுதாத பேரேட்டை தீபன் எழுதியிருந்தான். லாபமுமில்லை, நட்டமுமில்லை. பெரிய கொள்முதல்களில் ஈடுபடாமல் அதனால் கௌரவத்திற்கென்று எதிர்கொள்கின்ற நஷ்டங்களைச் சந்திக்காமல் வேடிக்கை பார்க்கின்ற மனிதனைப்போல மண்டி இந்த அறுவடைக்காலத்தைக் கடந்திருந்தது. ஒருவகையில் இது வெற்றியும் கூட. இன்னொரு விதத்தில், வேடிக்கை பார்க்கின்ற மனிதன் அவனது முறை வரும்போது அடுத்து நிகழ்த்தப் போகின்ற செயலின்மீது இயல்பாகவே எல்லோருக்கும் ஏற்படுகின்ற எதிர்பார்ப்பு. லீலா எனது முகத்தை அடிக்கடி நோக்கியிருந்த அந்நாட்களில் வெளியூர் நபர்கள் செய்கின்ற கொள்முதலில் சம்சாரிகள் அடைந்த உள்ளூர் இழப்புகளைப் பற்றி வெளிப்படையாகப் பேச்சுகள் எழுந்து வந்தன. நான் புன்னகையோடு மாடி ஜன்னல் வழியாக, தீபனது மண்டியை நோக்கி அப்பாவிகளைப் போல முகத்தை வைத்து வருகின்ற சம்சாரிகளைப் புகை கசியப் பார்த்தேன்.

புதிய முகவரிகளோடு புதிய சாக்குக் கட்டுகள் மண்டிக்கு வரத் துவங்கியிருந்தன. சுற்றியிருக்கும் கிராமங்களின் சரக்குகளைத்

தங்களது சார்பாகக் கொள்முதல் செய்து அனுப்பும்படியான கோரிக்கைகளோடு; அதற்கான முன்வைப்புத் தொகைகளை வங்கியில் செலுத்தியிருப்பதற்கான நகல்களோடு.

மீண்டு கொண்டிருப்பதற்கான மகிழ்ச்சிகள் மண்டியில், தீபனிடத்தில், லீலாவின் உற்சாகத்தில் வெளிப்படையாகத் தெரியத் துவங்கியிருந்தன. ஆனால் எனக்குள்ளே எதுவோ ஒரு சிறிய உடைப்பு நிகழ்ந்திருப்பதாக உணர்ந்தேன். அதை என்ன என்னவெனத் துருவித் துருவி லீலா என்கிற பதிலை வந்தடைந்தேன். ஆம், லீலா. அந்த உற்சாகமான சிரிப்பிற்குப் பின்னிருக்கும் தைரியம் என்னுடையது. அதனை எண்ணும்போது கிளர்ச்சியான புல்லரிப்பை உணர்ந்தேன். மருந்திடும்போது கண்களைப் பார்க்கக்கூடாது என்பார்கள். அந்தக் கணத்தில் எதைக் கேட்டாலும் தந்துவிடுவதாகத் தவிக்கின்ற அந்தக் கண்கள், மருந்திடுபவனை முடமாக்கி அமரச் செய்வது; அலையச் செய்வதுவும் கூட. ஆனால் மருந்திட்டபடி, கலங்கித் தவித்த கண்களை நான் ரகசியமாகப் பார்த்திருந்தேன்.

உள்ளே எந்த எண்ணமுமில்லாமல் தன் மார் மீது எதேச்சையாக இடித்து விடுகின்ற முழங்கைக்கும், உள்ளே தீயாகக் கொதித்து அவளை எண்ணியபடி அவளைத் தீண்டாமலே விடுகின்ற மூச்சுக்காற்றிலிருக்கும் வேட்கையின் வாசனைக்கும் பெண்கள் எளிதாக வித்தியாசம் கண்டு விடுவார்கள். நடுத்தர வயது தாண்டியும் திருமணம் செய்து கொள்ளாமல் இப்படி அலைந்து ருசி கண்டுவிட்ட எனக்கு, லீலா நாடோடிக்குக் கிடைக்கின்ற சிறிய இறைச்சித் துண்டு. எனது இந்த மாற்றத்தை, இந்த நோக்கத்தை லீலா துல்லியமாகக் கண்டு விட்டிருந்தாள் என்னிடமிருந்து அவள் கற்றுக் கொள்வதற்கான நுட்பங்களை முன்னிலும் இரண்டு மடங்கு வேகத்தில் மிகப்பதட்டமாக எடுக்கத் துவங்கினாள். அதற்கு இணையாக அவள் மீதான எனது இச்சைகளை நானும் அவ்வப்போது அவளறிய பகிரங்கப்படுத்தினேன்.

அதுவரை பிரதிபலன் எதிர்பார்க்காத எனது இருப்பில், லீலாவை வைத்தவுடன், இயல்பாக அந்த மண்டியில் பரந்துபட்ட தன்மையுடன் சுறுசுறுப்பாகவும் சுதந்திரமாகவும் இயங்கிய சிங்கிக்காரனை நான் உள்ளூர இழக்கத்

துவங்கியிருந்தேன். தீபனே ஆச்சர்யப்படுமளவிற்கு வியாபாரக் கணிப்பில் எனது சில தடுமாற்றங்கள் இருந்தன. அவனது அதிகப்படியான திடுக்கிடுதலே ஆச்சர்யம்தான். ஆனால் லீலாவிற்கு இது குரூரமான அறைகூவலாகப் பட்டது. சரிந்து கொண்டே இருந்ததற்கு நடுவே இந்தச் சிறிய ஆசுவாசம் தந்திருந்த நம்பிக்கையை ருசிக்கப் பழகியிருந்த அவளுக்கு கடந்த காலத்தை மறுபடி வாழத் துணிவேயில்லை. ஆனால் அவளுக்குத் தெரிந்திருந்தது, என்னை இப்போது சிதையச் செய்திருக்கிற இந்த நெருப்பிற்கு எண்ணெய் வார்ப்பது எல்லாவற்றையும் அழித்து முன்னேறுமே தவிர அணையாது என்று.

நான் ஓரமாக அமர்ந்திருக்க, தீபனோடு இணைந்து சில கொள்முதல்களை லீலா நேரடியாக முயன்று சில இடங்களில் சறுக்கினாள். சில இடங்களில் மிதமான வெற்றியைக் கண்டாள். மிக அபத்தமாக அவள் தோல்வியடைந்த இடங்களிலெல்லாம் நான் சிரித்துக் கொண்டேன். ஒரு சிங்கிக்காரனாக அத்தகைய சிரிப்புகளை ஒருபோதும் விரும்புபவனல்ல நான். ஆனால் எனக்குள் அவிழ்த்தறிய முடியாத கால்கட்டு எதுவோ நேர்ந்து விட்டிருக்கிறது. ஒரு மோசமான சுமை. என்னையும் சேர்த்து மூழ்கடிக்கிற சுமை.

தனது வியாபாரத்தில் லீலாவின் துணையோடு தீபன் கொள்கின்ற ஒவ்வொரு எளிய வெற்றிகளின் போதும் நான் சீண்டப்பட்டேன். லீலாவிடம் மெல்ல மெல்ல ஒளிர்கின்ற ஆளுமையின் வெளிச்சத்தில் நான் வெறியூட்டப்பட்ட கிளர்ச்சி அடைந்தேன். கொம்புகள் பின்னி இருக்க, உடைத்து தெறித்துவிடும்படி இரண்டு ஆடுகள் சண்டையிடுவதைப்போல நானும் லீலாவும் அறிவால் மோதிக் கொண்டோம். வெகு சீக்கிரம் கோடை அறுவடைச் சரக்குகள் மண்டிக்கு வரவிருக்கின்ற சூழலில் லீலா எத்தகைய ஆபத்தோடு விளையாடுகிறாளென ஒருகணம் பரிதாபம் தோன்றி மறைந்தது. இந்தச்சமயத்தில் சசிதரன் மேலும் நோயுற்று வீட்டில் மயக்கமாகி அவளைப் பதறச்செய்தான். வீட்டிற்கும் கடைக்குமாக அவள் அலைந்தபடி இருக்க, தீபன் திருவனந்தபுரம் கோயிலுக்கருகேயுள்ள வாத நீக்கம் செய்கின்ற ஆயுர்வேத மருத்துவமனையைப் பற்றி என்னிடம் விசாரித்துச் சொல்லச் சொன்னான்.

ஜங்ஷனிலிருந்து ஆட்டோ வைத்து இங்கே அழைத்து வந்தேன். வழிநெடுக சசிதரன் வாந்தி எடுத்தபடியே வந்தான். ஒரு பழைய பங்களாவை மருத்துவமனையின் கிளை அலுவலகமாக மாற்றியிருந்தார்கள். இருளும், கசப்பான பச்சை மருந்தின் நெடியுமாக அந்தப் பங்களா மேலும் எரிச்சலூட்டும் இடமாக இருந்தது. வாசலில் இருந்த கொன்றை மரத்திற்குக் கீழே உறங்கிய மலையாளி ஒருவன் குடிபோதைக்கிடையே "பாண்டி, தூ..தூ.."வெனத் துப்பிக்கொண்டே இருந்தான். சசிதரனுக்கு சில துவக்க நிலை சிகிச்சைகள் ஆரம்பித்திருக்க, மயக்கத்திலிருந்தான். தீபனும் லீலாவும் உள்ளே அவனுடன் அமர்ந்திருக்க சிகரட்டைத் துழாவியபடி வெளியே வந்தமர்ந்தேன். கொன்றையிலிருந்து வெட்கத்துடன் மலர்கள் உதிர்ந்தபடி இருந்தன.

மதியத்திற்கு மேலாகவே, சசிதரன் நான்கு நாட்கள் அங்கே தொடர்ந்து இருக்க வேண்டுமெனக் கூறிவிட்டார்கள். நாங்கள் இதனை எதிர்பார்க்கவில்லை. இன்னும் இரண்டு நாளில் புதுவெள்ளாமையின் முதல் அறுவடைச் சரக்குகள் மண்டிகளுக்கு வருகின்ற சமயம். நம்பி முன்பணம் கட்டியுள்ள வெளியூர் வியாபாரிகளுக்கு அதனை நின்று ஏலம் எடுத்து ஏற்றிவிட வேண்டிய பொறுப்பு தகித்தது. அதிலும் நீண்ட காலங்களுக்குப் பிறகு, என்ன செய்கிறார்களெனப் பார்க்கலாம் என சிறிய மீனைப் போடுவது போல ஒரு வாய்ப்பைத் தந்து வேடிக்கை பார்க்கிற வெளியூர் மண்டிகள். ரொம்ப நேரம் யோசிக்காமலே தீபன் தான் இருந்து கொள்வதாகச் சொல்லி விட்டான். வழக்கம்போல உள்ளே பயந்துவிட்டு அதை வெளியே தயக்கமில்லாமல் தர்மசங்கடமாக வெளிப்படுத்துகிற புன்னகை அவன் முகத்தில். லீலா சசிதரன் மீதான பதைப்போடும் தீபன் மீதான சோர்ந்துவிட்ட நம்பிக்கையோடும் தளர்ந்துபோய் மதியச் சாப்பாட்டைப் புறக்கணித்து அமைதியாக இருந்தாள். இதற்கிடையே மண்டியிலிருக்கும் பணியாட்கள் இடையிடையே அவளை அழைத்து அங்கொன்றும் இங்கொன்றுமாக மாட்டு வண்டிகளில் கட்டி வரப்படுகிற தவசங்களின்˙ வருகையைச் சொல்லி அவளைப் பதற வைத்தனர். அவை பேராற்றின் வருகைக்கு முன்பான சமிக்ஞை. இந்தச்சிறிய துவக்கத்திலிருந்து

---

* தவசம் - கம்பு வகைகளில் ஒன்று. குறிப்பான பெயர்: நாட்டுக்கம்பு அல்லது புல்லுக்கம்பு.

வெள்ளாமை முடிவது வரை எந்த மண்டியிலும் குண்டு பல்பு கூட அணைக்கப்பட்டு ஓய்வெடுக்க முடியாது. எனக்குள், மகா சந்தர்ப்பம் கனிந்து வந்ததாக மனம் பொங்கியபடியிருந்தது.

சாயங்கால எக்ஸ்பிரஸ்ஸிற்கு டிக்கெட் எடுத்திருந்தேன். லீலா சசிதரனுக்கும் தீபனுக்குமான அடிப்படைத் தேவைகளை திரும்பத் திரும்பச் சரிபார்த்து திருப்திப்பட்டுக் கொண்டே இருந்தாள். ஃப்ளாஸ்க், ஸ்வெட்டர், சசிதரனுக்கு வைக்கிற பேட், இருவருக்குமான ஒவ்வொரு வேளை உணவு, கையிருப்பில் இருக்கின்ற தொகை, தீபனிடம் இருக்கின்ற சசிதரனின் மருத்துவக் குறிப்புகளை எப்போது எந்த டாக்டரிடம் காட்ட வேண்டுமென்பதற்கான திட்டமிடல், அதனை தீபனுக்குத் திரும்பத் திரும்பக் கூறிப் புரியவைப்பது என எல்லாமும்.

கையில் சிறிய பை ஒன்றுடன் கொன்றை மரத்திற்குக் கீழே தீபனிடம் அவள் விடைபெற்றுக் கொண்டிருந்தாள். நான் கூட்டி வந்திருந்த ஆட்டோ வெளியே சுண்டிக் கொண்டிருந்தது. சீக்கிரமே இருள் கவியத் துவங்கிவிட்ட வானத்திற்குக் கீழே கொன்றை மரம் கிளையெங்கும் கங்குகளென மலர்ந்திருக்கும் பூக்களோடு நின்றிருந்தது.

மெல்லிய வெளிச்சங்கள், பொங்கி வெளியேறும் காற்று என எக்ஸ்பிரஸ் இரவுக்குள் போய்க்கொண்டிருந்தது. இரவின் அழகிய பக்கங்களிலொன்று இரயிலுக்குள் இருக்கிறது. அலைபாய்ந்த முடிக்கற்றைகளை ஒதுக்கிவிட்டபடி பொறுமையாக இரவுணவை உண்டு கொண்டிருந்தாள் லீலா. முகத்தில் மிருதுவான உலர்ந்த தன்மையும் லேசாகி விட்டவளைப் போன்ற விடுதலையுணர்வும் வந்திருந்தது. சாப்பிட்டு முடித்துவிட்டு, வாசலருகே புகைபிடித்தபடி இருளில் நகர்கின்ற டியூப்லைட் சித்திர கிராமங்களைப் பார்த்துக் கொண்டிருந்த என்னைப் பார்வையாலே அழைத்தாள். சாதாரண ஒரு தினத்தில் வெகு சாதாரண அழைப்பு அது. ஆனால் இப்போது அவளது அசைவுகள், பார்வைகள் ஒவ்வொன்றிலும் கூர்மையான பளபளப்பை உணர்த்தினாள். தலைமுடியை, சட்டை பொத்தான்களை லேசாகச் சரிசெய்தபடி அவளருகே சென்றமர்ந்தேன். சிறிய நோட்டை விரித்து வைத்து எழுதியபடி கேட்டாள்,

"தவசத்துக்கு பெரிசா எழுத்து வர்லயே. கொள்முதல் செஞ்சா அடிவிழுமா?"

எனக்குள் சட்டென ஒரு ஒழுங்கு நுழைந்துவிட்டதைப் போல கண்ணைச் சுருக்கி நோட்டில் அவள் எழுதுகிற, தவசம் கொண்டுவருவதாகச் சொன்ன சம்சாரிகளின் பெயர்களைப் படித்துப் பார்த்தேன்.

இந்த அளவிற்கு முன் கொள்முதலில் உடனே விற்காத சரக்கை வாங்கி வைத்தால் நிச்சயம் அடி விழும். அந்தப் பட்டியலில் எந்தெந்த சம்சாரிகளின் பெயர்களை நீக்குவதென யோசித்தபடியே உன்னித்தேன். ஆனால் ஒவ்வொரு விளைநிலப் பகுதிக்கும் ஏதாவதொரு பொருள் பிள்ளையார் சுழி போல முதல் குழந்தையாக மண்டிக்கு வரும். அது முடமோ அவலட்சணமோ அதை மனதார அள்ளி எந்த வியாபாரி அணைத்துக் கொள்கிறானோ அல்லது மகிழ்வதாகப் பாவனை செய்கிறானோ அவனது மண்டிக்கு அடுத்தடுத்து பொன்னும் பொருளும் பயிர்களாக, தானியங்களாக வந்து குவியும். அது ஒரு பலி கொடுக்கும் கொள்முதல். ஆனால் இப்போதுதான் எழுந்து கொண்டிருக்கும் மண்டியில், ஒவ்வொரு தானியத்தையும் உடனடி பொன்னாக்கிக் காட்டவேண்டியிருக்கின்ற இந்த நேரத்தில் எந்தவொரு முதலீட்டிலும் அநாவசிய தேக்கம் நேர்ந்துவிடக்கூடாது. நான் சில சம்சாரிகளின் பெயர்களைச் சுட்டினேன். லீலா அவளது அனுபவத்திலிருந்து சிலரைக் குறிப்பிட்டாள். பிறகு, நான் குறிப்பிட்ட சம்சாரிகளுக்குள் ஒன்றிரண்டு பெயரைச் சுட்டி, "இவங்களைத் தவிர்க்க வேணாம்னு தோணுது" என்றாள். "கோடை அறுவடைச் சரக்குல எந்தத் தள்ளுபடியும் போட முடியாது. மழை சிதைக்காம ஒவ்வொண்ணும் முத்து முத்தா வந்து நிக்கும். இதுல இருக்க சம்சாரிக எல்லாம் பெருங்கொண்டவனுக; ஆனா எடை போட்டவுடனே காச நீட்டணும். தவசம் இப்ப சீசனுமில்ல."

லீலா குனிந்தபடி எதையோ கூட்டி எழுதினாள். பிறகு,

"லாபத்துல நட்டம் விழும். அப்படி நட்டம் விழும்ங்கறது இந்த சம்சாரிகளுக்கும் தெரியும். தெரிஞ்சேதான் இந்த நட்டத்தை சுமக்கறோம்ங்கறத அவங்களுக்கு உப்பு ஒறப்பா புரிய

வைக்கணும். ஏன்னா நாகலாபுரத்துலருந்து விளாத்திகுளம் வரைக்கும் அடுத்தடுத்து வரப்போற மல்லிக்கும் வத்தலுக்கும் இப்ப இவங்ககிட்ட நம்மபேர்ல உண்டாக்குற கரிசனந்தான் தூண்டில் புழு. ஒருவகையில இது நட்டம் கூட கிடையாது. அந்த கரிசனத்துக்கான முதலீடு."

லேசாக மின்னதிர்ச்சி பட்டவனாக நான் திகைத்து விட்டிருந்தேன். பக்கத்து பெர்த்தில் விளக்கை அணைத்து தூங்கப்போன நபர் ஒரு மந்திரக்காரி போல முகம் காட்டாமல் சீராகப் பேசிய லீலாவின் குரலால் சுவிட்சில் கைவைத்தவராக தன்னை மறந்து வாய் பார்த்துக் கொண்டிருந்தார்.

கரிசனத்திற்கான முதலீடு என்னும் வார்த்தையில் நான் எதையெதையோ பொருத்திப் பார்த்துக் கொண்டே சென்றேன். விடை சரியாக, படு துல்லியமாக வந்தபடியிருந்தது. வணிகத்தின் மீதான லீலாவின் விருப்பங்கள் அவளுக்குள் வேட்கையாக இளகிக் கொண்டிருப்பதற்கான அறிகுறிகள் இவை. மதிப்பிட முடியாத உணர்வுகளுக்கு விலை வைப்பது. ஒரு வலுவான வியாபாரிக்கு இவை கடைவாய்ப் பற்கள் போல; இதில் அரைபட்டுக் கூழாகாத மனிதர்களே கிடையாது. குனிந்தபடி எழுதிக் கொண்டிருக்கும்போது இயல்பாகவே கையசைவிற்கேற்ப விம்முகின்ற அவளது முலை மேடுகளின் வசீகரத்தின் மீது லேசான அச்சம் எழுந்தது. நான் மேலும் கவனமாக அவளது குறிப்புகளைத் தொடர்ந்தேன். சின்னச் சின்ன முன் திட்டமிடல்கள். ஆனால் வெகு ஸ்திரமானவை. சிறிய சூறாவளி போல மண்டியில் வந்திறங்கும் எல்லாச் சரக்குகளையும் ஏலம் கேட்க முடியாதென்றாலும் ஒரு ஆளாக வலுவாகப் போய் நிற்கலாம் என்கிற அளவிற்கான தைரியத்தைத் தருகின்ற முன்திட்டமிடல்கள்.

"சீக்கிரம் பழசாகணும்னு அடிக்கடி சொல்லுவீங்க. அது நல்ல பாயிண்ட்; நான் கவனிச்சிருக்கேன். எனக்கெல்லாம் இன்னும் நாளாகும். இல்ல?"

கெட்டியான கொய்யாக்காயைப் போன்ற புடைத்த நெற்றியின் நடுவே ஒரு மின்னல் நரம்பு ஓட சிரித்தபடி கேட்டாள் லீலா. தன்னுடைய சுதந்திரத்தை முழுமையாக உள்வாங்கியபடி, அதன் சாத்தியங்களைக் கனவு காண்கின்ற பெண்ணின்

கண் முன்னே ஆண் எவ்வளவு அற்பமாகி விடுகிறான். ஆர்வமும் சுறுசுறுப்பும் மிக்க முகத்தில் லேசாக இறங்கத் துவங்கியிருக்கின்ற வணிகத்தின் குரூரம் அற்புதக் கலவையாக மாறி பெரும்போதையை மிளிரச் செய்தது.

"ஆனா சீக்கிரம் பழசாகிடுவேன். நல்லா பழைய கருங்கல் சிலையாட்டம்."

நான் என்னையறியாமலேயே ஆமாமெனத் தலையாட்டினேன். பெரும்பகுதி விளக்கணைக்கப்பட்ட கம்பார்ட்மெண்டில் லீலாவின் முகத்தில் சிறிய சிறிய துண்டுகளாக வெளிச்சம் படிந்து விலகியபடியிருந்தது. நான் உறங்கும் முன்னாக பைகளைக் கவனமாகப் பத்திரப்படுத்தத் துவங்கினேன்.

"ரொம்ப சீக்கிரமே நீங்க சொல்லிக் குடுத்தீங்க. அதான் விஷயமே" எனச் சொல்லிவிட்டுக் குழந்தையைப் போல சிரித்தாள். நெற்றியில் முத்தம் கொடுத்திருந்தால் கூட ஒன்றும் சொல்லியிருக்க மாட்டாளெனத் தோன்றியது.

ஆனால் கரிசனத்திற்கான முதலீடு என்கிற வார்த்தை எங்கோ மிக மோசமாக அவள் மீதான எனது வேட்கைகளை அவமானப்படுத்தி வீழ்த்திக் கொண்டிருந்தது.

"நீங்க தந்த தைரியமும் கூட. எதனாலேயும் வெல்ல முடியாத மனிதன் கிட்ட நிக்கறப்ப வர்ற தைரியம். அதை உங்ககிட்ட தீபனும் நானும் உணர்ந்தோம்."

எனக்குள் எங்கெங்கோ வெகுவேகமான கணிதப் பிழைகள் நிகழ்ந்து கொண்டிருந்தன. அவள் மேலும் சற்று நேரம் அமைதியாக வெளியே பார்த்தாள். இருளுக்குள் ஆழ்ந்த அவளது முகத்தின் கூரான விளிம்புகளில் ஒரு சொட்டு வெளிச்சம் பால் போல் தேங்கியிருந்தது. அவளது கையை அப்போது பற்றியிருந்தால் புன்னகையோடு இசைந்திருக்கக்கூடச் செய்வாள். ஆனால் அதனைத் தீண்டுவதற்கான தகுதிக்கு வெளியே என்னை பிரம்மாண்டமாக நிறுத்தி விட்டிருந்தாள். அப்படி உணர்ந்து ஏதோ ஆசுவாசம் அடைந்த கணமே, கரிசனத்திற்கான முதலீட்டை உச்சரித்த போது மின்னிய அந்தக் கண்கள் என்னை மீச்சிறு மனிதனாக வெளியேற்றி விட்டதாகத் தோன்றியது.

தனது கைப்பையில் குறிப்பு நோட்டையும் பேனாவையும் வைத்துவிட்டு அமைதியாக ஜன்னலில் சாய்ந்தபடி உறங்கத் துவங்கினாள். வாசலில் நின்று எண்ணற்ற சிகரட்டுகளை நான் புகைத்தபடியிருந்தேன்.

க்ராஸிங்கிற்காக நள்ளிரவில் ஏதோ ஒரு குக்கிராம ஜங்ஷனில் ரயில் நின்ற வினாடி நேர அவகாசத்தில் எனது சிறிய பையோடு நான் இறங்கி விட்டிருந்தேன். நான் பார்க்கப் பார்க்க ஜன்னல் கம்பியில் உறங்குகிற லீலாவின் முகம் மெதுவாக நகர்ந்து போகத் துவங்கியிருந்தது. விடிவதற்கு இன்னும் நேரம் மிச்சமிருக்க ரயில் சென்றுவிட்ட தண்டவாளங்களில் எழுகின்ற இரும்பின் வாசனையை நுகர்ந்தபடி சிமிண்ட் இருக்கையில் தளர்ந்து அமர்ந்தேன். லீலா கண் விழிக்கும்போது அடைகின்ற அதிர்ச்சியும் அந்த அதிர்ச்சியைத் தொடர்ந்து வருகின்ற நிதானமும் இருளுக்குள்ளே புகைப்படமாய்த் தோன்றின. தூர கிராமத்திற்குச் செல்வதற்கான சாலையின் தடம் இருளுக்குள் மெல்ல மெல்லத் தெளிந்து வந்தது.

– வல்லினம் இணைய இதழ், 01.07.2021

***

# துலாத்தான்

பாதி அணைத்து வைத்திருந்த சுருட்டை மீண்டும் உதட்டில் கவ்வக் கொடுத்தபடி தீக்குச்சியைக் கிழித்தார் அய்யாவு. மொரமொரப்பான தாடியின் வெண்ரோமங்களுக்கிடையே பொன் வெளிச்சம் பூத்து வந்தது. குச்சியை அணைத்து வீசிவிட்டு கண்மாய்ச் சரிவின் இருளுக்குள் பார்வையை விட்டார். நீர் நிறைந்து கிடக்கும் வாகைக்குளம் கண்மாயின் மீது நிலவு வெளிச்சம் துணியைப் போல மிதந்துகொண்டிருந்தது. மேடுவரை ஏறிவந்து கரையில் மோதி கண்ணாடிக் கட்டிகளைப் போல நீர் உடைந்துகொண்டிருக்க, கருவேலம் மரத்திற்குக் கீழே பரமு பாவாடையைக் கைகளால் விரித்துக் குத்த வைத்திருந்தாள். கவிழ்த்து வைக்கப்பட்ட செம்பருத்திப் பூப்போல இருளுக்குள் அவள் அமர்ந்திருப்பதைப் பார்த்தபடி அய்யாவு, "ஏலா, கொஞ்சம் பாதை மாறி உக்காரு. விடிகாலைல சனங்க கால் வைக்க வேணாம்?" என்றார்.

பரமு தலையைக் குனிந்தபடி, "போப்பா. நல்லது அலையுற சாமம். நான்லாம் புதர் பக்கம் போவமாட்டேன்" என்று கூறினாள்.

சைக்கிள் சீட்டைக் கைகளால் பற்றிக்கொண்டு, அய்யாவு கண்மாய்க்கு மூலையில் கிடந்த மக்காச்சோளக் காட்டைப் பார்த்தபடி புகையை ஊதினார். அந்தப் பழைய சைக்கிளின் மீது சின்னஞ்சிறிய பாத்திரப் பண்டங்கள் கோணிச் சாக்கில் பொதியப்பட்டு கட்டப்பட்டிருக்க, கிழக்குக்காட்டிலிருந்து கம்மங்கதிர் சூல் பிடிக்கும் பால்வாசனையோடு கிளம்பி வருகின்ற காற்று

பாத்திரங்களை உரசி ஒலியெலுப்பி மறைந்தது. கண்மாயின் கரையையொட்டி ஓடிய நீண்ட மண்வண்டித் தடத்தின் முடிவில் பிரசிடெண்ட் கட்டிடத்தருகே சோகையான ட்யூப்லைட் ஒன்று துயரமுகத்துடன் அவர்களுக்காகக் காத்து நின்றபடியிருக்க, ஊரை எட்டிவிட்டோமென மனதுக்குள் உணர்ந்தபடி தொண்டையச் செருமி உரிமையாகத் துப்பினார். உடம்பு முழுவதும் அசதி பரவுவதைப் போலிருந்தது.

டி.கல்லுப்பட்டிக்குப் போனது, பரமு புகுந்த வீட்டுக் கல்திண்ணையில் உட்கார்ந்து குடிக்கத்தந்த தண்ணீர் செம்பைப் பாதி குடித்துவிட்டு, பரமுவின் வீட்டுக்காரன் ஆட்டுரலில் கைலியைத் தரித்தபடி உட்கார்ந்து பரமுவைப் பற்றி ஆவேசமாய்க் கூறிய வசைகளைக் கேட்டவாறே, வெறுமனே செம்பைக் கையில் வைத்து உருட்டிக்கொண்டிருந்தது, காலில் விழாத குறையாக அவனிடம் கெஞ்சியபோதும் அவளைப் பண்டம் பாத்திரங்களுடன் இவரிடம் தள்ளிவிட்டு கதவைச் சாத்தியது வரை இப்போது துல்லியமான காட்சிகளாக இருளுக்குள் தெரிந்தது. அய்யாவுவிற்கு, தான் சரியாக மாப்பு கேட்காதது போலத் தோன்றியது. பிறகு, இதற்குமேல் எப்படி ஒரு மனிதனிடம் கெஞ்சுவது என்றும் தோன்றியது. போகவும் பரமுவிற்கு இது இரண்டாவது திருமணம். அவனுக்கும்கூட. பரமுவிற்கு வயதிற்கேற்ற சூதுவாது கிடையாது - அதைக் கிறுக்குத்தனம் என யசோதை அங்கலாய்ப்பாள் - அய்யாவுவிற்கு பரமு எப்போதுமே குழந்தைதான். ரயில்வே ஃபீடர் சாலையிலிருக்கும் தானியேல் மண்டியில் பகல்முழுக்க சம்சாரிகளுக்கும் கடைக்காரருக்கும் இடைத்தரகராக ஆயிரம் வேஷங்கட்டி அலுத்துப்போய் வீடு திரும்பும்போது, வாசலில் காய்கின்ற வேப்பங்கொட்டைக் குவியல்களைச் சாக்கில் அள்ளியபடி, "அப்பா, நவ்வாப்பழம்.." எனச் சிணுங்குகின்ற ஒரு பெண் எப்போதும் குழந்தைதான்.

வெள்ளாகுளத்தில் பரமுவை முதன்முதலாகக் கட்டிக்கொண்டு போன ஐஸ்காரன் பாஸ்கரந்தான் அந்தக் குழந்தை என்கின்ற பிம்பத்தின் மீது முதல் கசப்பைப் பூசிச் சென்றான்.

"எந்நேரமும் விளையாட்டும் சக்கிலியக் கூத்தும்னா எப்புடி மாமா? பத்து பர்லாங்கு அலைஞ்சு வாரேன்.

இப்படி கிறுக்கச்சியாட்டமா பால்பவுடரைத் தின்னுகிட்டு உக்காந்திருந்தா வெனம் வருமா இல்லியா?"

"குழந்தையா வளத்துட்டோம் பாஸ்கரா."

"வெறும் குழந்தையாவே எல்லா நேரமும் நின்னா எப்புடி மாமா? மருவாதிக்கு நிறைய வெசயம் நான் உங்ககிட்ட பேச முடியாது."

சொல்லிக்கொண்டே போனவன் சட்டெனக் குரல் இடறி, "பிறந்ததிலிருந்து நாய்ப் பொழப்பு மாமா. பத்தியும் பத்தாம தின்னுட்டே படுக்கும்போது வராத கோபம், உடம்பு அனலை ஆத்தத் தெரியாம அர்த்த ராத்திரில ஒரு பொம்பள நம்பள தவிக்கவிடும் போது பத்திக்கிட்டு வருது. நல்லா இருப்பீக. கூப்ட்டு போய்டுங்க."

கனன்று சாம்பலாக உதிர்ந்த சுருட்டின் சாம்பல் துகள்கள் உரோமங்களில் விழுந்தது. சுருட்டு நுனியின் கங்கை ஒருமுறை எடுத்துப் பார்த்தபடி ஹேண்டில்பாரில் நசுக்கி அணைத்தார். கண்மாய்க்கரை நீரில் கால்களை அளைந்தபடி எதிர்க்கரை இருளை வேடிக்கைப் பார்த்தவாறு பரமு நின்றிருந்தாள்.

சாணி தெளிக்கும் சப்தமும் வைக்கோல் கூளத்தின் வாசனையுமாக வாசலில் ஆழ்ந்து உறங்கிக்கொண்டிருந்த அய்யாவுவின் மீது, யசோதா குரலெடுத்துத் திட்டியபடி பாத்திரங்களை வீசுகின்ற சப்தம் மோதியவுடனேயே, அதுவரை மறந்திருந்த கவலைகள் அனைத்தும் ஈக்கூட்டம் போல வந்து அப்பிக்கொண்டன.

"மோந்து பாத்துட்டு கசக்கிப் போடப்போட போய் பெறக்கிட்டு வரவா ஆம்பிளைன்னு அனுப்புனேன்? மனசு உதற வேணாம் மனுஷனுக்கு! மண்ணு கணக்கா போய் உக்காந்து அவனுக அழுகுறதை, திட்டுறதை பார்த்து ஊமைச் சாமியாட்டம் பொண்ணை சைக்கிள்ல வச்சு கூட்டியாறதுக்கு வெக்கப்பட வேணாம்?"

அய்யாவு வாசல் திட்டில் அமர்ந்தபடி, நன்றாக ஒருமுறை உடலை நெளித்து கொட்டாவி விட்டார். பிறகு நிதானமாகக் கைவிரல் கால்விரல்களில் சொடக்கு எடுத்துக்கொண்டிருக்கும்

போது மீண்டும் வீட்டிற்குள் யசோதை ஆங்காரமாகக் கத்தினாள்.

“மூதேவி, குளிக்கும்போது பார்க்கலை? துணியை எடுத்துட்டு கொல்லைக்கு ஓடுறி. வாய்ல என்ன, அரிசியா? ஐயோ!”

பரமுவின் ஈரமான முதுகில் யசோதை அறைகின்ற சத்தம் சுளீர்சுளீரென அய்யாவுவிற்கு உறைத்தது.

“ச்சை, சனியனே! ஏண்டி ஊரைக்கூட்டுற? தூங்கி எந்திரிச்ச பிள்ளையோட ஈர உடம்புல மாட்டை அடிக்கிறவளாட்டம் அடிச்சிக்கிட்டு! இருக்குற கடுப்புல கைய முறிச்சுப்புடுவேன்.”

கொஞ்ச நேரம் வீடு அமைதியில் கிடந்தது. சைக்கிள் சீட்டுக்குக் கீழே செருகியிருந்த சுருட்டை எடுத்து மறுபடியும் பற்ற வைத்துக்கொண்டார். ஈரமான முதுகில் விரல் தடம் தெரிகிற அளவிற்கு விழுந்த அடிகளை மறந்துவிட்டு, கொல்லையில் நிற்கின்ற முருங்கை மரத்திற்குக் கீழே துணியைத் திரித்து தரித்துக்கொள்ளும்முன் பரமு ஏதேனும் விளையாட்டுப் பொம்மையாக அதனை மாற்றி விளையாடிக்கொண்டிருப்பாளெனத் தோன்றியது. அவ்வளவு நேரம்தான் பரமுவின் கண்ணீருக்கு ஆயுள். வியக்க ஒன்று கிடைத்தவுடன் எல்லாத் துயரங்களையும் மூட்டையாகக் கட்டி கண்காணாமல் எறிந்துவிட்டு அந்தப் புதிய வியப்பின் முன் குத்துக்காலிட்டு அமர்ந்துவிடுவாள். யசோதா சுக்குக்காபிக்கு கருப்பட்டி தட்டத் தொடங்கியிருக்கும் சத்தம் கேட்டது. அவளுக்கு அது பிடிக்காது. அய்யாவுவிற்கு பாலின் கவுச்சி வாடையை நினைத்தாலே குமட்டிக்கொண்டு வரும். உள்ளே சுக்கு வேகும் காரவாசனை.

காலை நீட்டி அமர்ந்துகொண்டார். நாளை நாளையென அவர் ஒத்திப்போட்டு வந்த விசயம்தான் பரமுவைத் திரும்ப அழைத்துவந்த திட்டம். ஆனால் காரியாபட்டி லட்சுமணன் தலையைக் குனிந்தபடி பாதியோடு சொல்லி முடித்துச் சென்றுவிட்ட பிறகு, தாளவே முடியாமல் சென்று கூட்டி வந்துவிட்டார்.

“பைத்தியமாவே இருக்கட்டும்ணே, வாசல்ல நிறுத்தி வச்சு ஒத்த வெளக்குமாத்து குச்சில மூஞ்சிலயே அடிக்கிறான்.

கண்ணை மட்டும் விரலால் பொத்திகிட்டு ஒவ்வொரு அடிக்கும் ஊளையிட்டு நிக்குது பிள்ள. சின்னப்பிள்ளைக எல்லாத்துக்கும் வேடிக்கை காட்றவனாட்டம், முகத்தைப் பொத்தினா மார்ல, மார்ல பொத்தினா தொடைலன்னு மாறி மாறி அடிச்சு கதற வெச்சு முழுப் பைத்தியமாவே பிள்ளைய ஊர்முன்ன நிக்க வெச்சு வௌாடுறான். போதும்ணே, என்னத்தையாச்சும் அரைச்சுக் குடுத்து நீங்களே அதைக் கொன்னுகூட புதைச்சிருங்க, பெரும்புண்ணியம்."

எடைபோட்டுத் தைப்பதற்காக வரிசையாக நின்ற தானிய மூட்டைகளிலிருந்து இரண்டு தானியத்தை வாயில் போட்டு மென்றபடி அந்தப் பக்கமாக வந்த தானியெல் இதைக்கேட்டு நின்றார். மதியச் சாப்பாட்டிற்குப் பிறகு தரித்திருந்த வெற்றிலைச்சாறின் சிவப்பு உலர்ந்திருந்த வாயை வேட்டியில் துடைத்தபடி, "என்ன கூறுகெட்ட யோசனை அய்யாவு?போவும்யா, போய் மொத கூட்டி வாரும். அந்த நாயி ஊத்தற ரெண்டு வட்டு கஞ்சியை நம்ம புள்ளைக்கு நாம ஊத்துவோம். சங்குலேயே மிதிச்சு அவனைக் கொல்லாம, இங்க நின்னுகிட்டு.."

அப்படிக் கோவமாகக் கிளம்பிப் போனாலும், பரமுவின் பலவீனங்களை ஆராய்ந்தபடி, தனது பேச்சில் இயல்பாக வந்துவிடும் வாய்ப்புள்ள கங்குகளை ஒவ்வொன்றாக யோசித்து நீக்கிவிட்டுத்தான் அங்கு சென்றார். ஆனால் அவன் உறுதியாக இருந்தான். பரமுவிற்கு மறுசீராகக் கொடுத்துவிட்டிருந்த பண்ட பாத்திரங்களை சிறிய கோணிகளில் கட்டி வைத்துவிட்டு, அய்யாவு வருவதற்கு முன் கடைசியாக ஒரு தடவை ஆசை தீர பரமுவை அடித்திருப்பான் போல!

சைக்கிளில் போய் இறங்கியதும் வாசலின் குறுக்கே நின்றபடி, "நல்லா செஞ்சி வெச்சீங்க! ஊர் சிரிக்கிறதுக்கு முன்ன கூப்ட்டு கௌம்புங்க" என்றான்.

சைக்கிளை ஸ்டாண்ட் போடும்போதே வீட்டிற்குள்ளிருந்து சிறிய செடியைப் போல சட்டென முளைத்துவந்த ஒரு கேவலிலேயே அய்யாவு தளர்ந்து போய்விட்டார். அவனிடம் எதிர்த்துப் பேசுவதற்குக்கூட வலிமை கூடாமல் நெஞ்சு பொருபொருத்துவிட்டிருந்தது.

சொசைட்டி நெல்லைத் திருடி விற்று, இரண்டு மூன்று வருடங்கள் கம்பி எண்ணி வந்த ஒருவன் முன், "வீட்டுக்குள்ள விடு, எம்பொண்ணைப் பார்க்கணும்" என முணங்க மட்டும்தான் அவரால் முடிந்தது.

போஸ்ட்கார்டின் பின்பக்க அரைப்பக்கம் முடிகின்ற விளிம்புவரை எல்லாவற்றையும் கூறிவிட்டு, "பரமு இங்கே வந்துவிட்டாள் - வேணும் சுபம்" - என முடித்தவர், நெல்லூரிலிருக்கும் மகனது விலாசத்தை எழுதிவிட்டு, ஏதோ தோன்ற மாட்டுவண்டி சக்கரத்தின் அச்சிலிருந்த மையைத் துளி எடுத்து போஸ்ட்கார்டின் ஒருமுனையில் தடவிவிட்டு பையில் வைத்துக்கொண்டார். டம்ளரில் மீந்திருந்த சுக்குக்காபியை ஒரே மூச்சாகக் குடித்துவிட்டு ஜன்னல் திட்டில் வைத்துவிட்டு எழுந்தார். உள்ளே யசோதை பழையபடி கத்திக்கொண்டிருந்தாள்.

"கைல விழுந்து கால்ல விழுந்தாவது தகைய வெச்சிருக்க வேணாம்? மூளிச் சாமானைக் கொடுத்த வீட்ல நம்ம பாசத்தை தரிச்சிக்கணும். நானே போறேன், எம்புட்டு நாள் இத வீட்ல சொமக்க."

அவள் யாரையோ சொல்லிக்கொண்டிருப்பதைப் போல பரமு டீயைக் குடித்தவாறே அவளையே பார்த்துக்கொண்டிருந்தாள்.

கொல்லையில் குளிக்கப் போகலாமா அல்லது கண்மாய்க்குப் போய்விடலாமா என யோசித்து நின்றுகொண்டிருந்த அய்யாவுவின் அருகே எண்ணெய்ச் செக்கு நடத்துகின்ற கிருஷ்ணனின் மச்சினன் லோகு சைக்கிளை நிறுத்தி காலூன்றினான்.

"மாமா, முத்துச் சோளம் நெலவரம் எப்படி?"

அய்யாவு அவனை ஒரு மேல்பார்வை பார்த்தபடி, "என்னடா மருமவனே, எள்ளு வித்து தீந்துட்டீங்களா? முத்துச் சோளத்துக்கு வந்துட்டீங்க!"

படுமட்டமான வெட்கத்துடன் லோகு குழைந்தான்.

"ஆமா, செக்கு லாபத்துல பாதி நொட்டீட்டுதான் மச்சான் வேற வேலை பாப்பாரு. நீ வேற ஏன் மாமா! சொல்லு, நம்ம

கைல வகையான பார்ட்டி சிக்கிருக்கு. எடை போட்டவுடன பணம்."

அந்தக் கடைசி வரிகளைச் சொல்லும்போது அவன் கண்ணிலிருந்த குழைவு நீங்கி, அய்யாவுவின் கண்களில் ஒரு ஈரம் படர்கிறதா என வேவு பார்க்கின்ற கூர்மை வந்துவிட்டிருந்தது. அய்யாவு ஒன்றும் பேசாமல் வேட்டியை உதறி தரித்துக்கொண்டார்.

"என்னாது, எடை வச்சவுடன பணமா? அதும் முத்துச்சோளத்துக்கு! போ மருமவனே. பொழுதுபோகலைன்னா உங்கக்கா புருஷனைப் போயி கொஞ்சிக் கெட."

செருப்பை மாட்டியபடி கிளம்பியவரிடம், "பின்ன வெளையாட்டா மாமா? வடக்க நாட்டுக்காரனுக விருதைல டிப்போ அடிச்சிருக்கானுவ. கையக் காட்டுனாலே மூடைக்கு அஞ்சு ரூவா தரகு. உமக்கு தானியேல் நாடான் எம்புட்டு நொட்டுறான்? வருஷம் முழுக்க காடுகரையா அலைஞ்சு நாலு கதர் வேட்டி சட்டைதான் மிச்சம்."

"மருமவனே, உங்கப்பன் வயசு அவருக்கு."

"ப்ச், இருக்கட்டும். மச்சான்கிட்ட கேட்டேன். இப்ப எள்ளு சீசன். இல்லேன்னா அவரே கல்லாவவிட்டு எந்திருச்சு வந்துருவாரு. ஒருவாட்டி இவனுகளுக்கு காசு ருசி காட்டிட்டா, பின்ன மழைக்கும் வெயிலுக்கும் வண்டி கட்டி வந்து உம்ம தானியேல் கடை வாசல்ல காத்து நிக்க ஒருத்தன்கூட இருக்க மாட்டான்."

அய்யாவுவிற்குள் எதுவோ சுறுசுறுப்படைந்து உடல் முழுவதும் ஜாக்கிரதை உணர்ச்சியாய் பரவியது. சட்டென தணிந்த குரலில், "அட ஏம் மருமவனே, வெளைஞ்ச சீதேவியாட்டம் எள்ளு வெள்ளாமைய தனியாளா உம்ம மச்சான் அள்ளி அள்ளி செழிக்கிறான். அதை விட்டுட்டு காய்கறிக்கு கறிகப்பிலை மாதிரி சீச்சீன்னு கிடக்குற முத்துச்சோளத்தைத் தின்ன வார. போ மருமவனே, வெலாங்கு பிடிக்குற தூண்டில்ல அயிரைக்கு பொடி வெச்சுகிட்டு."

மிக இயல்பாக அதைச் சொல்லிவிட்டு மிகச்சாதாரணமாக முகத்தை வைத்துக்கொள்ள முயன்றாலும், உள்ளே எதுவோ கெதக்கெதக்கெனத் துடிக்கத் துவங்கியிருந்தது.

டீ குடித்த டம்ளரின் அடியில் கசிந்து தேங்கியிருந்த கருப்பட்டிப்பாகை விரல்விட்டு நோண்டிச் சப்பிய பரமுவை டம்ளரைக்கொண்டே தலையில் குட்டிய யசோதா, "எப்பப் பாரு வேவாரம், சுடுகாட்டு சாம்பல்னுகிட்டு. ஒரு மனுசன் இன்னொரு மனுசனை வெட்டித் திங்குறதை ஒழிக்கும்போ தப்பி ஒளிஞ்ச மனுசங்கதான் எல்லா வேவாரியும்."

அய்யாவுவிற்கு வகையாக கோபம் வந்தது. ஆனால் வாய் வெறுமனே, "மயிரு" என மட்டும் சொல்லிக்கொண்டது.

வழக்கத்திற்கும் சீக்கிரமாக சைக்கிளை மிதித்துக்கொண்டு, ரயில்வே ஃபீடர் ரோடுக்கு வேகுவேகென்று செல்லும் அய்யாவுவைச் செக்குமண்டிக் கல்லாவிலிருந்து கிருஷ்ணனும் லோகுவும் நக்கலாகப் பார்த்துச் சிரிப்பதைப் போல அவரே நினைத்துக்கொண்டார். வயதான மரங்கள் கிளைகள் தாழ்த்தித் தணிந்திருந்த ஆஸ்பெட்டாஸ் வேயப்பட்ட தானிய மண்டியின் வாசலில் மாட்டு வண்டிகள் அவிழ்த்து விடப்பட்டிருக்க, வைக்கோல் நுனியில் பல்குத்தியபடி சம்சாரிகள் பேசிச் சிரித்துக்கொண்டிருந்தனர். மண்டிக்குள்ளிருந்து விரட்டுகின்ற தானியேலின் குரலிற்குப் பயந்தவனாக 'சைக்கிள் ரிக்ஷா' ஆசீர்வாதம் கலைந்த லுங்கியை அள்ளிக்கொண்டு தெருவில் ஓடினான். பின்னாலேயே அவனது பின்னந்தலையை நோக்கிப் பறந்து வந்த தானியேலின் தோல் செருப்பு அவனது தோளில் பட்டு விழுந்தது. அய்யாவு சிரித்துக்கொண்டார். வேப்பமுத்து எடை போட வந்த உள்ளூர் பெண்ணொருத்தி, "மூணாம் நாள் உயிர்த்தெழுதலன்னிக்கு இவம் சிலுவை தூக்கி ஏசுவா தெருத்தெருவா பாதிரியோட வந்தப்ப தங்கச்சங்கிலி மண்ல பட விழுந்து கும்பிட்டீகளே மனுசனே" என்றாள்.

விழுந்த ஒற்றைச் செருப்பில் ஒட்டிய சாணியை வைக்கோல் கூளத்தால் வழித்தபடி, "ஹாங்! அது.. ரெட்டை பொண்டுக, ஒரு கிறித்துவச்சி, ரெண்டு வேளை ரசஞ்சோறு மட்டும் போதும்னு நின்னு பைபிள் வாசிக்கிற தானியேலுக்கு. அவம் முன்ன யார் சிலுவை தூக்கி நின்னாலும் அவம் விழுவான். அவனுக்கு

ரிக்ஷாக்கார ஆசீர்வாதமும் யேசுதான். யேசு வெளில போயி ஆசீர்வாதம் குடிகாரனா மண்டில நுழைஞ்சான்னா, தானியேல் போய் உடங்குடி பனையேறி புத்திக்குள்ள வந்திருவான். ஏசுவுக்கு என்ன மயித்துக்கு காசு!" என்றான்.

அய்யாவு தானியேலைச் சாடை காட்டி கல்லா அறைக்குக் கூட்டிச் சென்றார். நீண்ட மேஜையெங்கும் வெவ்வேறு செய்தித்தாள்களால் சுற்றப்பட்டு வந்திருந்த தானிய மாதிரிகளைப் பேசியபடி விரித்துச் சரிபார்த்து பழையபடி பொட்டலம்கட்டி அதைச் சுற்றியிருந்த தேவைக்கதிகமான ரப்பர்களைக் கவனமாகச் சிறிய தகர டப்பாவில் போட்டுக்கொண்டார். கொஞ்ச நேரம் யோசித்தபடி விரல் நகங்களையே பார்த்தவர், பிறகு அய்யாவுவிடம் தணிந்த குரலில், "முத்துச்சோளத்துக்கு ரொக்கம்னா, நெல்லுக்கெல்லாம் வயல்லயே போயி உக்காந்திருவானுக போல" என்றபடி பெருமூச்சுவிட்டார். "கையில ஒன்னும் எழுத்தும் இல்ல அய்யாவு. வாங்கி அடுக்குனா கோடைக்குத்தான் வெலை போகும். எடைச்சேதாரம் வட்டின்னு எம்புட்டு விடுறது?"

அய்யாவுவிற்கும் அந்த அலுப்பும் விட்டேத்தித்தன்மையும் ஒருகணம் வரத்தான் செய்தது. ஆனால் லோகு மாதிரி நேற்று வந்த ஒருவனின் ஆழம்பார்க்கும் பார்வையும் சிரிப்பும் அவரை மூர்க்கங்கொள்ள வைத்திருந்தன.

நேற்று மாலை பரமுவின் வீட்டுக்காரன் முன்பு சோர்ந்து கூம்பியிருந்த மனதுகூட இப்போதுதான் தினவாகச் சோம்பல் முறித்து எழுகின்றது. சுவரில் மாட்டி, பழுப்பேறி விட்டிருந்த சாமிப் படங்களைப் பார்த்தபடி அய்யாவு, "ஒரு சீசன் லாபத்தை விட்டுருவோம் தானியேலு. அநேகமா குசராத்துக்காரனுகளாத்தான் இருக்கும். அவனுக நீ சொன்ன வட்டிக்கணக்குப் பார்க்காம இருக்க முடியாதவனுக. அதுதான் சாத்தையாறு அணக்கட்டுக்கு மேற்கோடி வரை விளைஞ்சு கெடக்குற எரநூறு ஏக்கர் மக்காச்சோளக் கொள்முதல் நமக்கு காத்துத் தரும்."

தானியேல் காதின் விளிம்பில் வளர்ந்திருந்த நரைத்த உரோமங்களை விரல்களால் நீவியபடி அய்யாவுவைப் பார்த்தார். கண்களுக்குள் குதிரைகள் சொடக்குவிட்டு எழுந்து நிற்கின்ற

துவக்கம். அறையின் ஒரு மூலையில் சாமிப் படங்களுக்குக் கீழே சுவரைப் பார்த்து உட்கார்ந்தவாறே சுவரோரம் அடுக்கியிருந்த பணக்கட்டுகளைப் பைக்குள் அடுக்கிக்கொண்டிருந்த சாத்தூர் நல்லமணி கடை ஏஜெண்ட் பழனிமுத்து, “வட்டிக்குக் கட்டாத கொள்முதல்னா, ரெண்டு புள்ளி ஸ்கேல்ல சரிக்கட்டி அளக்கலாம்ல?” என இவர்களைப் பாராமல் கூறினான். தானியேல் அவன் பக்கம் திரும்பி, “ஏலே, சாமிப் படத்துக்குக் கீழ உக்காந்து என்ன பேசுற? பாவாடைச் சட்டை போட்ட சின்னப் பொண்ணைப் பாத்துக்கங்கனு சொல்லி கைல ஒப்படைச்சிட்டு கோயிலுக்குள்ள போற மனுசனுக மாதிரி இந்தா வாசல்ல உக்காந்து சிரிச்சிக்கிட்டிருக்காங்க சம்சாரிக. கூதற தாய்ளி, உனக்கு ஏண்டா புத்தி இப்டி பீ திங்குது?”

அய்யாவு இதைச் சட்டை செய்யாதவராக தினத்தந்தியில் ஒட்டன்சத்திரம் மார்க்கெட் குறிப்புகளைப் படித்துக்கொண்டிருந்தார். வெளியே ஆடி மாசக்காற்று கூளங்களைச் சுருட்டி மேலேறி வீசிக்கொண்டிருக்க, இலேசான மழை பெய்யத் தொடங்கியது. களத்து வேலையாள் செங்கு இரண்டு டம்ளர்களில் சுக்குத் தண்ணியை ஆவிபறக்கக் கொண்டுவந்து வைத்தாள். தானியேல் வாய் கொப்புளிக்க எழுந்து செல்ல, செங்குவிடம் இரண்டு சாக்கைக் கொண்டுவந்து தரையில் விரிக்கச் சொன்னார் அய்யாவு. பழைய கருங்கல்லால் ஆன தளம். கோடையிலேயே தண்ணீர் மாதிரி உருகிக் கிடக்கின்ற கல்லின் தண்மையை மழையில் கேட்கவே வேண்டியதில்லை, ஐஸ்கட்டியேதான். பாதத்தைத் தரையில் பாவ முடியாது.

மூடைகள் அட்டியலிடப்பட்ட கிட்டங்கி வாசலில் தலைக்குத் துண்டு கட்டி தயங்கி அமர்ந்திருக்கும் சம்சாரிகளை, “உள்ளார போயி உக்காருங்கடா. மழைக்கு நனைஞ்சிக்கிட்டே பேசுனது போதும். செங்கு, எல்லாருக்கும் டீ ஆத்து” என்றவாறே உள்ளே வந்து அமர்ந்து கிளாஸைக் கையில் எடுத்துக்கொண்டார்.

“ஏன் அய்யாவு, இன்னமும் போட்டு ஏன் இதுகளைக் கட்டி அழுதிட்டு, வயசா இருக்கு நமக்கு? வர்ற நெல்லை மட்டும் எடைபோட்டு கெடப்போமே. பொண்ணுகளுக்குக் கட்ட வர்றவனுக இதெல்லாம் உக்காந்து ஆளவா போறானுகன்னு ஒரு செமயம் விட்டேத்தியாத் தோணிடுது.”

கொஞ்ச நேரம் அங்கே பேச்சே எழவில்லை. அய்யாவு தனது பாதங்களைப் பூனைக்குட்டிகளைப் போல சாக்குக்கட்டுக்குள் பொதிந்துகொண்டார். ஒருவிதப் பாதுகாப்பை மனது உணர்ந்தது போல் நிம்மதி வந்தது.

சின்ன வில்லுத்தராசும் நாலைந்து கோணிச்சாக்குப் பண்டல்களுமாக முப்பது நாப்பது வருசங்களுக்கு முன்பு தானியேல் கடை ஆரம்பித்தபோது, தரகராக அய்யாவு அறிமுகமாகி வளர்ந்த பழக்கம். இப்படி அங்கலாய்த்துப் பேசுகின்ற தானியேலுக்கு உடலோ உருவமோ கிடையாது என்பது அய்யாவுவிற்குத் தெரியும். நரைத்த நெஞ்சு உரோமங்களுக்குள் பத்துப் பவுன் செயின் தொங்க, முண்டா பனியனுக்கு வெளியே திமிறி நிற்கின்ற வார்பிடித்த தொப்பை வயிற்றோடு அட்டியல் அட்டியலாக நெல்லைக் கசக்கிச் சரிபார்த்தபடி, விலை நிலவரத்தைப் பக்கத்தில் நிற்கும் சம்சாரிகளிடம் சன்னதம் வந்ததைப் போல் கூறிச்செல்கின்ற தானியேல் மட்டும்தான் உண்மை. இந்தக் குடும்பக் கிறித்துவ தானியேல் வாய் கொப்புளிக்கும் இடைவெளியில் காணாமல் போய்விடக்கூடிய ஆள். அதனால் தானியேல் சொல்வதை ஒப்புக்குக் கேட்டவாறு தினத்தந்தியை மடித்து மேஜையில் போட்டார். எழுதி எழுதி நுணுகிவிட்ட பென்சிலில் திட்டக்கணக்கை அழித்து பழையபடி எழுதிய தானியேல், பழனிமுத்து பக்கம் திரும்பாமல், “68292…செரியா?” என்றார்.

அவன் தொடைக்குக் கீழே எழுதி வைத்திருந்த ரூபாய் திட்டத்தை எடுத்துப்பார்த்து, “நேர்” என்றான்.

சட்டென தானியேலின் முகத்தில் அந்த இளமையும், மகிழ்ச்சியுமான புன்னகை எழுந்து வந்தது. மிகுந்த உற்சாகத்துடன் கைகளைப் பரபரவெனத் தேய்த்துக்கொண்டார்.

“ரெண்டு நாளா சாப்பிடவே முடியல. நூத்தி சொச்ச ரூவா வித்தியாசம். சரியாப் போகாத அவஸ்தையோட உடம்பையும் மனசையும் தூக்கி அலைஞ்சு… ஸ்ஸப்பா..”

பழனிமுத்து வால்பையை இடுப்பில் கட்டியவாறே, “எடைத்தராசுக்கு பூவும் பொட்டும் வச்சுவிட்டா, ராத்திரிக்கு கூடவே படுத்துக்கிடுவாரு உடங்குடிக்காரரு” எனச் சிரித்தபடி கூறினான்.

கொஞ்சம் கூடுதலான கேலிதான். தானியேலுக்கு அந்த நேரத்தில் அது இரசிக்கக்கூடிய ஒன்றாகவே இருந்தது. திட்டப்பேப்பரை மடித்து கல்லாப்பெட்டிக்குள் வைத்தவாறு அய்யாவுவிற்கு மட்டுமே கேட்கும் குரலில், “ஒரே கூட்டல்ல திட்டக்கணக்கு நேராகுறப்ப வர்ற சந்தோசம், கெட்டினவகிட்ட ரெண்டுவாட்டி படுக்கும்போது கூட கிட்டாது. இல்லியா அய்யாவு?” என உதட்டுக்குள் சிறிய சிரிப்போடு கேட்டார்.

அய்யாவு மெல்ல புன்னகைத்தவாறு கோணிச்சாக்கைப் பாதங்களுக்கு நன்றாக இழுத்துவிட்டுக்கொண்டார்.

“சாத்தியாறு அணைன்னா அதுக்குத்தாண்டி எர்ரம்பட்டி சம்பா நெல்லுபூமி வந்துரும்ல அய்யாவு? முத்துச்சோளத்தை விட்டோம்னா ஏறிவந்து சம்பாவைத் தொட எவ்வளவு நாளாகும்?”

வெளியே ஆடிக்காற்றும் குற்றாலச் சாரலும் வீசிக்கொண்டிருக்க குளிர்ந்த கற்தளம் கொண்ட அறையில் தானியேல் இப்படி கங்காகக் கனிந்துகொண்டிருப்பதை அய்யாவு மகிழ்ச்சியாக அனுபவித்தார்.

“பின்ன யோசனையில்லாமலா சொல்லுறேன்?” ஆர்வங்காட்டாத குரலில் சொல்லியபடி வெளியே வேடிக்கைப் பார்த்தார்.

“சம்பால எஞ்சுறதுதான் லாபம் அய்யாவு. இல்லாட்டி வருசம் முழுக்க இந்த யானைக்கு தீனிபோட முடியாது. என்ன செய்யலாம்?”

முற்றிய பதற்றம் ஏறியிருந்த தானியேலின் அந்தக் குரலிற்காகத்தான் அய்யாவு அவ்வளவு நேரம் காத்திருந்தார்.

தானியேலின் மண்டியில் கட்டி எடுத்திருந்த சாக்குக்கட்டோடு அணைக்கட்டு செல்லுகின்ற சகதித்தடத்தில் வம்பாடாக சைக்கிளில் எக்கிக்கொண்டிருந்தார் அய்யாவு. மனசுக்குள்ளே ஒரு மெல்லிய குரல், தானியேல் முதலில் சொன்னதுதான் உண்மை என்றது. இன்னும் எவ்வளவு காலத்திற்கு இப்படிப் போராடுவது? பத்து வருடங்களுக்கு முன்பு அப்பாவியைப் போல எள்ளு வயலில் நுழைந்த கிருஷ்ணனை, பிறகு ஒருபோதும் அய்யாவுவால், தானியேலால் கட்டுப்படுத்த முடியாமல்

போனது. கொள்முதலில் ஏகபோகம் பெற்றவனாக அவன் செக்கு திறந்து புதுக்கணக்கிற்கு அழைத்தபோது, போய் ஆதாய வரவு எழுதி சந்தனம் தடவிவைத்துத் திரும்பும்போது தானியேலும் அய்யாவுவும் ஒரு வார்த்தை பேசிக்கொள்ளவில்லை. முழுமுற்றாக வீட்டிலிருந்த ஏதோவொரு உயிரைத் தூக்கிக் கொடுத்துவிட்டு வந்த உணர்வு. ஒவ்வொரு ஆயுதபூஜைக்கும் கழுவித் திலகமிட்டுப் பரப்பிவைக்கப்படுகின்ற, மண்டியில் புழங்கும் சாமான்களுக்குள், துருப்பிடித்து ஓரம் கிழிந்த எள்ளு சலிக்கின்ற சல்லடை பழைய ஞாபகத்தின் மிச்சமாக, மங்கலத்தில் அமங்கலமாகச் சிரித்தபடி நிற்கும். அதற்குத் தீபம் காட்டும்போது மட்டும் தானியேலின் உடலில் சின்னதாக ஒரு குறுகல் நிகழும். அய்யாவுவால் மட்டுமே உணர முடிகிற குறுகல். பரமுவை நேற்று சைக்கிள் கேரியரில் அமரவைத்து மிதித்து வரும்போது அய்யாவுவின் உடலில் இருந்த குறுகல்.

நினைத்தது போலவே அணைக்கட்டிற்கு அடுத்து விரிந்திருந்த மக்காச்சோளக்காட்டிற்குச் சமீபத்தில்தான் லோகு வந்து சென்றிருக்கிறான் என்பதை அறிந்தபோது, அய்யாவுவின் நரைத்தமுடி கொண்ட கரங்கள் முழுக்க அவ்வளவு தொலைவு சைக்கிள் மிதித்த வியர்வை திரளாக வழிந்துகொண்டிருந்தது. இதுநாள்வரை நிலவரம் கேட்காத சம்சாரிகள் விலைச்சீட்டு கேட்கும்போது அய்யாவுவிற்கு என்ன பதில் சொல்வதென்றே தெரியவில்லை. இவ்வளவிற்கும் நிலவரத்திற்குப் பத்துப் பைசா குறையாமல் சீட்டெழுதி தருபவர்தான். அதுநாள் வரை அவர்கள் கேட்காமலும் இவர் சொல்லாமலும் இயல்பாக, கண்ணியமாக நிகழ்ந்துகொண்டிருந்த ஒன்றின்மீது இப்போது அவர்கள் விலை கேட்கும்போதும், அய்யாவு அதற்கு மோசமான வியாபாரச் சிரிப்போடு பதில் அளித்தபோதும் முதல் விரிசல் விழுந்தது.

இன்னும் சிலரிடம் எடுத்தேறி மறைமுகமாகக் கெஞ்சவே வேண்டியிருந்தது. எங்கேயோ உட்கார்ந்து கணக்கெழுதி ரூபாயை எண்ணிக்கொண்டிருக்கும் தானியேலுக்காக, அவர் தருகின்ற மூன்று ரூபாய் தரகுக்காக, இப்படிச் சகதிக்காட்டில் சைக்கிள் நிறுத்த இடமில்லாமல், சாக்குச் சுமையோடு இந்தச் சம்சாரிகளிடம் ஏதோ புதியவனைப் போல கெஞ்சுகின்ற போது உள்ளூர எழுந்த அவமானத்தை எரிச்சலாகவும்

தவிப்பாகவும் உணர்ந்தார். பரமுவின் வீட்டுக்காரன் ஆட்டுரலில் உட்கார்ந்து நியாயம் பேசும்போதுகூட இப்படி உள்ளூர பாயாத வலி, ஆண்டுக்கணக்காக அலைந்து திரிந்த இந்த மக்காச்சோளக்காட்டில் பாய்ந்துகொண்டிருந்தது.

மதியம்வரை வெயிலில் அலைந்து முடித்தும் சாக்குக்கட்டை எந்தச் சம்சாரியும் வாங்கிக்கொள்ள முன்வரவில்லை. "நிலவரம் சொல்லிட்டுப் போங்க", "யோசித்துச் சொல்றோம்" என்பதே பலரது பதிலாக இருந்தது. ஒரு கட்டத்தில் அய்யாவுவிற்கு சிரிப்பே வந்துவிட்டது.

"ஏதேது! என்னமோ தங்கத்தை தகரம்னு சொல்லி ஏத்திக்கிட்டு போற திருடனாட்டம் கூச வெக்கிறீகளே!"

லோகு ஆசைகாட்டி கூறிச்சென்ற விலை நிலவரங்களை உள்ளுக்குள் எண்ணிக் கணக்குப் போட்டுப் பார்த்துக்கொண்டே, தங்களுக்கு முன் வியர்வையை வழித்தபடி சிரிக்கின்ற அய்யாவுவைப் பரிதாபமாகப் பார்த்தவாறு தங்களுக்குள் அவதியாகப் புன்னகைத்துக்கொண்டனர்.

உச்சிவெயில் சரியத் தொடங்கும்போது பாதிக்காட்டைக் கடந்துவிட்டிருந்தார். மனமெங்கும் அவநம்பிக்கை பூத்துவிட்டது. தெளிவான அறிகுறிகள்தான். வெகு சீக்கிரமே லோகு தானிய மண்டி திறந்துவிடுவான் எனத் தன்னையறியாமல் சொல்லிக்கொண்டார்.

ராசு டீக்கடையில் அமர்ந்து ஒரு பன்னையும் டீயையும் பிய்த்துப் போட்டுக்கொண்டிருக்கும் போது யசோதையின், பரமுவின் ஞாபகம் வந்தது. ஏசுவது அடிப்பது எல்லாம் அய்யாவு திண்ணையில் இருக்கும் போதுதான். மற்ற நேரங்களில் பரமுவிற்கும் சேர்த்து யசோதை தனியொருத்தியாகத் துயரைத் தாங்கிச் சுருண்டு கிடப்பாள். அந்தக் கோபம் எப்படி அய்யாவுவிற்கு வராதோ அதே அளவு அந்தத் துயரத்தின் எடையும் அவரால் தோளில் சுமக்க முடியாதவொன்று. நினைக்கும்போதே பாதரசக் கட்டிபோல அவ்வளவு கனம் உள்ளிறங்குகிறது.

எல்லாம் கைமீறிவிட்டதாக எண்ணியபடி ஊர் திரும்பிக்கொண்டிருக்கும் போதுதான், பழைய ரயில்வே

மாஸ்டர் மகன் நடராஜனை எதிர்கொள்ள நேரிட்டது. அவனது அப்பா காலத்திலிருந்து நல்ல பழக்கம். அணைக்கட்டிற்கு அடுத்த முதல் காடே அவர்களுடையதுதான். அங்கே எடை போட்டுவிட்டால் பின்னிருக்கும் எல்லா வயலும் புனலுக்குள் நீர் இறங்குவதுபோல சரசரவென கோணிக்குள் அடைந்துவிடும். அவனும் விபரம் கேள்விப்பட்டிருந்தான்.

"தெரியாததில்லை பெரியய்யா, ரெண்டு வெள்ளாமைக்கு அந்த பத்து ரூபா கூட்டித் தருவானுக. பின்ன உங்களை ஒழிச்சவாட்டி மூட்டைக்கு இருவதா குறைச்சு எடுப்பானுக. பல்லு கடிச்சு ஒரு ரெண்டு வெள்ளாமைய நீங்க தாக்காட்டிருங்க பெரியய்யா. அலுத்துப் போய் ஓடிருவானுக."

அவன் சொல்லிமுடிக்கும் முன்பே அய்யாவுவிற்குள் கணக்கு வழக்கு ஓடத் தொடங்கியிருந்தது. கொண்டுவந்த சணல் சாக்கிற்குப் பதிலாக யூரியா பிளாஸ்டிக் பையில் சரக்கைப் பிடித்தால் எப்படியும் பதினைந்து மிச்சப்படும். சம்சாரிக்குப் பத்துபோக, மண்டிக்கு அஞ்சு. தனக்கு தரகுக்குக்கூட தகையாது என்கின்ற எண்ணமே வரவில்லை. தெரிந்த எல்லா மோட்டார் ரூம்களிலும் சும்மா கட்டிக்கிடக்கும் யூரியாப் பைகளை அள்ளிவந்து கால்வாய் நீரில் வேட்டியை ஏறக்கட்டிவிட்டு, இறங்கி அலசத் தொடங்கினார். காட்டிற்கும் வீட்டிற்கும் போய் வந்துகொண்டிருந்த சம்சாரிகள் பலரும் அவர் பார்க்கவே கேலியாகச் சிரித்தபடி சென்றனர். மோசமான விசயம்தான். யானையைச் சணலால் கட்டி இழுத்துச் செல்வது மாதிரியான அவமரியாதையான கொள்முதல் நுணுக்கம்தான். வேறு வழியில்லை. யாரையும் ஏறிடாமல், யூரியா குருணைகளை அடித்துச் செல்கின்ற நீரோட்டத்தைப் பார்த்தவாறாக குனிந்து அலசிக்கொண்டிருந்தார்.

பேச்சினூடாக யசோதை திரும்பவும் பரமுவை அவளது வீட்டுக்காரனுடன் சமாதானமாக அனுப்ப நேரில் போய் பேசப்போவதாகச் சொன்னது கசப்பாக ஞாபகம் வந்தது. அவர்களை எப்படித் தனியாக அனுப்புவது? அடிபட்ட தெருவிற்கே திரும்ப அதே புண்களோடு செல்வதை நினைக்கவே கூசியது.

ஏதேதோ யோசித்தபடியிருந்தபோது, நடராஜன் எடை போடுவதற்கு தராசைக் கொண்டுவந்து காட்டில் இறக்கிவைத்துச் சென்றான்.

அய்யாவுவிற்கு போன உயிர் அப்போதுதான் திரும்பிவந்த நிம்மதி எழுந்தது. அலசி காயவைக்கப்பட்ட பிளாஸ்டிக் பைகளை அள்ளியபடி வயலில் இறங்கினார். தலையில் முண்டாசுகளும் வியர்வை வழிகின்ற முதுகுகளுமாக வயலுக்குக் கல்யாண வீட்டுத் தோரணை வந்துவிட்டிருந்தது. எதிர் வரப்புகளில் நின்றபடி, உற்சாகமாக எடை போட்டுக்கொண்டிருக்கும் நடராசனை, அவனது சிரிப்பு குன்றாத அளவிற்கு அவனிடம் பேச்சுக் கொடுத்து பைகளைப் பிடித்துக்கொண்டிருக்கும் அய்யாவுவை, சற்று முன்பிருந்த கேலி நீங்கி பழைய ஸ்நேகமான பார்வையோடு பார்த்துச் சென்றனர். எல்லாவற்றையும் ஓரமாகப் பார்த்துக் குறித்துக்கொண்டுதானிருந்தார். சொல்லின், செயலின் வாள்முனையில் நிற்கின்ற அத்தனை பேரையும் தனியொருவனாக வீழ்த்திவிட்ட பெருமிதத்தோடு, பழகிப்போன நிலத்தில் நீண்ட நாளுக்குப் பிறகு செய்கின்ற போரைப் போல மிக இலேசான சந்தோஷமும் பிறந்து வந்தது.

சாலை மேட்டில் நின்றிருந்த சைக்கிளும், சாக்குக்கட்டும் எளிய உயிர்களைப் போல இதற்குச் சம்பந்தமேயில்லாமல் நின்றன. மூடையெல்லாம் எடையிட்டு அட்டியல் போட்டபோது இரவு கவிந்துவிட்டது. நடராசனுக்கு விலைச்சீட்டு எழுதிக் கொடுத்துவிட்டு, அய்யாவு அசதி தீர ஒரு சுருட்டைப் பற்ற வைத்துக்கொண்டு அங்கேயே சாக்கை விரித்துப் படுத்துவிட்டார்.

இங்கே நடந்த இந்தக் கூத்தெல்லாம் தானியேலிற்குத் தெரிந்தால் திட்டுதான் விழும். அப்படி எறங்கிப்போக அவசியமே இல்லையெனச் சீறுவார். அது கடல். பார்க்கப் பெரியதுதான், ஆனால் மாடு போட்ட சாணி போல ஒரே இடத்தில் அலையடித்துக் கிடந்தாலும் தப்பில்லை. ஆனால் ஆற்றுக்கு அப்படியில்லை, மண்ணை நெகிழ்த்தி தன் வழியை நிறைத்து அது ஓடிக்கொண்டிருக்கத்தான் வேண்டும்.

நீண்ட நாட்களுக்குப் பிறகு காட்டில் சிறுவனைப் போல ஓடியாடித் திரிந்த அசதியில் நல்ல உறக்கம் வந்தது. வெற்றியா

தோல்வியா என்று தெரியாத ஒரு விளையாட்டு. வெற்றி என்றால் எவ்வளவு நாளைக்கென அச்சம் கூடவே வருகின்ற வெற்றி. அறுத்து எடை போட்டுவிட்ட வயலின் நீண்ட வெற்றுச் செவ்வகமும், ஒரு மூலையில் அடுக்கி வைக்கப்பட்ட சோள மூட்டைகளும் இரவுக்குள் நிழலோவியமாக வென்றுவிட்ட அரண்மனை வாசலும், யானை நிற்கின்ற முற்றமுமாக தோன்றத் தோன்ற நிறைந்த மனதோடு தூக்கம் சூழ்ந்தது. காய்ந்த மக்காச்சோளத் தட்டைகள் காற்றில் தகரத்தைப் போல உரசிக்கொள்வதை இனிய ஓசையாக அனுபவித்தபடி ஆழ்ந்து கவிழ்ந்தார். விடிவதற்கு முந்தைய மூன்றாம் சாமத்தில் விழிப்பு வந்துவிட்டது. நிற்கின்ற யானையைத் தட்டுவது போல மூட்டைகளை ஒருமுறை தட்டிக் கொடுத்துவிட்டு வரப்பினோரம் குத்த வைத்தார். எப்போது விடியுமென்கிற தவிப்பு மனம் முழுக்க நிறைந்திருந்தது. நேராகத் தானியேலிடம் போய்த் தகவலைச் சொல்வதை மனதிற்குள் வேறுவேறு விதமாக நினைத்துப் பார்த்து திருப்திப்பட்டுக்கொண்டார்.

குத்தவைத்திருந்த காலருகே மக்காச்சோளத்திலிருந்து உரித்து எறியப்பட்ட காய்ந்த சோகை தலைவிரி கோலம்கொண்ட பெண்ணின் முகச்சாயலோடு உருண்டு வந்தது. தூரத்துச் சாலையில் நின்றிருந்த சைக்கிளில் நேற்றிலிருந்து இறக்கப்படாமல் அவமானப்பட்டு மண்டி திரும்பும் சாக்குப் பண்டல்கள் துயரமான இருளோவியமாக எதனையோ ஞாபகப்படுத்துகிறதென யோசித்தபடி எழுந்தவருக்கு, எண்ணி பத்து மூட்டைகள் அடுக்கினாலே நிறைந்துவிடும் வீட்டையும், காய்ந்த சோளத்தட்டையைப் போல பாவாடை மேலேறியது தெரியாமல் கொடுவாய் வடியத் தூங்கும் பரமுவையும் நினைத்தபோது விரிந்த வானத்திற்குக் கீழே கிடுகிடுவென ஒற்றைப் புள்ளியாகத் தன்னை எதுவோ சுருக்கி அடக்குவதை பீதியாக உணர்ந்தார். நட்சத்திரங்கள் பொலிவிழந்துகொண்டிருந்த வானில் விடியலின் முதல் செந்தீற்றலைப் பார்த்தபோது, யானையும் அரண்மனையும் சூழ்ந்திருக்க அய்யாவுவிற்கு அழுகை வந்தது.

– தமிழினி இணைய இதழ், 27.07.2021

***

## அசபு

பாதத்தில் ஈரம் படருவதைப் போலிருந்தது. உறக்கம் மெல்ல வடிந்து அசபு ஒருமுறை திரும்பிப் படுத்தான். கால் பெருவிரலால் போர்வையைத் தேடினான். அகப்படவில்லை. அம்மாதான் இப்படிச் செய்வாள். குளிர்ந்த காற்று பாதத்தைத் தழுவ அம்மா போர்வையை எடுத்துச் சென்றிருந்தாள். அசபு கட்டிலுக்குக் கீழே பார்த்தான். அப்பா இன்னமும் உறங்கிக் கொண்டிருந்தார். அவரது தலையணைக்கு அடியில் ஒரு சிகரட் பாக்கட் நசுங்கிக் கிடந்தது. சீராக குறட்டை விட்டுக் கண்ணை மூடியிருந்தாலும் எதையோ பார்ப்பது போலப் பாவைகள் உருண்டு கொண்டிருந்தன. அசபு நெஞ்சுக்குக் குறுக்காக முழங்காலை உயர்த்தியபடி ஜன்னலை நோக்கி திரும்பிக் கொண்டான். சாம்பல் நிற அதிகாலை வானம். இன்னும் ஒரேயொரு நட்சத்திரம் மட்டுமே எஞ்சியிருக்கிறது. அதுவும் பார்த்துக்கொண்டிருக்கும்போதே மறைந்து விடுமளவு குறைந்த சரிகை வெளிச்சத்தையே பிரதிபலிக்கிறது. அசபு எவ்வளவு கவனமாகப் பார்த்தாலும், ஒரு நட்சத்திரம் வீட்டுக்குப் போய்விடுகிற கடைசி தருணத்தை பார்க்கவே முடிந்ததில்லை. தொலைக்காட்சியைப் பார்த்துக் கொண்டிருப்பதால் கண்களிலிருந்து நீர் வடிந்து கொண்டிருக்கும் பிரச்சனை வந்த நேரத்தில் அப்பா இவனது கட்டிலை ஜன்னலையொட்டி நகர்த்தி வைத்து ஜன்னல் வழியான ஒரு உலகைக் காட்டினார். அந்தக் கட்டிலில் அசபு யாரையும் படுக்கவிடுவதில்லை. பழைய மரத்தாலான அந்த

ஜன்னலின் வழியே ஒரு சதுரத்துண்டு ஆகாயம் அசபுவிற்கு மட்டுமே தெரிந்த ரகசியங்கள் கொண்டதாயிருந்தது. ஜன்னலின் கீழ்விளிம்பிலிருந்து தோன்றி மேல் விளிம்பில் சென்று மறையும் பறவைகள், அபூர்வமாகக் கடந்து செல்லும் எரிநட்சத்திரம் என முடிவில்லாத ஓவியங்கள் மாறுகின்ற கித்தானைப்போல் அந்த ஜன்னல் இருந்தது. இரவு நேரங்களில் ஆற்று மணலில் இருக்கின்ற காக்கைப் பொன்துகள் அளவிலான நட்சத்திரத்தை அசபு நுணுக்கி நுணுக்கிப் பார்த்து கண்டுபிடிப்பான். அம்மாவை கூப்பிட்டுக் காட்டுகையில் அவளால் அதைப் பார்க்கவே முடியாது. ஒரு கட்டத்தில் அவள் சலித்தபடி திரும்பிப் போய்விடுவாள். அப்போது, தன் கண்களுக்கு மட்டுமே தெரிகின்ற அந்த குட்டி நட்சத்திரத்தைப் பார்த்தபடி ஜன்னல் திட்டில் உறங்கி விடுவான். அசபுவிற்கு பயமும் அழுகையும் வரும். மிகவும் தனியனாகிவிட்டதைப் போலவும் அம்மால் வரமுடியாத இடத்தில் சிக்கிக் கொண்டதாகவும் நினைத்து அஞ்சுவான்.

தானிய மண்டிகள் அடைத்துக் கிடக்கின்ற கிட்டங்கித் தெரு. நொதித்து அடங்கிக் கிடக்கும் திராவகத்தைப் போன்ற கலங்கலான அசூயை விரிகின்ற சகதிக்காடாகவும், அந்தச் சகதியிலேயே ஊறிக்கிடக்கின்ற தானிய முத்துக்களும், அவிழ்த்து விடப்பட்டு நடுரோட்டிலேயே உறங்குகின்ற திமிர்பசுக்களும், ஆங்காங்கு நிறுத்தி வைத்துச் சென்றுவிட்ட கைவண்டிகளும் கிட்டங்கித் தெருவிற்கு அசோபையை மட்டுமே தருகின்றன. தூசி படிந்த ஜன்னல் திட்டுகளில் கேவுகின்ற புறாக்கள் கிட்டங்கித் தெருவிற்கு சாம்பல் நிறத்தைத் தங்களுடைய குரல்களால் கொண்டு வருகின்றன.

அசபு ஜன்னல் திட்டில் முகம் வைத்திருநதான். கீழே சமையலறையில் அம்மா கத்தினாள்.

"அசபு, இன்னிக்கு போவப்படாது."

அவள் கூறியபிறகுதான் கிட்டங்கி தெருவின் முனையை உன்னித்தான். பூட்டிக் கிடந்த சிமிட்டிக் கடை கிட்டங்கியின் முன் டூமென் நின்றிருந்தான். புகையைப் போல விரவிக்கிடந்த சிமிண்ட் படலத்தின் நடுவே சூம்பித் தனியாகத் தொங்கிய தனது வலது காலைத் தூரிகை போலச் சுழற்றி வினோத வட்டங்களை

வரைந்தபடி இருந்தான் அவன். மாடி ஜன்னலிலிருந்து அசபுவிற்கு அவை பிரம்மாண்டமான பூக்களைப் போலத் தோன்றின. சிமிண்ட படலம் குளிர்கால ஏரியின் மேற்பரப்பைப் போலும், அதன் மீதான பூங்கொத்துகளின் வட்டத்திற்கு நடுவே மாட்டிக் கொண்டு அலைபவனாக டூமனும் தெரிந்தனர்.

## டூமனால் கூற முடியாத முன் வரலாறு:

அவனுக்கு ஒரு பெயர் இருந்தது. எல்லா ஊர்களிலும் கொழுத்த குழந்தை ஒன்றிற்கு பிரியமுடன் வைக்கப்படுகிற பெயர் அது. அவர்களது வீட்டிற்கு பின்புறம் சிறிய வாரச்சந்தை கூடுகின்ற தினங்கள் கருவாட்டு மணம் மிகுந்திருக்கும் காலை வேளைகளைக் கொண்டவை. அந்த சிறிய வீட்டின் ஜன்னலைத் திறந்தால் வாரச்சந்தையின் எளிய காட்சிகள் ஊடாடும். அம்மாவிற்கு இவனது ஐந்து வயது வரை சூம்பிய கால்மீது தீராத சோகமிருக்க, தெளிவான இவனது பேச்சுமொழி ஒன்றே அவளுக்கு ஆறுதலாயிருந்தது. ஆறுவயது சிறுவனின் மொழியானது கண்களால் பார்க்கப்படுகின்ற நிகழ்காலத்திலேயே இருக்கும் என்பதைப் பொய்யாக்கும் விதம் டூமன் ஏதாவதொரு புள்ளியில் லயித்தபடி இறந்தகாலத்தையும் எதிர்காலத்தையும் யூகமாகப் பேசும்போது அம்மாவிற்கு மேலும் அழுகையும் சிரிப்புமே வரும். வாசலில் கையேந்தும் யோகியர் அனைவரும் ஒச்சமான பிள்ளைக்கு சூட்சுமத்தில் ஒரு கண் விழித்திருக்கும் என்பார்கள்.

டூமன், சந்தை நாட்களின் போது தவறாமல் சென்றமர்கிற இடம் சிச்சா பாய் மைதடவும் பேட்டை வாசல். சிச்சாபாய் வாசனைத்திரவியங்கள் விற்பவர். அவரிடமிருக்கும் சின்னஞ்சிறிய சீசாக்களில் மிட்டாய் நிற திரவங்களை நிரப்பி கைக்குட்டையின் நுனியில் தேய்த்து வாசனையை சதா காற்றில் அப்படியும் இப்படியும் அசைத்து விரியச் செய்பவர். சிச்சா பாய்க்கு இன்னொரு தொழிலும் இருந்தது. அவர் வெற்றிலை மைதடவும் குறிகாரர். நீரிறைக்கும் வாளி காணாமல் போனாலும், கிடை விட்டிருந்த பட்டி ஆடுகளில் குட்டி ஒன்று குறைந்தாலும், அரக்கு நிரப்பப்பட்ட தண்டட்டியில் இரவோடு இரவாக ஒன்று குறைந்தாலும் அவரிடம் தெண்டனிட்டு மை போட்டு விடுவது கிராமவாசிகளின் வழக்கம். அப்போதெல்லாம் சிச்சா தனது நறுமணப்பெட்டியை மூடிவிடுவார். அந்தக்

கைக்குட்டையை மடித்து வைத்து விடுவார். வேட்டை நாய் நாசி தூக்கி நுகர்வது போல சில நிமிடம் காற்றை நுகர்வார்.

"திரவிய வாடை போயிடுச்சா"வென திரும்பத் திரும்ப கேட்டுக் கொள்வார். அவரது நாசி மேலும் வானை நோக்கியே இருக்கும். சில கணங்களுக்குப் பிறகு அங்கே மெலிதாய் ஒரு கந்தக நெடி அல்லது மூட்டமிடுகிற வாடை சூழும். முற்றிய வெற்றிலையின் நடுவே, துளி கண் மையை வைத்து ஆட்காட்டி விரலால் வட்டமாக குழைத்தபடி சிச்சாவின் உதடுகள் கசந்த சிரிப்புடன் யாரையோ வரவேற்கும். சுற்றி அமர்ந்திருக்கும் கிராம வாசிகள் அப்போது மூர்ச்சையான அளவிற்கு அமைதி காப்பார்கள். சிவந்து கலங்கிய கண்களுடன் சிச்சாவின் தலை அவருக்கு மட்டுமே கேட்கின்ற தாளமொன்றிற்கு அசைவது போல மை குலைக்கின்ற விரல் ஓட்டத்துடன் இணைந்தபடி லயம் பிடிக்கும். ஒரு கணத்தில் அவரது கண்கள் உறைந்துவிட்ட கண்ணாடிப் பாளம் போலாகி மெல்ல தணிந்து வெற்றிலையின் வட்டக்கருப்பை உன்னிக்கும். அப்போது அவரது கண்களின் உயிர்ப்பு சுத்தமாக இல்லாமலாகி நீர் உறைந்து விட்ட குளத்தைப் போன்ற அசையாத கண்களுக்குள் ஏதோ ஒரு மர்மவிசாரணை நிகழ்வதைப் பார்த்தவாறிருப்பார்கள், சிச்சாவின் கண்களில் அப்போது ஒரு ஜன்னல் திறக்கும். சிச்சா அந்த ஜன்னல் வழியே எட்டிப் பார்ப்பார். ஜன்னலுக்குக் கீழே செல்கின்ற எண்ணற்ற மனிதத் தலைகளுக்கு நடுவே அவர் தேடி வந்திருப்பவனை அடையாளமிட்டு காட்ட வந்திருக்கும் அவரது பிரத்யேக ஒற்றன் வழக்கம் போலத் தனது முகத்தை வேறுபுறம் திருப்பிக் கொண்டு, குறிப்பிட்ட ஒருவனை அடையாளம் காட்டுவான். சிச்சா பணிவான குரலில் அவன்தானா என இருமுறை கேட்டு உறுதி செய்து கொள்வார். பின்னர் அந்த ஜன்னலை மூடிவிட்டு, தனக்குள் திரும்பி நடந்து வந்தவராகத் தலையை உதறிக்கொண்டு சுயநினைவிற்குத் திரும்புவார்.

எப்போதும்போல டூமன் அச்சமும் சுவாரசியமுமாக சிச்சாவைப் பார்த்துக்கொண்டிருந்த அந்த தினத்தில் வந்திருந்த பெண் அவரது காலைக் கட்டி கதற ஆரம்பித்தாள். அவளை எழுப்பி விட சிச்சா முயலவே இல்லை. அமைதியாக நறுமணப் பெட்டியை மூடி, கைக்குட்டையை வீசி எறிந்துவிட்டு

அசபு ❖ 95

தரையில் அமர்ந்தார். மார்பு துடிக்க அழுதவளின் முகத்தைப் பார்த்தவாறு, "ஒத்தை பிள்ளையல்லோ... ஒத்தை பிள்ளை" என அரற்றி விம்மத் தொடங்கினார். அந்தப் பெண்ணுடன் வந்திருந்தவன், சற்றுத் தூரத்திலேயே முழந்தாளிட்டு மண்ணில் முகம் கவிழ்த்தவாறு "ஐயா வழிகாட்டி கூட்டி வாங்கையா" என கதறினான். சிச்சா தலையை உதறி நிமிர்ந்தார். அந்தப் பெண்ணிடம் மச்சம் கேட்டார்.

அவள் சிறிய கால் தண்டையையும், பெயர் சொல்லாதது கோர்த்த கைகாப்பையும் அழுதபடி எடுத்து நீட்டினாள். கைகள் நடுங்கியவாறு அதை வாங்கி நுகர்ந்தபடி கண்களை மூடிக்கொண்டார். தலை தன்னிச்சையாக நிமிர நாசி விடைத்தபடி கரிமணத்தை தேடியது. ஒவ்வொரு முறையும் சிச்சா தனக்குள் மூழ்கிச் சென்று திரும்புகின்ற முகச்சலனங்களைத் துளித்துளியாகப் பார்த்தபடி அதிலேயே ஊறிக் கிடக்கும் டூமனின் கண்கள் இன்று ஆவேசமாக நுகர்கின்ற நாசியிலேயே தேங்கிக் கிடக்கும்போது டூமனுக்குள் ஒரு மாற்றம் நிகழ்ந்தது. துளி அசைந்து விடாத பார்வையுடன் அவன் தன் சூம்பிய காலை இழுத்தபடி சிச்சாவின் அருகில் சென்றான். காதில் எதுவோ சட்டென ஒட்டி அடைத்து விட்டது போன்ற கூர்அமைதி மூளைக்குள் பரவியது. வெற்றிலையில் மை துலக்கிய கிச்சாவின் விரல்கள் நின்றன. அவரது முகம் தளர்ந்தது. கூசிய கண்களை திறந்தபடி அவர்தன் காலுக்குக் கீழே புதிய மிருகமென சுற்றுகிற டூமனைப் பார்த்தார்.

மெல்ல அவனது தலைமயிரைப் பற்றி நிமிர்த்தி கண்களைப் பார்த்தார். அவனது வாயிலிருந்து கர் கர் என்ற வினோத ஒலிக்கசிவு வந்து கொண்டிருக்க சிச்சா காதருகே குனிந்து 'கரிமணம் வந்துட்டுதா' என்றார். டூமன் கர் கர் என்றான். சிச்சா அந்த மச்சங்களை உள்ளங்கையில் குவித்து டூமனின் நாசி அருகில் நீட்டினார். டூமனின் நாசிகள் காற்றை கொத்துவது போல் விடைத்து அடங்கின. அவனது கண்கள் அல்லி மிதக்கும் ஒரு குளத்தின் பச்சையம் படிந்த ஆட்கள் இறங்காத மூலைக்குச் சென்றன. டூமனிடம் கொஞ்சமே மிச்சம் இருந்த தன்னிலை பதறியது. அதன் பச்சைய விரிப்புகளும், நீர் படலத்தின் மேல் சிறிய நாகங்களைப் போல் சுருண்டு வந்து கற்பாளங்களை கொத்துகின்ற அலைகளும் அதன் ஆழங்களை

பீதியாக பிரதிபலித்தன. இவன் தன் கண்களை அங்கிருந்து விலக்க விரும்பினான். யாரோ டூமனின் தலையை நீருக்குள் அமிழ்த்தத் தொடங்கினர். நாசியில் பச்சையப் படலங்கள் ஓங்கரிக்க செய்கின்ற கசப்புடன் ஏறின.

அவன் கத்த முயன்றான். ஆனால் கண்கள் திறந்தபடி நீருக்குள் மூழ்க, அந்த கண்களுக்குள்ளேயே ஒரு நீர்க்குமிழிக்குள் அமர்ந்து செல்பவனைப் போல அவன் இருந்தான். அசைவற்ற ஆழநீர்ப்பரப்பின் கருமையினூடாக அவன் ஊறிக்கிடந்த ஒரு பொம்மையைக் கண்டான். அதன் கண்கள் பாதி திறந்திருக்க உதடுகள் பாதி சிரிப்பில் நின்றிருந்தன. யாரோ டூமனின் தலையைப் பிடித்து உலுக்கினார்கள். சிச்சாவின் கண்கள்தான் முதலில் துலக்கமாகின. டூமனின் உடல் இன்னமும் உதறிக் கொண்டிருந்தது. விழித்தபடி கனவு காண்பவனைப் போல அவனது கண்கள் சிச்சாபாயிடம் பேசியபடி இருக்க உடல் அனிச்சையாய் வெட்டிக் கொண்டிருந்தது. சிச்சா அவனது பின்கழுத்தை அழுத்தி வருடினார். அவனது கண்கள் குளத்து நீரின் ஆழத்திலிருந்து மேலேறிக் கொண்டிருக்கும் உயிர்த்தவிப்பைக் காட்ட சிச்சா அவனது காதில் "மேலேறு மேலேறு" எனக் கத்தினார். டூமனின் கால்கள் வெறுந்தரையில் ஏதோ நீருக்குள்ளிருந்து மேலேறுவது போலத் துடுப்பிட்டன. டூமன் பேசுவதை நிறுத்திவிட்ட பிறகு, அவனது கண்களுக்குள் சதா நீர்ப்படலம் ஒன்றைத் திரையாக்கி அதில் புறக்காட்சிகள் நடுங்கி நெளிவதை மட்டுமே பார்த்தான். அவனுக்கு எதிரிலிருக்கும் பொருட்களும் மனிதர்களும் அந்த நீர்த்திரையின் ஓட்டத்தில் பிம்பங்களாக உதிர்ந்து கொண்டேயிருந்தனர். ஆரம்பநாட்களில் இது மிகு அச்சம் தரும் காட்சியாக இருந்தது. ஏதோ தின்பண்டம் வாங்கி வருகின்ற அப்பா அந்த படலத்தில் கையை விரித்தபடி டூமனை நோக்கி வருகிறவர் ஒரு புள்ளியில் சரேலென நீர் வேகத்தில் இழுபட்டு மறைகிறார். பிறகு மிகச்சிறிய ஒரு புள்ளி வர்ணதிட்டைப் போல உருப்பெறுகிறது. மெல்ல மெல்ல அதிலிருந்து ஓர் உடல் வளர்கிறது. சற்றே வயதான ஒரு மனிதனாக அது மாறுகிறது. அந்த மனிதன் எங்கோ பார்த்தபடி யாரையோ அழைக்கிறான். அவனது பற்கள் சிதைந்த வாயிலிருந்து கோழை வழிய, அதைக் கோணலாகத் துடைத்து முகமெங்கும் இழுவிக் கொள்கிறான். அவனது குரலை யாரும் பொருட்படுத்தியிருக்கவில்லைபோல.

இன்னமும் வயதின் ஆவேசத்துடன் மிளிரும் அவனது கண்கள் எல்லோரையும் எதிரிகளைப் போலப் பார்க்கின்றன. அவனது கண்கள் சீறச்சீற உடல் மேலும் தவங்குகிறது. சீற்றம் மட்டுமே எஞ்சிய முகத்தில் ஒரு வயதான நாகத்தின் குரூரம் எஞ்சுகிறது. அவனது கண்கள் நீர் படலத்தில் எரிந்தபடி மிதக்கும் கங்குகளைப் போலத் திரும்புகின்றன. அவை டூமனை நேருக்கு நேர் எதிர்கொள்கையில் ஒரு கணம் துணுக்குறுகின்றன. அந்த விழிகளைத் தாண்டி வழிகின்ற குரோதத்தைக் கட்டுப்படுத்த முடியாமல் கண்கள் தடுமாற டூமனைத் தீண்டுகையில், டூமன் அந்த கண்களுக்குப் பின்னே ததும்ப முயன்று தோற்கின்ற பழைய கண்களைக் கண்டான். ஆ... அப்பா.

சட்டென டூமன் விழித்து எழுந்தபொழுது அம்மா அவனது காலை அமுக்கிவிட்ட கையை எடுக்காமல் உறங்கிக் கொண்டிருந்தாள். சற்றுத்தள்ளி சுவர் பக்கமாகத் திரும்பியபடி அப்பா ஆழ்ந்து உறங்கிக் கொண்டிருந்தார். சீரான குறட்டை ஒலி அவரிடமிருந்து வெளிப்பட்டுக் கொண்டிருக்க, நுட்பமான ஒரு சீறல் அதில் இருந்தது.

பின் வந்த நாட்களில், டூமன் முதலில் உளற ஆரம்பித்தான். அவன் காணுகிற கலைந்து கொண்டிருக்கும் புறக்காட்சிகள் பேச்சுமொழியைக் குளற செய்தன. அந்த காட்சிகள் சீராகி விடுகின்ற பொழுதில் அவன் தான் கண்ட காட்சிகளின் குழப்பமான காலவரிசையை ஒழுங்குபடுத்துவதில் ஓர்மை கொள்ள முனைகையில் அவை அவனுக்கு நிகழ்காலத்தில் ஊமை என பெயர் வரச்செய்தது. ஆம், அவன் தன் காலத்தைக் குழப்பியபடி அதன் முடிவற்ற நீர்வளையங்களுக்குள் அமிழ்ந்த ஒருவனாகினான்.

முன்னங்கால்களால் கம்பிக் கோடுகளைப் பற்றி நிமிர்ந்து நின்றிருந்த எலிக்கூட்டத்தோடு பொறி வெயிலில் வைக்கப்பட்டிருந்தது. எலிகளின் அழுகிய வாசனை எப்போதும் உலவுகின்ற கிட்டங்கித் தெருவிலிருந்து எலிகள் கொத்துக் கொத்தாக பிடிபட்டு அந்த வாசனையைக் குன்றவிடாமல் காக்கின்றன. கம்பிகளைப் பற்றியிருந்த எலிக்குட்டிகளின் மூர்க்க முகங்களுக்கு சம்பந்தமேயில்லாமல் அவற்றின் சிறிய நீர்த்துளி போன்ற கண்கள் இறைஞ்சி அழும் சாயலிலிருந்தன. காலையின் இந்த இளம்வெயில் கூடத் தாங்காமல் அவைகள்

கூட்டம் கூட்டமாய்த் தங்களது உடலை நெருக்கிக் கொண்டு கூட்டிலிருந்து தப்பிக்க முயல்கின்றன. அப்போது பொறிக்குள் ஒரு குட்டிப்பன்றியைப் போன்ற சதைத் தொகுதி புரண்டது.

அசபு வாய்கொப்பளிக்காமல் டீ குடித்துவிட்டிருந்தான். அவனுக்கு அதன்பிறகு நாவில் சுரக்கின்ற புளிப்புத்தன்மை பிடித்திருந்தது. வாய் கொப்பளித்து பல்துலக்கிய பிறகு தூக்கக் கலக்கம் காணாமல் போய்விடுவதை அசபு விரும்புவதில்லை. ஆனால் இதெல்லாம் அம்மாவிற்கு தெரிந்தால் அவ்வளவுதான். டூமன் குப்பை மேட்டிலிருந்து யாரோ கொட்டிவிட்டிருந்த ரப்பர் ஸ்டாம்பு குவியலை அள்ளிவந்து பூட்டிய ஒரு கடையின் வாசலில் அமர்ந்து எச்சில் துப்பி சுவற்றில் பதித்து பார்த்தபடியிருந்தான். பாதி எழுத்துக்கள் தேய்ந்துவிட்டிருந்த ரப்பர் ஸ்டாம்புகளில் அதன் எழுத்துப் பட்டையை உரித்தெடுத்துவிட்டு அதன் இரும்பு பாகங்களைத் தனியாக அடுக்கி வைத்திருந்தான். அசபுவிடம் இந்த பொறுமையான நுண்ணுணர்வு இருந்ததில்லை. அசபு அவனைப் பார்த்தபடி சச்சாளியில் ஒன்றுக்கடித்தான். சாக்கடையின் ஈரப்பரப்பெங்கும் அரிசிக் குருணைகள் இரைந்திருந்தன. பிறகு டூமனிடம் சாக்கு குடோன் போகலாமா எனக் கேட்டான். எப்போதும் இருள் அண்டிக்கிடக்கும் சாக்குக் குடோனின் மீது அசபுவிற்கு பீதி கலந்த ஈர்ப்பு உண்டு. சாக்கு கிட்டங்கிகளில் மேற்கூரை துளை வழியே குச்சிகுச்சியாய் வளர்ந்திருக்கின்ற சூரிய வெளிச்சக்கசிவுகளில் ஒரு திரைப்படத்தைப் போல அலைந்து கொண்டிருக்கும் தூசி நடனங்கள் வினோத அனுபவம் தருபவை. சாக்குக் கிட்டங்கி முழுவதும் சதா நிரம்பிக் கிடக்கின்ற புழுங்கல் வாசனைக்கு நடுவே அந்த ஒளிககாட்சியில் தன்னை மறந்து அவன் நின்றிருக்கின்றான்.

அசபுவின் கைகளைச் சுரண்டி டூமன் கிட்டங்கித் தெருவின் கோடியைக் காட்டினான். அங்கே கருப்பு நிற ஆம்புலன்ஸ் நின்றிருந்தது. அவர்களிருவரும் அதை நோக்கி நடக்கத் துவங்கினார்கள். பூட்டிக்கிடந்த கிட்டங்கிகள் ஒவ்வொன்றையும் அவர்கள் கடக்கும்போது எலிகள் சரசரத்து ஒளிகின்ற தடங்கள் தோன்ற, பாழ் அமைதி நிலவுகிற கிட்டங்கிகளின் தானிய

மூட்டைகளின் மேலே நிதானமாய் ஊர்கின்ற கரப்பான்கள் மீசைகள் விரிய ஒருமுறை நிமிர்ந்து பார்த்துவிட்டு நகர்ந்தன.

பவனத்தின் வாசலில் நின்ற கருப்புநிற வாகனத்தின் பின் கதவுகள் திறந்து வைக்கப்பட்டிருந்தன. சற்றுத் தள்ளியிருந்த திண்ணையில் வாசுதேவன் அமர்ந்திருந்தான். எப்போதும் போல வஞ்சனை மினுங்கும் முகம். அசபு வேனின் பக்கவாட்டில் கைவைத்து இழுத்தபடி சென்று நின்றான். சற்று தூரத்திலேயே டூமன் நின்றுவிட்டான். வாசுதேவனின் கண்கள் மேலும் கடுமையாகின. அவனுக்கு டூமனைக் கண்டாலே வருகின்ற மிக மூர்க்கமான ஆவேசம் இப்போதும் கிளர்ந்தது.

டூமன் அவனைப் பார்க்காததுபோல இயல்பாக பவனத்தின் பாழடைந்த மாடி பால்கனியை பார்ப்பவனைப் போல நின்றான். ஒட்டடைகள் வழிகின்ற பால்கனி முழுவதும் புறாக்கள் குனுகும் ஓசை எதிரொலித்தது. சிறிய வட்டமான கண்களில் சிவப்பு நிற விளிம்புகள் கொண்ட பார்வைகளுடன் புறாக்கள் சிலுப்பித் திரிந்தன. வாசுதேவன் கால்பெருவிரலால் சிறிய கல்லைக் கவ்வி எடுத்துக் கையில் வைத்துக் கொண்டு சிரித்தான். டூமன் சட்டென பயத்தை உணர்ந்தவனாக எதிர்புற கடையை நோக்கிச் சென்றான். அசபு இருவரையும் பார்த்தபடி பவனத்திற்குள் பார்வையை விட்டான். எப்போதும் இருட்டிலேயே கிடக்கின்ற பவனத்தின் உள் அறைகளில் இரண்டு மனிதர்கள் ஸ்ட்ரெச்சரைத் தூக்கியபடி வந்துகொண்டிருந்தனர். மிகவும் இருளான அங்கிருந்து அவர்கள் வரவர ஸ்ட்ரெச்சர் மீது ஒரு ஈரமான கந்தல் மூட்டையைப் போல கிடந்த பிரேதம் தெரிந்தது. ஸ்ட்ரெச்சரிலிருந்து வழிந்து கொண்டிருந்த அழுக்குநிற திரவத்தில் லேசான சிவப்பு நிறமிருந்தது. வாசுதேவன் தனது கைலியின் நுனியால் மூக்கைப் பொத்தியபடி “உடனே மூட்டம் போட்டு கொல்லு” என்றான். ஸ்ட்ரெச்சரை வண்டியில் ஏற்றி உள்ளே தள்ளிவிட்ட பிறகு தனது யூனிஃபார்மில் தெறித்திருந்த ஈரத்தைத் துடைத்துக்கொண்டு பிறகு அந்த விரல்களை நுகர்ந்து பார்த்தபடி, அந்த மருத்துவமனை பணியாளன், “ஏம் மொதலாளி, வெறச்சு ஊறி வழியுறவரையா கவனிக்கல? முதுகுத்தண்டு ஃபுல்லா புழு ஊறிக் கெடக்கு” என்றான்.

வாசுதேவன் தனது பையிலிருந்து ரூபாய்த்தாள்களை எண்ணி நீட்டியபடி, "இன்னும் ரெண்டு மட்டும்தான் இருக்கு. அதுகளுக்கும் சோறுதண்ணி நிப்பாட்டி மூணு வாரம் ஆச்சு. மாசி கழியறதுக்குள்ள மொத்தமா கழிச்சு விட்டுரலாம். பொறு" என்றான். பிறகு உள்ளே எட்டிப்பார்த்து, "யசோதே.." என்றான். கையில் அலுமினிய வாளியும் விளக்குமாறுமாக யசோதை மெதுவாக வந்தாள். முக்கால்வாசி வளத்தியுடன் நின்றுவிட்டிருந்த அவளது உடலோ முகமோ எல்லாப் பக்கத்திலும் வெறுமையையும் தரித்திரத்தையும் பிரதிபலித்தன. உறையத் துவங்கியிருந்த நீர்த்திட்டுகளின் மீது தண்ணீரைத் தெளித்தபடி விளக்குமாறால் அழுத்தித் தேய்க்க ஆரம்பித்தாள். வாசுதேவன் அவளருகே வந்து அவளது காதருகில் சென்று, "மூலக்கரை போய்ட்டு வந்திர்றேன்" என்றபடி தனது அழுக்கேறிய பட்டுவேஷ்டியை உதறி முனையை வாயில் கவ்வியபடி கட்டிக்கொண்டான். பெருக்குவதை நிறுத்தி அவனைப் பார்த்து தலையசைத்தாள் யசோதா.

வாசுதேவனுக்கு அப்படி ஒரு ஐஸ்வர்யம் இருந்தது. அவன் பிறந்ததிலிருந்தே சீரழிவின் பார்வையாளனாக இருந்து வந்துள்ளான். இப்போதும் நகைக்கடை வீதிகளில் அவனை நினைவு கூர்பவர்களுக்கு அவன் அப்பாவியாகவும் கோமாளியாகவும் சூன்ய பொம்மையாகவும் தெரிகிறான். வாசுதேவனின் அப்பாவை மிகுந்த நைச்சியமான செட்டி என்று கூறுவார்கள். வாசுதேவனின் அம்மாவிற்கென பலசரக்குக் கடைக்காரன் அடைமழை காலத்திலும் கருப்பட்டிக் கட்டிகளை நசிந்துவிடாதவாறு வைக்கோல் பொதி சுற்றி விற்பனை செய்ய வைக்குமளவிற்கு வாசுதேவனின் அப்பாவிற்குக் கூரிய மதிப்பிருந்தது. உச்சத்திற்குப் பின் வருவது எப்போதும் சரிவுதான். அதுதான் அழகும் கூட. வாசுவின் அப்பா ஒரு மானுடனுக்குத் தேவையான அளவிற்கு வெளியே தன்னையும் தனது அறிவையும் தனது வணிகத்தையும் விரித்திருந்தார். எதிர்பாரா அவரின் இறப்பிற்கு பிறகு வாசுதேவனுக்கு முன் பிரம்மாண்டமான அவரின் வணிக அறிவு தன்னை விரித்து நின்றது. நசுங்காமல் வளர்ந்த வாசுதேவனுக்கு இன்பம் என்பது ஒரு தட்டு பால்ச்சோறும், ரோஜா அத்தர் செண்ட் பாட்டிலும், தினசரி சிந்தாமணியில் இரண்டாவது ஆட்டமும்

என்ற எளிய முகமாயிருக்கவும் எளிதில் வணிகத்தில் அவன் வெளியேறினான்.

பழைய புகைப்படம்:

உமிப்பெட்டிகளை மேஜையில் வைத்துவிட்டு வேலைக்காரப்பெண்ணை வெளியேறச்சொன்னார் மூத்தவர். பழைய கருக்காய் பெட்டிகள். சுத்தமான உமிக்குவியல்கள் நிரம்பியிருந்தன. அருகிலிருந்த சோழவந்தான் வாத்தியார் தனது இடுங்கிய கண்களால் உமியின் மேற்பரப்பை கவனமாக பார்த்தபடி இருந்தார். அறையின் மூலையிலிருந்த இரும்புக் கல்லாவிலிருந்து மூத்தவர் பொன்னாலான சிணுக்கரியை எடுத்து வந்தார். வாத்தியாரின் அருகில் வந்தவர், உமியினுள் சிணுக்கரியை சொருகி மெல்ல கிளறத் தொடங்கினார். சிறிய உமித்துகள்கள் மணலைப் போல நெளிந்து விலகின. முதலில் சிறிய மூக்குத்தி மேலேறி வந்தது, பிறகு ஒரு முரட்டு தண்டட்டி, அடுத்து சிறியதும் பெரியதுமான பொன் ஆபரணங்கள் உமிப்பரப்பில் விளைந்து பெருக ஆரம்பித்தன. வாத்தியாரின் கண்கள் அவை ஒவ்வொன்றையும் வருடி வருடி விலகின. ஒரு ரகசிய விசாரணையைப் போல.

நெற்றியெங்கும் வியர்வை படிய, ஒரு கசந்த சிரிப்புடன் மூத்தவர், "மூணு தலைமுறை கையோட்டம் மிக்க குலம் வாத்தியாரே. நகக்கண் அளவு பொன்னா இதை வேரறுக்க பாக்குது?" என்றார்.

வாத்தியாரின் கண்கள் உமிப்பரப்பை விட்டு விலகாமலே, "பின்ன இதுகளுக்கு உயிரில்லைனு நினைக்கறீங்களா அப்புச்சி? பாருங்க ஒவ்வொண்ணும் கண்ணைத் திறந்து நிக்கிறதை. சாத்தானை கடவுள் ஏழேழு பாதாளத்துக்குள்ளேயும் நெரிச்சுப் பூட்டி வெப்பான்னு வாக்கு. ஒரு பெரும்பாறையோட எதோ ஒரு இடத்துல கொண்டுபோயி பின்ன இதை ஏன் மறைச்சி வைச்சான்? இதுக எல்லாமே விதியோட எழுத்துருக்கள் அப்புச்சி. நம்ம எடுக்கறதுல என்ன எழுதியிருக்கோ அதைச் செய்யாம விலகாதுக."

வாத்தியாருக்கு பள்ளி வேலை தவிர இது போன்ற விசாரணைகளில் ஆர்வம் மிகுதி. ஊரில் அவரை ஜோசியர் என்பவரும் சூனியக்காரன் என நினைப்பவரும் உண்டு.

அவரது மனைவி இறந்துவிட்ட மூன்று நாள்வரை தனியாக அந்தப் பிணத்துடன் அமர்ந்து உயிர்நீங்கிய பிறகு அது வெறும் உடலாக எப்படி எஞ்சுகிறது எனத் தீவிரமாக தன் விசாரணையும் குழப்பமுமாய் அமர்ந்திருந்தவரை ஊரார் கண்டுபிடித்து உலுக்கும் வரை அவர் இந்த உலகிலேயே இல்லை.

வெளியே கதவு தட்டப்பட்டது. எரிச்சலில் வாத்தியாரின் கண்கள் இடுங்கின. மூத்தவர் மென்மையாகத் தாழ் நீக்கினார். சட்டென கதவைத் தள்ளியபடி பவனத்தின் இளையவன் உள்ளே நுழைந்தான். உடலை மறைத்திருந்த போர்வை நழுவியது.உடல் முழுவதும் வெந்தபடி இருந்த சிவப்பு புண்கள். பாதி அழுகிவிட்ட விரல்கள். உடைகள் ஏதுமில்லாத நிர்வாண உடலெங்கும் சதைகள் வெடித்திருந்தன. நிற்க முடியாமல் தரையில் விழுந்தவன் அச்சமான குரலில் கத்தினான்.

“அது இந்தப் பெட்டிக்குள்ளதான் இருக்கு வாத்தியாரே. எடுத்துபிடுங்கோ எடுத்துபிடுங்கோ. எனக்கு கனவுல வந்து பாம்புக்கண் மாதிரி மின்னுது. அது எங்க வேர்ல விழுந்த புழு வாத்தியாரே. இப்ப திங்க ஆரம்பிச்சிருச்சு. ஒரு இலை விடாம திங்கப் போகுது.”

மூத்தவர் அழுகையும் பரிதவிப்புமாய் அவனைத் துணியால் மூடினார். வாத்தியாரின் கண்கள் இன்னமும் உமிப்பரப்பில் அலைந்தபடியிருந்தன. துளி நீரைப் போல மினுமினுத்த வைரத்துண்டுகளும் கோரமான மிருகமொன்றின் பல்லைப்போன்ற பொன் வடிவங்களும் மிகத் தீவிரமான மௌனத்துடன் விரவிக் கிடந்தன. காற்றில் அலைகின்ற விளக்கொளியில் ஒன்று மாற்றி ஒன்று மினுங்கி சீறி அடங்கின.

“இதுல ரொம்ப சல்லிசான விலைக்கு கிடைச்ச பொருள் எது அப்புச்சி?”

வாத்தியாரின் குரல் மிக இறுக்கமாக ஆழத்தில் இருந்து வந்தது, அவரது கையிலிருந்த சிணுக்கரி ஒரு வைரத்தை மெல்லத் திருப்பிப் பார்த்தது. அருகில் வந்த மூத்தவர், “இதுல கள்ளப் பொருள் ஏதுமில்ல வாத்தியாரே. எல்லாமே முறையான தரகருககிட்ட கைமாத்திக்கிட்டதுதான். அதுக்கு முன்னால

அதுக எந்தக் குடியக் கெடுத்து வந்துச்சுன்னு சத்தியமா தெரியாது."

கண்களிலே நீர் வழிய மூத்தவர் இரண்டு உள்ளங்கைகளையும் நெஞ்சருகே பயப்படுபவராய் குறுக்கிக் கொண்டார்.

"பின்ன எப்படி.." யோசனையாய் வாத்தியார் கேட்க, இளையவன் தரையில் கிடந்தபடி கத்தினான். "பவனம் முழுக்க இதுமாதிரி அறுபது எழுபது உமிப்பெட்டி புதைஞ்சிருக்கு வாத்தியாரே."

திடுக்கிட்ட வாத்தியாரைச் சுற்றியிருந்த சுவர்களுக்குள், வராந்தாக்களின் மிதியடிகளுக்குள், மாடிப்படிக்கட்டுகளின் ரகசிய குழிகளுக்குள், வீட்டு மையமாயிருந்த பழைய கிணற்றின் சுற்றுச்சுவர் விரிசலுக்குள், தேக்கு மரங்கள் உத்திரங்களாக நிற்கின்ற மேல்ச்சுவர்களின் இடைவெளிக்குள் என பவனத்தின் உடல் முழுவதும் உமிப் பொதிகளுக்குள் மறைந்திருந்த ஆயிரக்கணக்கான ஆபரணங்களுக்குள் ஒன்றே ஒன்று மட்டும் நாக்கைச் சுழற்றி மினுங்கியது.

ஒருதுளி ரத்தம். அதன் நடுவே கருமையான மணி ஒன்று. டூமன் அதைப் பார்த்தான். உயிரோட்டமிக்க ரத்த துளியின் நடுவே நடுங்குகின்ற அந்தப்பார்வையை. அது அங்கும் இங்குமாக மெல்ல மெல்லப் பரவியது. டூமனின் பார்வை முழுக்க இப்போது ரத்த வட்டுகள். அதனடுவே ஒரு குரூரப்பார்வை. சட்டென அவைகளுக்குள்ளிருந்து குனுகுகின்ற முனகல் எழுந்தது. புறாக்கள் அமைதியின்றி பவனத்தின் பால்கனி முழுவதும் அப்பித் திகைத்து படபடத்தன. டூமன் பார்க்கும்போதே அவைகள் அர்த்தம் பெற்ற பார்வையுடன் அவனை முறைத்தன.

வாசுதேவன் அழுக்கு வேஷ்டியை இறுக்கியபடி, ஆம்புலன்ஸ் சென்ற பிறகு தெருவிலிருந்து வெளியேறினான். பவனத்தின் உள்ளிருந்து யசோதா டூமனையும் அசபுவையும் பார்த்துச் சிரித்தாள். அவ்வளவு கசப்பான புன்னகை. அடைமழை காலத்தில் ஊர்முழுக்க இருள்பரவி அப்பிக்கிடக்கும் மாலைவேளையில் ஆவேசமாய்ச் சுழித்து ஓடிக் கொண்டிருக்கும் ஆற்றின் கரைகளின் வழியே யசோதா ஒரு துர்தேவதையைப் போல முழுவதும் நனைந்தபடி, அதைச் சிறிது

கூட உணராதவளாக எங்கேனும் போய்க் கொண்டிருப்பாள். நல்ல மழைக்கு நடுவே, வெறிகொண்டு பாய்கின்ற ஆற்றைப் பார்த்தாலே உயிர் விட்டுவிடுகின்ற இயல்புக்கு மாறாய் யசோதா அப்போதுதான் மிக சாதாரணமாகக் கூந்தல் நுனியெங்கும் மழைநீர் பிரிபிரியாய் இறங்க சென்று கொண்டிருப்பாள்.

யசோதா யாருடைய வாரிசாக அங்கே எஞ்சினாள் என்கிற விசயம் யாருக்கும் தெரியாது. கடும் நோயுற்ற வயதான மனிதர்கள் சிலர் இருளுக்குள் படுத்தவாறே மரணத்தை எதிர்நோக்கியிருக்கும் பவனத்தில் அவள் தன்னந்தனியே வளர்ந்தாள். யாருமே பேசுவதற்குக் கூட அஞ்சிய குடும்பத்தைச் சேர்ந்த அவள் பகல் வேளைகளில் எங்குமே செல்வதில்லை. இரவுகளில் வேகவேகமாக தீமையின் மலரைப் போல அவள் கடக்கின்ற வீடுகளில் விளக்குகள் சட்டென்று அணைக்கப்படும்.

பவனத்தின் நேரடி வாரிசுகளில் ஒருத்தியாக யசோதா மட்டுமே எஞ்சினாள். நீண்ட காலமாக யாருமே மணக்கலப்பு செய்துகொள்ளத் துணியாத பரம்பரையின் இறுதி மனிதர்களாக யசோதாவும் வாசுதேவனும் பவனத்தின் நீண்ட வராந்தாக்களில் திரிந்து கொண்டிருந்தனர்.

சாபம் பெற்ற வீடு என யாரும் வராத பவனத்தில் டூமனும் அசபுவும் மட்டும் யசோதையின் சிறிய சினேகிதர்களாய் இருந்தார்கள். யசோதாவிற்கு இவர்களிடம் விளையாடுவதற்கான எந்த உத்திகளும் தெரியாது. ஒருமுறை சீத்தலைக் காளியின் கதையை இவர்களிடம் கூறிக்கொண்டிருந்தவள், நிர்வாணத்தை ஆவேசமாகச் சூடிக்கொண்ட காளியின் கதையில், குழந்தைகளுக்கு முலையூட்டுவதாக அழைத்துச் சென்று தலையைச் சிதறவிட்டுக் கொல்லும் இடத்தைக் கூறும்போது டூமனுக்கும் அசபுவுக்கும் லேசான இருளில் சிரித்தபடி ஆளுக்கொரு முலையை அவிழ்த்துக் காட்டினாள். கதையிலிருந்து வெளியேறிய இரண்டு சிறுவர்களும் அதைப் பார்த்து தங்களுக்குள் சிரித்துக் கொண்ட போது இருளுக்குள் ஏந்தியிருந்த முகத்தில் பல்வரிசை வெளிச்சம் மட்டும் தெரியும்படி இறுக்கமான குரலில் “ஹ்ம்ம்..” என அரற்றியவாறு முனகினாள்.

டூமனும் அசபுவும் வீடு முழுக்க நிறைந்து கிடந்த இருளில் மிதந்து மிதந்து வெளியேறி வீட்டின் அருகே நடுமுற்றத்தில் பளீரிட்ட வெயிலில் நின்றிருந்த யசோதையிடம் சென்றார்கள். செடிகள் மண்டிவிட்ட கிணற்றுக்குள் இருந்து நீர்வாரியபடி, "வாடை எதுவும் அடிக்குதா?" என்றாள்.

அங்கே செல்கின்ற வேளைகளில் அவள் தருகின்ற மாவுப்பண்டங்கள் வயிற்றுக்குள் சென்று விநோதமாக உயிர்பெற்றுக் குடலைக் கிழிப்பதாக அசபுவுக்குக் கனவு வரும். ஆனால் டூமனின் கண்கள் அவளை மிகக்கூர்மையாக எந்தநேரமும் விசாரித்தபடி இருக்கும். சிதிலமடைந்துவிட்டவற்றின் ஆன்மாக்களில் அதன் தீர்வுகளை வினவுவதைப் போல.

டூமனை வாசுதேவனுக்குப் பிடிக்காமல் போனதற்குக் காரணங்கள் தெரியவில்லை. ஒரு ஆழமான காயத்தின் மீது இவ்வளவு உயிர்களை பலி கொடுத்துத் தைலமாகத் தடவித்தடவி அதனை உலரவைத்து இப்போது சிறிய தழும்புகளைப் போல எஞ்சி நிற்கின்ற வாசுவிற்கும் யசோதாவிற்கும் ஒரு பரம்பரையைக் கடந்து வந்த ஞாபகக் களைப்பு இருக்கிறது. அவர்களுக்குத் தெரியும் அதன் கடைசி பலி தாங்கள் தானென்று. ஆனாலும் அதில் சிறிய சந்தோஷமிருந்தது. நீண்ட இருளுக்குள்ளிருப்பவர்களின் பார்வையில் படுகிற சிறிய வெளிச்சத்தைப்போல. யசோதாவின் நாட்கணக்கு இப்போது தவறியிருந்தது. அவர்கள் களங்கமற்ற இயல்பான ஒரு வானிலை கொண்ட நாட்களின் மேல் தங்களின் வாரிசை விட்டுச் செல்ல மனதார விரும்பிக் கொண்டிருந்தனர்.

கடந்த காலத்தின் எல்லா குறிப்புகளிலிருந்தும் தங்களைத் துண்டித்துக் கொள்ளும்விதமாக அந்த சிசுவின் வருகையை எதிர்நோக்கியிருந்தனர். காலுக்குக் கீழே பாதாளத்தைப் போல பவனத்தின் பூட்டிக் கிடக்கின்ற ஏதாவதொரு கதவின் முன் அமர்ந்து தன்னை மறந்து அதனை உற்று நோக்கிக் கொண்டிருக்கும் டூமனை அவர்கள் அஞ்சினர். வாய் பேசமுடியாத டூமனின் கண்கள் அந்த பழைய சுவர்களை ஊடறுத்து அந்த பழைய நாட்களின் கருப்பு வர்ணங்களை எங்கும் பரவச் செய்து விடுமோ எனும் அச்சம் யசோதாவை

விட வாசுதேவனிடம் அதிகமிருந்தது. ஏனெனில் தீயவைகள் எப்போதும் நினைவில் கருக்கொண்டிருப்பவை.

நீண்ட மழைக்காலங்கள் கடந்து கொண்டிருந்தன.

அசபு இப்போது ஜன்னல் திட்டின் மரப்பிளவிலிருந்து துளிர்த்து நிற்கின்ற நூலைப் போன்ற சிறிய தாவரத்திடம் ஸ்நேகமாயிருந்தான். அப்பா பெரும்பாலும் வேலைக்குச் செல்வதில்லை. அவ்வப்போது பீரோவிற்கு அடியிலிருக்கும் டானிக் பாட்டிலில் கொஞ்சம் குடித்துவிட்டு சிகரட் பற்றவைத்தபடி இவனுக்கு ஏதாவது சொல்லிக் கொண்டிருந்தார். டூமனை அடிக்கடி சந்திக்க முடியாத இந்த மழைநாட்களினூடே தனது வீட்டின் ஒவ்வொரு அங்குலமும் அவனுக்கு அலுத்து விட்டிருந்தது.

அசபு உறங்கிக் கொண்டிருந்தான். கீழே வீட்டு வாசலில் அப்பாவின் குரல் கேட்டது. பிறகு அம்மா வேகமாக விரைவதான கொலுசினோசை. அசபுவிற்குக் கண்ணைத் திறக்கக்கூசியது. இது மதியமா இரவா எனத் தெரியவில்லை. எங்கிலும் கார்கால பகலின் சாம்பல் திரைகள். அசபு ஜன்னல் கம்பிகளை எக்கிப்பற்றிக் கீழே பார்த்தான். வாசலில் அப்பாவும் வாசுதேவனும் பேசிக் கொண்டிருந்தார்கள். அம்மா கதவோரமாக நிற்பாளென யூகித்துக் கொள்ள முடிந்தது. வாசுதேவன் சிகரட் துணுக்கை ஓடை நீரில் எறிந்துவிட்டு, "இன்னும் கோட்டைக் கேணிலதான் உடம்பு மிதக்குது. மழைல தண்ணி வேற பெருகிக்கிட்டே இருக்குல்ல. அதாம் யாரையும் அங்கன போலிஸ் விட மாட்டேங்குது. ரெண்டு மணிநேரம் கழிச்சவாட்டி காட்டாஸ்பத்திரி மார்ச்சுவரிக்கு பாடி வரும். அப்பா போய்க்கங்க. அசபு வேணாம். விளங்கிட்டீங்களா" என்றவாறே எங்கோ நடந்தான். அப்பாவின் குரல் அம்மாவிடம், "இவனை வெளில் விடாத. நேரஞ்சென்னு நான் போய் பார்த்துட்டு வரேன்" என்றது.

வெகுசிலர் மட்டுமே குடைபிடித்தபடி நின்றிருந்தனர். மலையின் மீது பெய்துகொண்டிருந்த மழை படலம் படலமாக கீழேயிருந்த சுனையில் சேதாரமாகிக் கொண்டிருந்தது. கற்களால் பெருஞ்சதுரமாக நெரிக்கப்பட்டிருந்த சுனையின் பாசிபடர்ந்த நீர் மழைக்கு நடுவே தத்தளித்தபடி உயர்ந்து

கொண்டிருந்தது. எங்கேயோ இருந்தெல்லாம் ஓடி வந்து அதில் இறங்குகின்ற நீரோடைகளுக்கு நடுவே பார்ப்பவர்களை நோக்கி நீர் உயர்ந்து வருவது போல சுனையின் சதுர முகம் பொங்கிக் கொண்டிருந்தது. சுனையும் மலைவிளிம்பும் சந்தித்துக் கொள்ளும் யானை மூலையில் டூமனின் உடல் குப்புற கவிழ்ந்து மிதந்து கொண்டிருந்தது. ஊறிப்போன உடலை ஆடைகள் நெரித்திருக்க குழந்தையொன்றின் அடம் போல கையும் காலும் விரிந்து உறைந்திருந்தது. ஆழமான நீருக்குள் எதையோ பார்த்தபடி அழுபவன் போல அவன் மிதந்து கொண்டிருந்தான். முனிசிபாலிட்டியின் பழைய கருப்புநிற வேன் குதிரைலாயம் அருகே நின்று கொண்டிருந்தது. அதன் காக்கி நிற ஊழியர்கள் தீயணைப்பு வண்டி வருவதற்காகக் காத்திருந்த நொடியில் வேனிற்குள் அமர்ந்து பீடி குடித்தபடி இருந்தனர். வேடிக்கை பார்த்த நபர்களை போலீஸ் விரட்டிவிட்ட பிறகு சுனைக்குச் செல்லும் பாதை தனிமையில் இருக்க. டூமனின் உடல் இன்னமும் தேரை போல நகர்ந்து கொண்டிருந்தது.

அசபு வாசலில் நின்று எட்டிப் பார்த்தான். வழக்கம் போல இருளுக்குள் ஆழ்ந்திருந்த பவனத்தின் நீண்ட வராந்தாவில் லேசான வெளிச்சத்திட்டுக்கள் ஆங்காங்கே ஒற்றியிருந்தன. வாசுதேவனின் சிகரட்புகை வாடையெழாத பவனத்தில் மிகப் பழைய ஈரவாடை மிதந்து கொண்டிருந்தது. அசபு ஒருமுறை "அக்கா" என்றான். அவனது குரல் கிளிபோல கீறலுடன் வெளிப்பட்டது. டூமனைப் பற்றிக் கூறும்போது அவளது முகம் எவ்வாறு கோணிச் செல்லும் என்பதை நினைத்துப் பார்த்தான். சுவாரஸ்யமாய் இருந்தது. மீண்டும் ஒருமுறை அழைத்தான். இன்னமும் நிழலுருவம் எதுவும் அசையவில்லை.

மெல்ல சுவரில் விரல் உரசியபடி யோசனையுடன் உள்நுழைந்தான். நீளமான வராண்டாவில் மூடிக்கிடக்கின்ற ஒவ்வொரு அறைக்கதவையும் தாண்டும்போதும் உறங்கிக் கொண்டிருக்கும் ஒன்றை சப்தமில்லாமல் கடப்பதைப் போன்ற நிதானம் அவனையறியாமல் நடையில் வந்தது. லேசான இருட்டிலிருந்து, வெளிச்சத்திட்டுகளை நோக்கி வேகமாகச் செல்ல முனைந்த பொழுதில் இருளுக்குள் திரண்டெழுந்த ஒருமுகம் தனது பின்னே வெறித்தபடி தொடர்வதைப் போன்ற நடுக்கமேற்பட்டது. தீனமான குரலில் "அக்கா" என்றான்.

பவனத்தின் நிசப்தம் அந்த ஒலியை விரைவில் கொத்தி விழுங்கியது. ஒரு திருப்பத்திற்கு பிறகு அந்தப் பாதையின் முடிவிலிருந்த தேக்கு நிலையிட்ட அறையின் கதவுகள் பாதி திறந்திருந்தன. அதில் நீளவாக்கில் கிடந்த யசோதையின் கால்கள் அழுக்கு தந்தத்தைப் போல துலங்கியது. அசபுவிற்கு ஒரு சிறிய சிரிப்பு அந்த பதட்டத்திலிருந்தும் வந்தது. அவளை நோக்கி வேகவேகமாக சென்றான். சுவரை உரசிய விரலிலிருந்து தீ பட்ட சூடு எழுந்தது. வாயில் வைத்து விரலை குதப்பியபடி தரையைப் பார்த்தான். சிவப்பு நிற காவி பரவப்பட்ட பழைய மொசைக் தரையின் மீது ஈரமான பாதத்தடம் சற்றுமுன் அந்த அறையை நோக்கிச் சென்றிருந்தன. அதில் இன்னமும் உறிஞ்சப்படாத நீர் கோடுகளாய் விரிந்து கொண்டிருக்க, அசபு சட்டெனச் சுவரோரமாய்ச் சாய்ந்து நிதானித்தான். வலுவாக ஊன்றிய ஒற்றை பாதத்தடம் அது. சுவரில் அண்டியவாறே பாதி திறந்திருந்த அறையின் இருளுக்குள் பார்த்தான். யசோதையின் நிறைமாத வயிற்றின் கீழேவரை உடைகள் கழையப்பட்டு ஒரு சதைப்பந்தைப் போல திரண்டு பொங்கியிருந்த சூல் வயிறு, அவளது ஆழ்ந்த உறக்கத்தைப் பறைசாற்றியபடி விம்மித் தணிந்து கொண்டிருந்தது. அவளுக்கருகே ஈரம் வழிந்து கொண்டிருக்கும் வெளுத்த கை ஒன்று மிக மென்மையாக அவளது வயிற்றின் மீது ஊர்ந்து கொண்டிருக்க, வாழ்வில் முதல்முறையாக மோசமான அலறலோடு வலிப்பு நோய் அசபுவிடம் இறங்கியது.

– மணல்வீடு, ஆகஸ்டு 2021

\*\*\*

# ஆபரணம்

**1**

சிறிய ஆற்றுப்பாலத்தைத் தாண்டிய அம்பாஸிடர், இருபுறமும் வாழை மரங்கள் நிறைந்திருக்கும் தோப்பு வழியாக மெதுவாக முன்னேறியது. முழங்காலளவு ஆற்றுநீருக்குக் கீழே விரிந்திருந்த தூய வெண்மணற் பரப்பைப் பார்த்தபடி வந்த மரியத்தின் கண்கள் இந்தத் திடீர் பச்சைய உலகிற்குள் சட்டென மயங்கித் தவழ்ந்தன. காளியப்பன், டிரைவருக்கு அருகே அமர்ந்து வழி சொல்லிக்கொண்டிருந்தார். மரியத்தின் அருகே உலர்ந்த நரைமுடிகள் பறக்கத் திரவியம் உறங்கிக்கொண்டிருந்தான். காலில் போடப்பட்டிருந்த பேண்டேஜின் மீது மஞ்சளான மருந்துக் களிம்பு தடம் போட்டிருந்தது. திரவியத்தின் காலில் நரம்புகள் பிதுங்கி வெளிவந்து, சமீப நாட்களாக ஒவ்வொன்றாக அழுத்தம் தாளாமல் உடைந்து இரத்தக்கசிவாக மாறத் துவங்கியிருந்தன. நீண்ட காலமாக மூடைகளுக்கு நடுவே நின்று பழகிய உடல். தன்னை மறந்து உறங்கிக்கொண்டிருக்கும் அவனை மரியம் இன்னதெனக் கூறமுடியாத வாஞ்சையோடு பார்த்தாள்.

"மழைக்காலம்னா எடுத்தேறி வரமுடியாத பாதை."

காளியப்பன் அவராகக் கூறிக்கொண்டார். வாழைத்தோப்புகளிற்கு நடுவே ஒன்றிரண்டாக வீடுகள் தென்படத் துவங்கியிருந்தன.

"அந்தப் போஸ்ட்டுக்குக் கிட்டயே நிறுத்திக்க, கொஞ்சம் நடக்கணும்" என்றபடியே கால்களால்

செருப்புகளைத் துழாவிய காளியப்பன், மரியம் பக்கம் திரும்பி, "நடந்துருவானா?" என்றார்.

மீண்டுமொருமுறை எக்கி திரவியத்தின் கால்கட்டைப் பார்த்தார். திரவியம் அசங்கலாக விழித்து நிமிர்ந்து அமர்ந்துகொண்டிருந்தான்.

"செருப்பு வேணாம், பாதம் வீக்கமா இருக்கு. சும்மாவே நடந்து வரேன்."

மரியம் அதே கண்களோடு திரவியத்தைப் பார்த்தாள். அவளுக்குப் பிடித்த, தன்னைத் தளர்ந்தவனாக ஒருபோதும் ஒப்புக்கொள்ளாத திரவியத்தின் முகம். ஒவ்வொருமுறை பணம் எண்ணும்போதும் மரியத்தின் முகத்தில் அவளால் கட்டுப்படுத்தவே முடியாதபடி வந்துவிடுகின்ற பெருமிதத்தின் மின்மினிச் சுருக்கங்களுக்காகவே ஓடிய கால்கள். காளியப்பன் உட்பட எல்லோருமே அவளைப் பணப்பைத்தியம் என மனதிற்குள்ளோ வெளிப்படையாகவோ கூறியபோதெல்லாம் அந்தப் பைத்தியத்திற்குள் முகம் பொத்தியபடி அழுகின்ற ஒரு சிறுமியின் முகத்தையே திரவியம் உணர்வான். உண்மையில் அவளுக்கு மகிழ்ச்சி என்கிற ஒன்று இல்லவேயில்லை. அதை யாரும் சொல்லிக்காட்டக் கூடாது என்பதற்காகத்தான் இந்தப் பணவெறி எக்காளம் எல்லாம்.

நடந்து செல்கின்ற சிறிய பாதை வழியேவும் வாழை மரங்கள் கூடவே வந்தன. அந்தத் தோப்பிற்குள் சிறிய வாய்க்காலும் செல்ல வேண்டும். குளித்துவிட்டு நடந்த உடல்களிலிருந்து வழிந்த நீர் இன்னமும் ஈரமான ஒரு நேர்க்கோட்டைப் பாதையோரம் கொண்டு சென்றது. கூடவே சிறுவர்களின் கூச்சல்களும்.

"இப்ப இருக்குற வீட்டை வாங்கிட்டானா? இவ்ளோ தள்ளி வந்து வாடகைல இருந்தானாக்க சரியான முட்டாப்பய."

காளியப்பன் வயிற்றை எக்கி வேட்டி நுனியைத் திணித்தபடி, "எங்க! இப்பதான் ரெண்டு மூணு லைனு எச்சு போறேன்னான். நாலு காசு நிக்கிற சமயம். இவ மூணாவத ஈண்டுட்டா. வச்ச காசெல்லாம் அழுதாச்சுன்னு போனவாட்டி வந்தப்பப் புலம்புனான்."

இதைக் கூறி முடித்தவுடன் மரியத்தின் முகத்தில் அவளறியாமலே வந்திருக்கக்கூடிய இறுக்கத்தை அவரால் பார்க்காமலேயே உணரமுடிந்தது.

வேலிப்படலில் பூசணிச்செடி ஏறிப் பிணைந்திருக்க, சிறிய தந்தூபிகளைப் போலப் பூசணிப்பூக்கள் வெயிலில் பாடிக்கொண்டிருந்தன. சிறிய காரைவீடு. வாசல் திண்ணையில் மூத்தவன் அமர்ந்து சிலேட்டில் எழுதிக்கொண்டிருந்தான். இவர்களைப் பார்த்ததும் வீட்டிற்குள் திரும்பி, "அம்மா.." என்றான்.

கொல்லைப்புறத்தில் ஏதோ பாத்திர வேலையாக இருந்தாள் சித்திரை. ஈரத்திட்டுகள் படிந்த சேலையோடு வெளியே வந்தவளின் முகம் மெல்லிய மலர்ச்சிக்கும் கண்கள் சிறிய யோசனைக்கும் சென்று மீண்டன. காளியப்பன் மூத்தவனின் அருகிலேயே அமர்ந்துவிட்டார். மரியம் மிகவும் தலைதணித்தபடி உள்ளே நுழைந்தாள். திரவியம் கட்டுப்போட்ட காலைப் பதனமாக எட்டு வைத்தபடி சுவர்மூலையில் கிடந்த சேரை நோக்கிச் சென்றான். அதே மூலையில் தொங்கிய சேலைத்தூளிக்குள் களுக்கெனப் பிஞ்சு உடல் ஒன்று புரண்டு படுக்க, தண்டையணிந்த அதன் சிறிய கால் ஒன்று எட்டிப்பார்த்தது. திரவியம் தன்னிச்சையாகத் தனக்குத்தானே வாயைப்பொத்தி உஸ்ஸென்று கொண்டான். அவனது அந்த முகத்தைப் பார்த்ததும் மரியத்திற்கு இலேசான புன்னகை வந்தது. சித்திரை எதுவோ ஆற்றி எடுத்து வருவதற்கு சமையல்திட்டிற்குள் நகர்ந்துகொண்டாள். மரியத்தின் அந்தப் புன்னகை அடுத்து தன்னை ஏறிடும்போது அதனை அவளால் எதிர்கொள்ள முடியாது. எதையோ சூடு பண்ணிக்கொண்டிருக்கும் சித்திரையை மரியம் பார்த்தபடியிருந்தாள். அழுக்கான பழைய மெழுகுவர்த்தியைப் போல சித்திரை வியர்வைக்குள் நின்றிருந்தாள். அறைச்சுவரின் ஓரத்தில் சிறிய பாலித்தீன் சுவர்களால் கைப்பிடியளவு போடப்பட்டு அட்டைகளில் கோர்க்கப்பட்ட அருசளவு சாமான்களின் குவியல் கிடந்தது. திலகர் இப்போது சைக்கிளில் இந்த அட்டைக் கோர்வைகளைக் கொண்டுசென்று கிராமம் கிராமமாக விற்று வருகிறான் என காளியப்பன் சொல்லியிருந்தார்.

“சித்திரை, எதும் வேணாம். விடு.”

தனது காலை ஒரு அழுக்குத்துணி மூடையின் மீது தூக்கி வைத்தபடி திரவியம் கூறினான்.

“நடுவுள்ளவன் எங்க?”

“ந்தா, வாய்க்கா பக்கமா எங்கியாச்சும் ஆடிக்கிட்டு கிடப்பான்க்கா.”

மரியம் தனது வயர்கூடையிலிருந்து சீனிச்சேவு பொட்டலத்தை வெளியே எடுத்து வைத்தபடி, “காளியண்ணே, அவனை வரச்சொல்லுங்க” என்றாள்.

கையில் சிலேட்டோடு, சீனிச்சேவு பொட்டலத்தின் முன் நின்றபடி சித்திரையின் முகத்தைப் பார்த்தான் பெரியவன்.

“அட எரும! சாப்டுறா”.

திரவியத்தின் வழக்கமான பலசரக்குக் கடைக்குரல் அவனைச் சட்டெனக் கழுத்துப் பக்கம் கூசச்செய்து அமர வைத்தது. சித்திரை கொடுத்த டம்ளர்களை வாங்கிக்கொண்டு, “ஏம்ப்பா, சுத்தி காடா கெடக்கே! மழைக்கு பூச்சி எதுவும் வருமா? குழந்தைங்களை வச்சுக்கிட்டு..” தனது வழக்கமான திகைப்பான கண்களோடு மரியம் கேட்டாள்.

“எப்பவாச்சும்க்கா, இவரு வீட்டைச் சுத்தி சீமெண்ணை தெளிச்சு வைச்சிருவாரு.”

ஒவ்வொரு மழைக்காலத்திலும் சித்திரை விழித்தே கிடப்பாள். அசதியில் உறங்கும் திலகரை எழுப்பித் திட்டவும் செய்வாள். ஆனால் இதைச் சொல்லும்போது, திலகரின் மீது அவர்கள் உணரும்படி குரலில் வந்துசேர்ந்த கனிவை அவளே ஆச்சரியமாக உணர்ந்தாள்.

மரியம் தலையசைத்தவளாக, “ந்தா இவங்களுக்கு கால்கட்டு மாத்த வேண்டியிருந்துச்சு. இப்பல்லாம் ரொம்ப நேரம் கல்லாவுல உக்கார முடியலை. காளியண்ணன் மகன் பால்ராஜூதான் காலேஜ் முடிச்சு வந்து பாத்துக்கிறான். அதான் கட்டு மாத்த வந்தோம். காளியண்ணன் ஒரு எட்டு போய்ட்டு

வருவோமான்னு கேட்டாரு, அதான் சட்டுனு வரவேண்டியதா போச்சு. இல்லேன்னா இந்தப் பிள்ளைக்கு எதுனாச்சும்...”

“ஏங்க்கா, இருக்கட்டுமே. இப்ப என்ன?” டம்ளர்களை எடுத்தபடி சித்திரை திரும்பவும் சமையல்கட்டிற்குள் சென்றுகொண்டாள். வாசலில் காளியப்பன் கால்நீட்டிச் சாய்கின்ற முஸ்தீபுகள் கேட்டது. சீனிச்சேவின் வினோத கிளைகளைப் பார்த்தபடியிருந்தான் பெரியவன். திரவியம் தனது கால்வலியில் ஆழ்ந்தவாறே, சட்டை பட்டன்கள் கழன்றிருக்க அரைக்கண் மூடியிருந்தான். சித்திரை டம்ளர்களை அடுக்கியபடி, தொட்டிலையும் அருகே அயர்ந்து கிடக்கின்ற திரவியத்தையும் அமைதியாகப் பார்க்கின்ற மரியத்தைப் பார்த்தாள். சட்டென வீடு முழுக்க வந்துவிட்ட நிசப்தத்தில் மரியமும் சித்திரையும் மெல்லிய தவிப்போடு தங்களை எங்கெங்கோ ஒளித்துக்கொள்ள முயன்றுகொண்டிருந்த பழைய சதுரங்கப் பலகையொன்றில், அழுகைகளோடும் கோபங்களோடும் பிரிந்து சென்ற யானைகளும் குதிரைகளும் ஆண்டுகளின் களைப்போடு மீண்டும் எதிர்கொள்கின்ற சித்திரத்தைப் போல கிடந்தது வீடு. தொட்டிலுக்குள் குழந்தை நமட்டைக் கடித்தபடி அவர்களின் பழைய நாளொன்றைப் பார்ப்பது போல ஓருணர்வு இருவருக்கும்!

## 2

நிறைந்த பால்செம்பிலிருந்து இடுக்கிவைத்து வெளியே எடுக்கப்பட்டு, சிறிய துணியால் அழுந்தி துடைக்கப்பட்ட நெக்லஸை, தனது மரப்பெட்டியின் நிறைந்த நகைக்குவியலுக்கு மத்தியில் பத்தில் ஒன்றாகப் போடும் முன்பாகத் தலையை இரகசியமாகத் தழைத்து ஒருமுறை நுகர்ந்துபார்த்தாள் மரியம். தங்கத்திற்கேயுரிய சுறுசுறுவென நாசியைத் தீண்டுகிற மின்மணத்தோடு பாலின் வெம்மையான கவுச்சி வாசனையும் சேர்ந்தெழுந்தது. அவளையறியாமல் உதட்டில் மலர்ந்துவிட்ட ஒரு புன்னகையோடு திரும்புகையில் சித்திரையின் அழுது ஓய்ந்துவிட்ட – அதன் வழியாகச் சுடுகின்ற தீர்க்கம் வந்துவிட்ட – கண்களை நேருக்கு நேர் மோதினாள். ஒருகணம் உள்ளம் பதறிவிட்டது. அவள் பார்க்கப் பார்க்க தன் உதட்டில் அரும்பிவிட்ட சிரிப்பைச் சன்னஞ்சன்னமாக அணைத்தபடி வந்தவள், ஒரு புள்ளியில் சித்திரையின் கண்களுக்கெதிரான

தனது மினுங்குகின்ற கண்களின் கூர்மைக்கு மாறிவிட்டாள். அந்தப் பார்வைக்கு முன் தன்னைத் தழைத்துக்கொண்ட சித்திரை சற்று முன் தோடுகள் கழற்றப்பட்ட தனது வெற்றுக் காது மடல்களை மென்மையாக நீவியபடி எங்கோ திரும்பிக்கொண்டாள்.

"வெள்ளாகுளத்து கடைக்கணக்கிலிருந்து எவ்வளவு வருது திரவியம்?"

தனக்கு முன்னே பரப்பி வைக்கப்பட்டிருந்த வரவு செலவு நோட்டுகளின் பக்கங்களைப் புரட்டியவாறு, பழுப்பாகிவிட்ட காகிதங்களினாலான பத்திரங்களின் வியாக்கியானத்தைப் படித்துப் பார்த்து தலையாட்டிக்கொண்டே இரு கூறாக பிரித்து வைத்த மூத்த கணக்காள் காளியப்பன் கேட்டார்.

குண்டுபல்பின் மஞ்சள் வெளிச்சத்திற்குக் கீழே வெற்றுடம்புடன் அமர்ந்து நிமிர்ந்து பாராமல் சாப்பிட்டுக்கொண்டிருந்த திரவியம், சுவரைப் பார்த்துக்கொண்டே நாவால் துழாவியபடி, "அதுல வந்த லாபக்கணக்குலதான இவன் கடைக்கு உளுந்து கொள்முதல் செஞ்சு போட்டேன். அந்த கணக்குக்கு இதை நேர் வச்சிருங்க."

கலைந்த தலையும் பயந்த கண்களுமாகத் தனக்கு முன் உட்கார்ந்திருந்த திலகரைக் காளியப்பன் பரிதாபமாகப் பார்த்தார்.

"அந்த வருஷம் உளுந்து நல்ல நட்டம் வாங்கிருச்சுலண்ணே".

கசந்துவிட்ட சிரிப்போடு, திக்கலான குரலில் இருவரையும் பொதுவாகப் பார்த்தபடி திலகர் குழறினான். குடித்துக்கொண்டிருந்த தண்ணீரை வாய் முழுக்க உப்பியபடி கையில் செம்போடு திரும்பிய திரவியம், "லாவம் வர்றப்பல்லாம் என்கிட்டயா வந்து குடுத்த? கிட்டங்கில என்னா சரக்கு வருது, சீசன் என்னா, நெலவரம் என்னான்னு தெரியாம டவுன்ஹால் ரோட்டுல புரோட்டா திங்க போனேன், ரீகல் டாக்கீஸ்ல மூணு ஷோ பாத்து வந்தேன்னு லும்பனாட்டம் அலைஞ்சா வர்ற லாபமும் நட்டமாத்தாண்டா போகும்."

பேசி முடிக்கும்போது வந்த தும்மலைத் தொடர்ந்து ஒன்றிரண்டு பருக்கைகள் தொண்டைக்குள்ளிருந்து உதட்டில் வந்து விழுந்தன.

“ஏஞ்ச, பெசாம சாப்பிடுங்க. அதான் கணக்கு நேர் இருக்குல்ல. கணக்குக்கு காசை நேர் பண்ணிட்டு கிளம்பிருவாங்க. சும்மா தின்னுட்டு எந்திரிங்க.”

சித்திரை கழற்றி வைத்திருந்த மிச்ச நகைகளை அள்ளிப் பாலில் போட்டு எடுத்து வடிகட்டி பிறகு மரப்பெட்டியில் வைத்துப் பூட்டியவாறே, “காளியப்பண்ணே, யார் காசும் நமக்கு வேணாம். எழுதி வைச்ச கணக்குக்கு நேர் செஞ்சிட சொல்லுங்க. போதும்” என்றாள் மரியம்.

திலகரின் பக்கம் வைக்கப்பட்டு, கணக்கு வாசித்து வாசித்து அவன் ஈடுகட்ட வேண்டிய தொகைக்குத் தீர்வாக திரவியம் பக்கம் எடுத்து வைக்கப்பட்ட பத்திரங்களை அந்த மரப்பெட்டியின் மேலே வைத்து பிடித்தவாறு எழுந்து தங்களது அறைக்குத் தூக்கிச் சென்றாள்.

“ஏ திரவியம், எல்லாக் கணக்கும் வரவு காலத்துல முடிஞ்சா அவனுக்கு என்னய்யா எஞ்சும்? கொள்முதல் முழுக்க உன்னை நம்பித்தானய்யா விட்டான். நெலவரம் விழுகுற நேரத்துல இம்புட்டு உளுந்தை வாங்கி அவம் தலையில கட்டினா அவன் என்னத்துக்கு ஆவான்? காக்கா தலைல பனம்பழம் கணக்கா! கல்லாப் பெட்டிக்கும் வீட்டுக்குமா வளந்த பையன்ல! உன்னளவு நாலு திசை அறிஞ்சவனா அவன்? நீ பாத்து எதுனா ஒத்துக்கலாம்ல, நிறைமாச வயித்துக்காரிய கைல வச்சுகிட்டு இந்த நேரத்துல பிரிவினை போடுறியே, நல்லாவா இருக்கு?”

விரலில் குழிந்து எடுத்த சுண்ணாம்பை நாக்கிற்கு உறைப்பு காட்ட மறந்தவராக கேட்டுவிட்டு காளியப்பன் அமைதியானார்.

“அண்ணே, என்னை என்னமோ பாவியாக்கும்படி பேசுறீங்களே? இதுக்கு போன சீசன்ல வாங்குன சரக்குலயெல்லாம் குளுந்து வந்த லாபத்தை நான் எதுவும் கேட்ருக்கேனா? அம்மாவும் போயி நாலு மாசம் ஆச்சு. ந்தா இவ வயித்து பிள்ளைக்காரியா நிக்குறா. நாளைக்கு மரியமும் ஈண்டுட்டான்னா அப்புறம் பங்காளிகளா நிப்பானுக. அதாம் இப்பவே பிரிச்சுக்கலாம்னு பேசி ஒத்துக்கிட்டாச்சு. அலைஞ்சு திரிஞ்சு பாடுபட்டவன்னு சொல்லி பங்குக்கு மேல காலரைக்கா படி போட்டு குடுறான்னா கெஞ்சுறேன். உள்ளதுக்கு கணக்கு நேர் செஞ்சுட்டு போடான்னு சொன்னா அது குத்தமா?”

கையைத் துண்டால் துடைத்தபடி புடைத்த வயிற்றோடு நின்று இவர்களைப் பார்த்தான் திரவியம். இதுநாள் வரை எல்லோரும் ஒன்றாக வாழ்ந்த வீடுதான். ஆனால் சில கணக்குப் புத்தகங்களும் பத்திரங்களும் நடுவே இருக்க, நின்றபடி கேள்வி கேட்கின்ற திரவியத்தின் முன்பு அழுக்குப் பொம்மைகளைப் போல் உட்கார்ந்திருந்தனர் திலகரும் சித்திரையும். கூசிப்போனதன் அடையாளமாக குறுக்கிக்கொண்ட உடல்மொழி வந்திருந்தது அவர்களில்.

திலகர் கடைக்கென எழுந்து வரத்துவங்கிய காலத்திலேயே அவனது அண்ணன் திரவியம் வெள்ளாகுளத்துக் கடையில் ஊறிய புளியாக அனுபவம் கொண்டிருந்தான். காட்டு விலங்கிற்கான வலுவான கால்களோடு வெள்ளாகுளத்துக் கடையில் திரவியம் தொழில் கற்றுக்கொண்டிருக்க, இளையவன் திலகருக்கு கள்ளிக்குடியில் வேறொரு கடையைக் கிளையாகத் திறந்து வைத்து அங்கே நேரிடையாக கல்லாவிலேயே போய் அமர வைத்தான். தம்பியை அலங்கரித்து அழகு பார்க்கின்ற அண்ணனின் பெருந்தன்மையென ஊரே நெகிழ்ந்திருக்கும்போது, காளியப்பண்ணன் மட்டும் பெருமூச்செறிந்து கொண்டார். ஆறு வயதிலிருந்தே அவர் பார்த்து வளர்ந்த குழந்தைகள். திரவியத்தின் இந்தச் செயலால் திலகர் எதிர்கொள்ளப் போகின்ற சிதைவுகளை நீரடிக் கூழாங்கல்லாக அவர் அறிந்தே இருந்தார். காய்ப்புப் பிடிக்காத கையும் புளிக்கறை படியாத நகங்களுமாக கல்லாவில் அமர்ந்து பணம் எண்ணிச் சிரிக்க வைப்பது அண்ணன் தம்பி வியாபாரத்தில் ஒரு நீண்ட நாளுக்கான சூதுகளில் ஒன்று.

சொகுசாக இருக்க வைப்பதன் வழியே சோம்பேறியாக்கிவிட்டு ஆயுதங்கள் ஏந்த வேண்டிய வேளையில் கையில் கூச்சத்தை வரவைக்கின்ற திட்டம். வெள்ளாகுளத்து கடையிலிருந்தே திலகரின் கடைக்குத் தேவையான சகல சரக்குகளும் அனுப்பப்பட்டன. திலகரின் கடை முழுக்க முழுக்க நன்னீரால் குளிப்பாட்டிய சிறிய தாவரம் போல எளிய மகிழ்ச்சிகளில் நிறைந்திருந்தது. திலகருக்குக் கொள்முதல் செய்கின்ற அனுபவத்திற்கு வாய்ப்பேயில்லை. வேப்பமுத்து பொறுக்கிவரும் கூடைக்காரிகளிடமும் கள்ளிறக்கித் திரும்பும் பனையேறிகளிடமும் அவன் மிருதுவான வியாபாரியாகச்

சிரித்துக்கொண்டிருந்தான். எல்லாம் அப்பா இறக்கும் வரைதான். அவர் இறந்த சில நாட்களிலேயே வெள்ளாகுளத்துக் கடை தனது சப்ளையை நிறுத்திக்கொண்டது. முந்தைய நாள்வரை அனுப்பிய பொருட்களுக்கு ரூபாயை அள்ளிச்சென்றான் திரவியம். ஒரே வாரத்தில் கள்ளிக்குடி கடை சீக்காளியாகிப் போனது. பரிதவிப்போடு திரவியம் பக்கம் திரும்பிய காளியப்பன் அவனது முகத்தில் கண்டது முற்றிலும் வியாபாரத்தன்மை கொண்ட ஒரு சிரிப்பை; ஈரப்பதம் எங்கெங்கு இருந்தாலும் தனது வேர்களை அனுப்பி இரகசியமாக உறிஞ்சிவிட்டு, செழித்து நிற்கின்ற நாணலின் திமிரான நிமிர்வை.

திலகர் அதற்குக்கூட கலங்கவில்லை. கடை சரிந்த சூட்டோடு பிரிவினையும் எழுதி, அவன் பக்கம் வந்த சொற்பச் சொத்துகளையும் நஷ்டமாக்கிய கணக்கிற்காகத் திரவியம் எழுதிவாங்கப் போகிறான் எனத் தெரிந்ததும், திசையெங்கும் சூன்யமாகி கண்பார்வை இழந்தவனைப் போல அவன் உடைந்தமர்ந்திருந்தான். சித்திரை வழக்கமான அதே சிறுமியின் பார்வையுடன் தனது துளித்துளியான நகைகளை உள்ளங்கையில் நீட்டி, "இதை வெச்சு வேறெங்கியாச்சும் கடை போடலாமா?" என்றாள்.

வயிற்றிலிருக்கும் சிசு மீதான கனவுகளிலேயே இவ்வளவு நாட்கள் மிதந்திருந்த அந்தக் கண்களில் அழுகையென ஈரம் எதுவும் வழியவில்லை. ஆனால் அச்சமும் திகைப்புமானவொன்று இடமும் வலமுமாய் நடந்துகொண்டிருந்தது. உண்மையில் திலகருக்கு ஒரு கடையைத் தொடங்குவதற்கான அரிச்சுவடி தெரியாது. நன்னீரால் வளர்ந்த தாவரத்தின் முதல் கோடைக்காலம் அது. அவனுக்கு என்ன சொல்வதென்றே தெரியவில்லை. அடிவயிற்றில் மோசமான வலி மின்னலிட்டது. காயடிக்கப்பட்ட விலங்கின் முதல் நாளைப் போல உடலெல்லாம் காறித்துப்ப முடியாத ஒரு கசப்பும், வலியும் தன்மீதே சுரந்து பெருகிக்கொண்டிருந்தன. திரவியத்தின் காலில் விழுந்தாவது தன்னைக் காப்பாற்றி மேடேற்றிவிடுமாறு கெஞ்சுவது தப்பில்லையென உள்ளுக்குள் எதுவோ பலகீனமாக முனங்க முனங்க, தான் எவ்வளவு பெரிய தோல்வியாளன் என்பதை முழு உடல் எடையாக உணர்ந்தான். எங்கேனும்

மோதிச் சிதறச்செய்து இந்த அவமானத்தின் எடையைத் துகள்துகளாக நொறுக்க வேண்டும் போலிருந்தது. ஆனால் சித்திரையின் அந்தக் கண்கள்! அவை அவனைவிடப் பூஞ்சையானவை. சிறிய வயிற்றுமேட்டில் கை வைத்தவளாக எதுவோ ஒரு காட்டுக்கோவிலிற்கு அவளை நல்ல வெயிலில் கூட்டிச்சென்ற போது முன்சிகை பறக்க வியர்வையில் வழிந்த குங்குமத்தோடு அவள் பேரசதியாக நின்ற சித்திரம் அவன் கையைப் பிடித்துக்கொண்டேயிருந்தது.

இரண்டாவது பெண்ணாக வீட்டிற்குள் நுழைந்த முதல் நாளன்றே சித்திரை தன்மீது ஊர்கின்ற அந்தப் பார்வைக்கான கண்களைக் கண்டுபிடித்தாள். அவை மரியத்தினுடையவை. கடை சாத்திவிட்டு வீடு திரும்பும் மனிதர்கள் குளிக்கப் போகின்ற நேரத்தில், அந்த நள்ளிரவிலும் முழு சம்மணம்போட்டு அழுக்குப் பைகளில் பொதியப்பட்டு வருகின்ற தாள்களை, நாணயங்களை அவள் எண்ணுகின்ற காட்சியும் அவ்வளவு விரைவாக ரூபாய்த் தாள்களை எண்ணி எண்ணித் தள்ளுகின்ற அந்த விரல்களும் சித்திரை பார்த்தறியாதவை. தூக்கக் கலக்கக் கண்களோடு அடுப்பங்கரைக்குள் செல்லும் சித்திரையை விழியோரமாகப் பார்த்தபடி மரியம் தலையசைத்துச் சிரித்துக்கொள்வாள். அந்தச் சிரிப்பில் என்ன இருக்கிறது என்பதே சித்திரைக்கு விளங்காது. ஆனால் ஏதோவொரு பந்தயத்தில் வெகுவேகமாக முன்னேறி ஓடுகின்றவரின் கண்களிற்குள் பற்றியெரிகின்ற வெறியும், உலகில் வேறு யாருக்கும் பிடிக்காத தனக்கே தனக்கு மட்டுமான ஆவேச எக்களிப்பையும் உள்ளடக்கிய சிரிப்பு அது.

மரியத்தால் கண்டுகொள்ளப்படாத வீட்டின் மாடக்குழிகளில் சித்திரை தீபமேற்றுகின்ற மாலைகளில் ஏதேனும் கணக்கு நோட்டுகளை எடுக்க வருகின்ற காளியப்பன், "இதுக்கெல்லாம் வெளிச்சங்காட்டி எவ்வளவு வருசமாச்சு! மரியத்துக்கும் இந்த லட்சணமெல்லாம் கொண்டுவரத் தெரியும். பிள்ளைக்கு ஆனா ஆர்வமில்ல.. நீ வை வை" என்பார்.

வழித்தடம் இல்லாத காட்டிற்குள் தனது கொம்புகளால் கொடிகளையும் இலைகளையும் பழங்களையும் சீறிக்குத்தி பின்னால் எறிந்துவிட்டு ஆவேசமாகத் தனது வழியை உண்டு பண்ணிச் செல்கின்ற காளைகளிற்குப் பின்னே அந்தச்

சிதறி எறியப்பட்டவைகளுக்குள்ளிருந்து பழங்களையும் விதைகளையும் தனித்தனியாகப் பொறுக்கி வைத்துப் பாதுகாத்துக்கொண்டே வருகின்ற கைகள் மரியத்தினுடையவை என்பது காளியப்பனின் எண்ணம். அது உண்மையும்கூட. சம்பாதித்த அடுத்த நொடியில் அந்தப் பணத்தின் மீதான பாதுகாப்பை உறுதிசெய்ய ஆட்கள் இல்லாத வியாபாரிகளின் குறுகிய, பயந்த வாழ்க்கைக் கதைகளை அவர் அறிவார். திரவியம் போன்ற நுட்பமும் சாதுர்யமும் வீரியமும் கூடிய மனிதனை நிம்மதிப்படுத்த, மரியம் போன்ற - தன் தசைக்குள்ளிருக்கும் இன்னொரு பெண்ணைக் கடந்துவிட்ட - பெண்ணால்தான் இயலும். திரவியத்தை மகிழ்விக்க வேண்டி மரியம் ஒவ்வொரு முறையும் தனக்குள்ளிருக்கும் நைச்சியத்தை வெளிப்படுத்தி வெளிப்படுத்தி ஒரு கட்டத்தில் அதுவாகவே ஆகிப்போனாள்.

திலகருக்குத் தனது அண்ணியைக் காணும்போதெல்லாம் அவளது இந்த ஆளுமையின் பொருட்டு மெல்லிய பெருமிதம் வந்துசெல்லும். சித்திரையின் காதருகே, “இந்த தெரு முழுக்க இருக்கறவனுக எங்க தாத்தாவழி பங்காளிங்கதான். எல்லாரும் படிச்சு ப்டிச்சு பெருமை கொண்டவனுங்க. எங்க அண்ணி வந்தபிறகுதான் வாய்க்கும் கைக்குமா போய்க்கிட்டிருந்த கடை லாபத்துல கொஞ்சங் கொஞ்சமா ஈரம் பிடிச்சது. இல்லாட்டி இந்த நிலை இருந்திருக்காது.”

சித்திரை புன்னகைத்துக்கொள்வாள். வீட்டிலிருந்து தள்ளியிருக்கும் பழைய கோவிலுக்குத் தினசரி விளக்கேற்றப் போய்வருவதற்குள் பூக்காரியிடமும் பிச்சைக்காரர்களிடமும் அவள் ஏமாந்து திரும்புகின்ற ஒவ்வொரு முறையும் திலகரால் அவள் நோகடிக்கப்படுவாள். ஒரு பெண்ணின்மீது அந்தக் கேலிகள் ஏற்படுத்துகின்ற அழகான வெகுளித்தன அழுகைகளை, அந்த அழுகைக்குப் பிறகு அவள் மேலும் சிறுமியாக யவ்வனம் கொள்வதை மரியம் பார்த்துக்கொண்டேயிருப்பாள். மிக வெகுமதியான திலகரின் பாராட்டுகளைவிட அப்போது தன்னிடம் இல்லாமலாகிவிட்ட ஏதோவொன்றை அவளது உள்ளம் தேடிக்கொண்டே இருக்கும்.

வீட்டின் மூலையில் இருளடைந்து கிடந்த கிணற்றை போயர்கள் வைத்துத் தூர்வாரி, அதில் தெளிந்து மேலேறிய

நீர்மட்டத்திற்குப் பூக்களைத் தூவி விளக்குக் காட்டிய நான்காவது நாளில் சித்திரையின் தேதி தள்ளிப்போனது. மரியம் அப்போது நாணயங்களைச் சிறிய சிறிய கோபுரங்களாக அடுக்கி எண்ணிக்கொண்டிருந்தாள். சித்திரை திலகரிடம் முணுமுணுவென ஏதோ கூறிக்கொண்டிருப்பதன் ஓசைக் குழைவுகளை, அவர்களே அறியாமல் அவர்கள் மகிழ்ந்து வெளிப்படுத்திய சிரிப்பின் விளிம்பில் ஒட்டியிருந்த ஜரிகை வெளிச்சங்களை மரியம் கவனித்துவிட்டாள். அவளது கைகள் நடுக்கமாக, வேகமாக, முன்னிலும் சிரத்தையாக நாணயங்களை எண்ணின. தன் முன்வந்து நிற்கப்போகின்ற மகிழ்ச்சியான பாதங்களைப் பார்க்கும் முன்பாக, சிக்கலும் ஆழமுமான கணக்கு வழக்குப் பேரேட்டின் எண்ணிலா எண்களுக்குள் தன்னை ஒளித்துக்கொள்ளத் துடிப்பவளாகப் பரபரத்தாள். ஞாபக மறதியாக எங்கோ வைத்துவிட்ட தனது இயல்பான முகங்களிலொன்று அவளது கைகளிற்குத் திரும்ப வராமலே வெயிலில் இளகிக் கரைந்துகொண்டிருப்பதைத் தூக்கத்திற்குள் கத்த முயல்பவளைப் போலப் பதறலாக உடல்முழுவதும் உணர்ந்தாள்.

சிறிய மேடிட்ட வயிற்றுடன் சித்திரை வீடு முழுக்கத் திரிந்த நாட்களில், மரியம் காளியப்பனுடன் பேரேட்டுப் புத்தகங்களில் மேலும் மேலுமாக மோதிக்கொண்டிருந்தாள். இன்னமும் பூக்காரிகளிடமும் பிச்சைக்காரர்களிடமும் ஏமாறுபவளாகச் சித்திரை ஒளிர்ந்துகொண்டிருந்த அந்த நாட்களில் மரியம் கடை வரவு செலவுகளில் வாளின் கூர்மையுடன் தனது இருப்பை மினுங்கச் செய்துகொண்டாள். சித்திரையின் கண்களில் வெளிப்படுகின்ற - எல்லோராலும் விரும்பப்படுகின்ற - அந்தச் சிறுமித்தன்மை காணாமலாகி ஒரு பெண்ணாக அவள் தன்னை வெளிப்படுத்தி முன்வைக்கும் போது அவளைச் செதில் செதிலாக வெட்டி எறிகின்ற வாளின் உடலைப் போல மரியம் தனது நைச்சியத்தைத் தீட்டிக்கொண்டிருந்தாள். பாறைப்புடவுகளில் பெய்கின்ற மழையைப் போல லாபத்தில் ஊறித்தளும்பி திரவியத்தின் கடை மேலேறிக்கொண்டிருந்தது.

அம்மா இறந்த பத்து நாட்களில் எழுத்துப்பூர்வமான பாகப்பிரிவினை முடிந்தது. அது நிகழ்ந்த இரண்டொரு நாளில் இந்த இரவு வந்துவிட்டது. சித்திரையால் புடவையின் முன்பக்கக்

கொசுவங்களை அழகழகாக மடித்துச் சொருகிக்கொள்ள முடியாத வயிற்றின் கர்ப்ப மேடிட்ட நாட்கள். அவள் தனது ஒவ்வொரு நகையாகக் கழற்றிக் கொடுத்துவிட்டு பொட்டுத் தங்கம் இல்லாத, கலங்கலான நீர் நிரம்பிய கண்ணாடிப் பாத்திரத்தைப் போல தூணில் சாய்ந்துவிட்டாள். மரியம் உள்ளே பீரோவைத் திறந்து நகைகளை எடுத்துவைக்கும் ஓசை கேட்டபடி இருந்தது. தாங்கள் எதிர்கொண்டிருக்கும் துயரான விடியலை எண்ணி அவள் குமைந்துகொண்டிருந்த நொடியில், ஈரமான மணலில் மிதித்தெழும் பாதத்தைப் போல அவளது வயிற்றின் மேட்டில் பிஞ்சுப் பாதங்கள் உதைத்துச் சுழன்று சென்று கூசச்செய்தது. திரவியத்தின் முன்னே கைதியைப் போல அமர்ந்து நைந்து போனவனாக பேசிக்கொண்டிருக்கும் திலகர் இயல்பாகத் திரும்பி சித்திரையைப் பார்த்தான். அடிவயிற்றின் அந்தக் கூச்சத்தை மறைக்கவியலாமல் சித்திரை புன்னகைத்தாள். திலகரும் எல்லாத் துயர்களையும் தாண்டி வந்து ஒரு கணம் அந்தப் புன்னகை தெரிவிக்கின்ற செய்தியைத் தீண்டி மகிழ்ந்தான். அறையிலிருந்து வெளியேறி வந்த மரியம் அந்தப் பரிமாற்றத்தின் இரகசிய இழையை, அந்த இழையின் மெல்லிய நூலேணி வழியே அவர்களிருவரும் இந்தத் துயரத்திற்கு வெளியே சென்று கண்டு மகிழ்ந்த கனவைப் பார்த்தாள். வாளின் கூர்நுனியால் வெட்டிட முடியாத நுரைக்குமிழி போல அந்த மகிழ்வு மிதந்தேறி அவளுக்கு அகப்படாமல் விலகிச்சென்றது.

காளியப்பன் எவ்வளவோ சொல்லியும் அந்த இரவிலேயே அவர்கள் வீட்டைவிட்டு வெளியேற வேண்டுமெனத் திரவியம் சொல்லிவிட்டான். மரியம் எதுவும் சொல்லாமல் நின்றிருந்தாள். உக்கிரமான ஒரு நாடகத்தின் இறுதிக் காட்சியென்பது அதை எழுதிய கைகளை மீறித் தன்னிச்சையாக நிகழ்ந்து மேலெழும் சில கணங்கள் உண்டு. அவள் சித்திரையை வீழ்த்த விரும்பினாள். சித்திரை ஒருபோதும் போட்டியிட வந்ததில்லை. அவளால் அடைய முடியாத அந்த மேடிட்ட வயிற்றிற்காக மிகப்பெரிய சதுரங்கத்தில் தனது யானைகளையும் குதிரைகளையும் பிரம்மாண்ட உயிரிகளாக வளர்த்து நிறுத்தியிருந்தாள்.

நகைககளைக் கழற்றக் கழற்ற சித்திரை வெகு எளிமையான ஒரு பெண்ணாகிப் போனாள். ஆனால் அந்த எளிமையின் மெழுகு

வெளிச்சம் அவளை விட்டுப் போகவேயில்லை. திரவியத்தின் காலைப் பார்த்தபடி திலகர் படுதோல்வியாளனாகக் கசிந்துகொண்டிருந்தான். அவன் அழுகையின் தொனியோடு தனது இயலாமையை முன்வைத்தபடி இருக்கும்போதெல்லாம் திறமையற்ற ஒரு ஆணின் மீது படிகின்ற அவலட்சணங்களைப் பெறாமல் வாரி அணைத்துக்கொள்ள வேண்டுமெனத் தோன்றுகின்ற சிறுவனைப் போல மாறியிருந்தான். மரியம் நிகழ்த்தியிருந்த காய் நகர்த்தல்களில் எல்லாமே துல்லியமாகக் கூடிவந்தது. அவள் விரும்பிய அழுகை உட்பட. ஆனால் அதற்கு வெளியே சென்று அவர்கள் கனவு காண்பதற்கான துளியளவு வெளிச்ச ஊற்றை அவளால் ஒருபோதும் அடைக்க முயலவில்லை. அவள் அமைதியாக அமர்ந்துவிட்டாள். திரவியம் தனது ஆவேசப் பேச்சின் கனத்தைத் தாங்கவியலாதவனாக மாடிக்குச் சென்றுவிட்டான்.

## 3

சிறிய வீறிடலோடு குழந்தை தொட்டிலிற்குள் புரண்டது. எங்கோ ஆழத்தில் கிடந்து பதறி எழுந்தவளாக சித்திரை அதனை நோக்கிச் சென்றாள். வாசலுக்கு வெளியே நீள்கின்ற பாதைத்தடத்தின் மீது கவிந்து வருகின்ற இருளைப் பார்த்தவாறே உறைந்திருந்தாள் மரியம். இந்த வீறிடல்கூட தீண்ட முடியாத அவளது தனிமை அது. அவளைக் கடக்கும்போது சித்திரை மென்மையாக, “பசி. பால் தர்ற சமயம்” என்றாள்.

மெல்ல அதிர்ந்து தன்னியல்பிற்கு வந்த மரியம், “ஆங்.. ம்” என்றாள்.

மடியில் பாலுறிஞ்சுகின்ற குழந்தையோடு, அருகே சிலேட்டில் கிறுக்குகின்ற பையனோடு இருளிற்குள் சித்திரை அமர்ந்திருந்தாள். வாய்க்காலில் ஆடி முடித்த ஈர உடலோடு நடுவிலுள்ளவன் அம்மணமாக நின்றுகொண்டிருந்தான். ஒரு கையால் மடிக்குழந்தையின் முதுகில் தட்டிக்கொண்டே இன்னொரு கையால் அவனது ஈரமான உடலைத் துடைத்து விட்டாள் சித்திரை. பழைய அழுக்கான மெழுகிலிருந்து வழிந்த ஸ்படிகத் துளிகள் போல குழந்தைகள் சூழ அவள் அமர்ந்திருந்தாள். மரியத்திற்குக் குளிரில் வெடவெடத்து

நிற்கின்ற அந்தச் சிறிய உடலைத் துடைத்துவிட வேண்டும் போலிருந்தது.

சித்திரை மூன்றாவதாக உண்டாகியிருப்பதைக் கேள்விப்பட்டு, எல்லா வைராக்கியங்களையும் கைவிட்டு காளியப்பனை அனுப்பி வெளிப்படையாகவே கேட்டு வரச்சொன்னாள் மரியம்.

என்ன சொல்வதென்றே தெரியாத தத்தளிப்போடு திலகர் அமர்ந்திருக்க, சித்திரை சமையல்கட்டில் தனியே அழுதுகொண்டிருந்தாள்.

"அது எப்படிங்க! என்னால ஏலாதுண்ணே. அக்காக்கே அது தெரியும்ணே. கால்ல வேணா விழறேன், அவங்க மேல எந்தத் தாங்கலும் எனக்கு இல்லண்ணே. ஆனா என்னால ஏலாதுண்ணே."

திலகரால் பெருமூச்சுடன் அதைச் சொல்ல மட்டுமே முடிந்தது. காளியப்பனால் அந்த அழுகைக்கும் அரற்றலுக்கும் முன் மூச்சு விடக்கூட முடியவில்லை.

அதையெல்லாம்விட அந்தப் பதிலை மரியத்திடம் எப்படிச் சொல்வதெனப் பரிதவிப்பும் பயமுமாக அவர் திரும்பும்போது அடைந்த மன அலைச்சல் கொடூரமானது. ஆனாலும் போய் கூறவே செய்தார். அமைதியான குரலில் அவர் கூறக்கூற, முற்றிய விறகொன்றின் மீது தீ படருவதைப் போல அவள் முகமெங்கும் மிடுக்கான இறுக்கம் பரவியது. அவர் கூறி முடித்த பிறகு, நெடுநேரம் அமைதியாக யோசித்தபடி இருந்தாள். பிறகு கஷ்டமான ஒரு சிரிப்போடு, "சரிண்ணே. தோணுச்சு, அதான். நாளைப்பின்ன வாய்விட்டு கேட்காமப் போய்ட்டோம்னு ஆகிடக்கூடாது இல்லயா?" என்றவாறு மேலும் சிரிக்க முயன்றாள். ஆனால் எதிலோ சிக்கிக்கொண்டதைப் போல உதடு திணறியது.

பாதைத்தடத்தை இருள் முழுமையாக நிறைத்திருக்க, வாழையிலைகள் இருளுக்குள் எண்ணற்று நின்றிருந்தன. வெளியே வந்து மரியத்தின் தோளில் கைவைத்து நின்ற திரவியம், "ஏன் இவ்ளோ நேரம்! ரொம்ப தூரம் லயன் போக வேணாம்னு சொல்லு சித்திரை. கடன் எதுவும்

விடவேணாம்னும் சொல்லு. இவனுக்குத் திரும்ப கேட்கத் தெரியாது" என்றவாறு மெல்ல நடந்தான்.

மூத்தவன் டார்ச்சை அடித்தபடி முன்னே செல்ல, காளியப்பன் அவனோடு ஏதோ பேசியபடி நடந்தார். வாழைத்தோப்பிற்குள் நீர் பெருகியோடுகின்ற சப்தத்திலேயே காற்றில் குளிர் ஏறிக்கொண்டிருந்தது.

காரில் ஏறிக்கொள்ளும் முன்பு மூத்தவனின் கையில் சில ரூபாய்த் தாள்களைத் திரவியம் திணித்தான். அவன் பதறியபடி பாதை முடிவில் நின்ற சித்திரையைப் பார்த்தான். அவள் மென்மையாகத் தலையசைத்தாள்.

அம்மாவின் சேலைத்தலைப்பைப் பிடித்தபடி நடுவிலுள்ளவன் நிற்க, கைக்குழந்தை வெற்றுடம்பில் குளிர்க்காற்றை வாங்கியவாறு சித்திரையின் கன்னத்துச் சூட்டை நக்கியபடியிருந்தது. நீண்ட முகப்பு வெளிச்சத்தை உமிழ்ந்தவாறே கார் கிளம்ப ஆயத்தமாக, ஜன்னல் வழியாகக் கிளம்புகிறோம் என்னும் விதம் தலையசைத்த மரியம், "குளிர்காத்தா இருக்கு. குழந்தைக்கு பொத்திவிடு" என்றாள்.

நடுவிலுள்ளவன் கையிலிருந்து உருவிய சேலைத்தலைப்பால் குழந்தையை முற்றிலும் போர்த்தினாள் சித்திரை. திடீரென தன்மீது கவிந்த இருளைக் கிழித்தபடி தனது முகத்தை முண்டி வெளியே வந்தது அதன்முகம். தன்னை மறந்து அந்தச் சிறிய கண்களின் சிரிப்பைப் பார்த்தபடி பால்வாசனை எழுகின்ற அதன் முகத்தை நுகர்ந்து முத்தமிட்டாள் சித்திரை. பிறகு, சட்டென எதையோ அடக்க முயன்றவளாக தன்னை நிதானித்துக்கொள்ளும் முன்பாக, ஜன்னல் கண்ணாடி பதறி விரைந்து மேலேறுவதைப் பார்த்தாள். பிறகு, நீண்ட நேரம் அங்கேயே நின்றுகொண்டிருந்தாள்.

– தமிழினி இணைய இதழ், 29.07.2021

\*\*\*

## மஞ்சள் பலூன்கள்

முட்டைகள் மோதிக்கொள்வதைப் போன்ற வழுவழுப்பான ஒலியைத் தொடர்ந்து, மேஜையின் விரிந்த பச்சையின் மீது நிறம் நிறமான நாய்க்குட்டிகளைப் போல பில்லியர்ட்ஸ் பந்துகள் ஓடிவருகின்ற சித்திரத்தை மனதிற்குள்ளேயே உணர்ந்தேன். கண்களைத் திறக்க விரும்பாத ஆழத்திற்குள் ஞாபகம் நின்றிருந்தது. நீருக்குள் மூழ்கிக்கொண்டிருப்பவனது உயர்த்திய ஒரு கையைப் போல, நிகழ்காலத்தில் அதன் அசிங்கமான கூச்சல்களுக்கு மத்தியில் ஒட்டிக்கொண்டுள்ள ஒரு துளி பிரக்ஞை, பதற்றத்தையும் தலைவலியையும் தீவிரப்படுத்தியது. நாற்காலியின் பின்னே தலையைத் தொங்கவிட்டு உடலை நன்றாக நீட்டிக்கொண்டேன். பின்னந்தலையில் ஸ்டிக்கின் நுனி இடித்ததைத் தொடர்ந்து மிக மென்மையான குரலில் ஒரு "சாரி"யும் வந்தது. தொண்டை வரை தளும்பிக்கொண்டிருக்கும் வெதுவெதுப்பான திரவத்தின் சீறலான தகிப்பை உடல் முழுக்க உணர்ந்தேன்.

உடலின், மனதின் இறுக்கப்பட்ட பட்டைகளில் மெல்லிய நெகிழ்தல்கள் உருவாகி வந்தன அல்லது அப்படி எண்ணிக்கொண்டேன். ஞாபகங்கள் உருகிய வெறும் மனிதனாக எஞ்ச; புதிய நிர்வாணத்தோடு ஏதோ ஒரு கரையில் ஈரஞ்சொட்டச் சொட்ட எழுந்து நடக்க; முழுவதும் மறந்துவிட்ட எனது பழைய ஞாபகங்கள்; துண்டிக்கப்பட்ட அழுகிய உறுப்பைப் போல எதிர்க்கரையில் வெயிலில் பொசுங்கி நாறுவதை எவ்விதத் துணுக்குறலுமின்றி

வெறுமையான கண்களால் பார்க்க விரும்புபவனாக; மதுவின் லாவாக்கள் தளும்பிக்கொண்டிருக்கும் உடலில் உணர்வுகளை ஒவ்வொன்றாக எரித்துக்கொண்டிருந்தேன். இன்னமும் மூழ்கிடாத ஒரு உள்ளங்கையின் தவிப்பைக் கண்டபோது நிரஞ்சனாவின் முகமும், வாயில் கவ்விய குட்டியைப் போல எனது கைகளுக்கு அகப்படாமல் மனதிற்குள் அங்குமிங்குமாக அவளது ஞாபகங்களைப் பற்றி அலைகின்ற எனது முட்டாள்தனத்தையும் கண்டேன். அவளால் ஊட்டி வளர்க்கப்பெற்ற எனது முட்டாள்தனம். அந்தச் சிறிய சதுரப்பெட்டியில் அவளின் பொருட்டு ஒவ்வொரு முறையும் எலும்புகள் உடைய மடங்கி அமர்ந்திருந்த காட்சிகள் தோன்றி எழுந்தன. அவளிடமிருக்கும் போது குழைந்துவிட்ட என் பாவனைகளின் அருவருப்பு, வலிந்து ஒடிக்கப்பட்ட எனது மிடுக்குகளில் நான் மட்டுமே உணர முடிகின்ற ஊனம், இவையனைத்தும் ஒன்று திரண்டெழ, கண்களைத் திறவாமலேயே உள்ளூர மிகக் கசந்து, "நாய்.. நாய்" எனச் சட்டையில் எச்சில் வழிய என்னையே திட்டிக்கொண்டேன்.

ஒரு கோடைக்காலம் முடிந்து மழைக்காலம் தொடங்குவதற்கான இடைவெளியில் பிரபஞ்சமே தன் இலைகளை உதிர்த்து ஆறப்போட்டிருக்கும் காலத்தில் வாழ்வின் முக்கிய முடிவுகளைத் தவிர்க்க வேண்டுமென எனக்கு யாரும் சொல்லித்தரவில்லை. கோடைகாலத்தில் துருவேறியிருந்த என் மூர்க்கமான - இயல்பான - நடவடிக்கைகளில் மழைக்காலத்திற்கு முந்தைய கனிவுகளை நானே வெவ்வேறு தனிமைகளில் உணர்ந்துகொண்டிருந்தேன். படபடத்து எரிந்த தீச்சுடர்கள் நீங்கி மெழுகின் திரியில் இசைமை வருவதைப் போல, எனது தினசரிப் பதற்றங்களிலிருந்து துள்ளலுக்கு என்னை மாற்றிக்கொண்டிருந்தது பருவம். எனது மகிழ்ச்சியின் உச்சத்தில் அது ஏனென்றே அறியாமல் நான் திளைத்திருந்தேன். நிரஞ்சனாவின் வருகைக்கு முன்பே நான் அவ்வளவு பழமையானவன் இல்லையென்றும் புதிய நீரூற்றைப் போல இனிய தருணங்களை உருவாக்கத் தெரிந்தவனென்றும் உள்ளூர நம்பினேன். ஆனால் மனிதன் துயரங்களை விரும்பியுண்ணும் ஒரு விலங்கு. மகிழ்ச்சி உடலையும் மனதையும் மிக இலேசாக்கிப் பறக்க வைக்கின்ற சந்தர்ப்பங்களில் ரொம்பவே பயந்துவிடுகின்ற விலங்கு.

ஒரு துளி துயரத்தின் ஈரத்தில் விரும்பி ஒட்டிக்கொள்கின்ற காகிதம் போல, மிக மகிழ்வான சந்தர்ப்பங்களில் அதன் அழுத்தத்தைக் குறைப்பதற்காகத் தெரிந்தே தேர்ந்தெடுக்கின்ற துயர முடிவுகொண்ட பல விசயங்களைப் போல, நான் நிரஞ்சனாவைச் சந்தித்திருந்தேன்.

முற்றிலும் இருவேறான முரண்களால் பிரகாசிக்கும் இரண்டு கோளங்கள் ஒன்றையொன்று கடக்கும்போது ஒன்றின் ஜ்வாலையை இன்னொன்று விழுங்க முயல்கின்ற சுவாரஸ்யமான விளையாட்டைத் தொடக்கத்தில் நாங்கள் மகிழ்ந்து நிகழ்த்திக்கொண்டிருந்தோம். அவ்வளவு மகிழ்வான காலங்கள். முரண்களால் பிணைந்து கொள்கின்றவைகளில் இருக்கின்ற ஈர்ப்பும் வலுவான எதிர்விசையும், ஒரு துளி குருதி சொட்ட வேட்டையென நிகழ்கின்ற சீண்டல்களும் காதலை அதன் இறைமைக்கு நகர்த்திக்கொள்கின்ற வழிகளென ஒவ்வொரு நாளும் உணர்ந்த நாட்கள்.

ஒன்றையொன்று விழுங்கிட யத்தனிக்கும் இந்த யுத்தத்தின் வழியெங்கும் எங்களது காதலும் காமமும், மாமிசங்களாலான பூக்களைப் போல, நாங்கள் மட்டுமே உணர்கின்ற, விரும்புகின்ற, துய்க்கின்ற, தன்னிலைகளை அடைந்திருந்தன. இருவரில் யாராவது ஒருவர் சீண்டலினால் அல்லது புறக்கணிப்பினால் படுமோசமாகக் காயம்பட்டு மௌனித்துத் தனித்திருக்கும் போதெல்லாம் வென்றவர் தன் சதையை அரிந்து தின்னத்தருகின்ற முடிவுகளும் உண்டு. மூர்க்கமான எல்லாக் காதல்களிலும் முதலில் அழுபவரே வெல்கிறார். நிரஞ்சனா அழுகின்ற போதெல்லாம் எனது கோளத்தின் பிரகாசத்தை நான் அவளிடம் இழந்தேன். நான் மௌனமடையும் போதெல்லாம் அவளது கோளத்தின் சிறுபரப்பை நான் அபகரித்தேன். சந்திப்பதற்கு முன்பு நாங்கள் தனித்தனியாக அனுபவித்த அவரவரின் மகிழ்ச்சியை இந்த ஆட்டத்தில் சூதாக வைக்கும்வரை எல்லாமே மிளிர்வாகவே சென்றுகொண்டிருந்தன.

இன்னும் கொஞ்சம் குடிக்க வேண்டும் போலிருந்தது. கண்களைத் திறந்தேன். கசகசப்பான வர்ண வழிதல்கள். குடியின் வழியே மனிதன் தனிமையடைந்த பிறகு, சட்டெனத் திரும்பவும் இவ்வளவு மந்தையான மனிதர்களைப் பார்க்கும்போது பெரும் சோர்வு நேர்கிறது. இதோ, இந்த எதிர்மேசையில்

பெல்ட்டிற்குக் கீழே தொந்தி வழிகின்ற மனிதனும் குடிக்கிறான். பில்லியர்ட்ஸ் மேசையருகே குடித்துப் போதையுற்றவன் போல நடித்தபடி நண்பர்களிடம் பாவனை செய்கின்ற கச்சிதமான உடைத்தோற்றம் கொண்ட மனிதனும் குடிக்கிறான். ஒவ்வொரு மிடறு மதுவும் சப்தங்களை அழித்து நினைவுகளை எரித்து மனதில் இளங்குருத்தில் நம்மைத் தவழச்செய்கின்ற போது மீண்டும் மீண்டும் குடித்தே ஆகவேண்டி இருக்கிறது. ஒரு சின்ன இடைவெளியில்கூட பிரக்ஞையின் கை நம்மைத் தலைமுடி பற்றி மேலேற்றிவிடும். நான் குடிக்கக் குடிக்கத் தனிமை அடைபவன். நிரஞ்சனாவோடு தனித்திருந்த இரவுகளில் தீப்பற்றி எரிகின்ற கலவிக்குப் பிறகு, நான் அமைதியாகக் குடித்துக்கொண்டிருப்பேன். சற்று முன்னிருந்த அவளது காதலன் நீங்கி, சதா அவளது கோளத்தோடு மோதுகின்ற மல்யுத்தக் கரங்கள் உடைந்து அமைதியாகக் குடிப்பேன். ஒரு நள்ளிரவு யாத்ரீகனுக்கேயுரிய அளவற்ற கருணையோடும் மௌனத்தோடும், ஜன்னல் வழியே அடங்கிவிட்ட சாலையை நான் பார்த்துக்கொண்டிருக்கும்போது, சிறிய நாய்க்குட்டியைப் போல என் முன் அமர்ந்தபடி என்னைப் பார்த்துக்கொண்டிருப்பாள்.

காதலும் சிறிய கேலியும் பொதிந்த குரலில், "யசோதரையை நீங்குகின்ற இரவில் புத்தனின் கண்களில் திரண்ட ஒரு துளி கண்ணீரில் தெரிவது எவ்வளவு பெரிய தோல்வி?"

நான் சிரித்துக்கொள்வேன். அதற்கு வேறேதும் பதில்கள் இல்லை. பதிலாக ஏதேனும் சொல்லச் சொல்ல மேலும் மேலும் தோற்கும் இடம் அது. நான் வெறுமனே சிரித்துக்கொள்வேன் அப்போது.

உண்மையில் அந்த போதைக்கு நடுவேகூட, எனது சிந்தனைகள் அவளது இதுபோன்ற கேள்விகளால் படுகுழப்பமடைந்து அதற்கான ஆங்காரமான எதிர்வினைகளைத் தேடிக்கொண்டேயிருக்கும். படுக்கையில் எதிர்கொண்ட பிறகும், ஒரு பெண்ணை ஆணால் மேலதிகமாக எங்கே போட்டியிட அழைப்பதென்கிற குழப்பமும், காமம் தீர்ந்தவுடன் இயல்பாகவே வருகின்ற ஒரு வெறுமையுணர்வு இவளிடம் எப்படி அதீத காதலாக உருமாறி விடுகின்றது என்கிற பதற்றமும் என்னை மேலும் தோல்வியுற்றவனாகவே காட்டுகின்ற

கணங்கள் அவை. அந்தக் காதல் வழிகின்ற உடலோடு, தீப்பிழம்பைப் போல என் பின்னால் தழுவியபடி நான் பார்க்கின்ற சாலைக் காட்சிகளைக் கழுத்தில் முத்தமிட்டபடி, அவளும் பார்க்கும்போது சமுத்திரத்தில் மிதக்கின்ற சிறிய பழத்தைப் போல என் இருப்பை உணர்வேன். ஒரு தோல்வி, காதலில் மட்டுமே சிறிய நிம்மதியையும் கொண்டுவருகிறது.

மேஜையின்மீது நிசப்தத்தில் போடப்பட்டிருந்த அலைபேசி திக்கித் திக்கி மின்னியது.

நிரஞ்சனா.

அவ்வளவு போதைக்கு நடுவிலும் கண்கள் மீண்டும் மீண்டும் தெளிவாக அந்த பெயரைப் படித்து விரிந்தன. நெரிக்கப்பட்ட கழுத்திலிருந்து வெளிவருகின்ற திணறலைப் போல ஒளிர்ந்து தவிக்கும் அவளது பெயர். நான் எடுக்கவில்லை. அநேகமாக நாங்கள் பேசிக்கொள்ளாத நீண்ட இடைவெளி விழுந்த முதல் ஊடல் இது. ஊடல் என்பதெல்லாம் நாகரீகச் சொற்கள். எங்களுக்குள் நிகழ்ந்துகொண்டிருப்பது போர். கொஞ்சம் உணர்ச்சிப்பெருக்கில் நான் கூறிவிட்டதாக உணர்ந்தாலும், இதோ திக்கித் திணறுகிற அவளது குரலின் பரிதவிப்பைப் பார்த்தபடி எனக்குள் மேலெழும் உணர்வுக்குள் போரின் வெற்றியோடு வருகிற குருதி வாசமும் சேர்ந்திருக்கிறது. நிகழ்ந்தது என்னவெனத் துல்லியமாக நினைவில்லையெனினும் இந்த முறை வாக்குவாதத்தின் இறுதியில் நான் முதலில் மௌனமானேன். அவளது சொல்லால் உள்ளுக்குள் தாக்குண்டதன் மௌனம். காதலின் வாக்குவாதத்தில் தோற்பவரே ஜெயிக்கிறவர். நான் தோல்வியடைந்தவனாக, கோபத்தை அடக்கியவனாக அறையிலிருந்து வெளியேறும் நீண்ட நேரம் வரை எனது முதுகிற்குப் பின்னால் நிரஞ்சனா உற்சாகமாகச் சிரித்துக்கொண்டிருந்தாள். அவளைக் குற்ற உணர்வு கொள்ளச் செய்கிறவனாக, நான் தளர்ந்து வெளியேறினேன்.

என்னைத் தாக்கி வீழ்த்திய அந்தப் புன்னகையில் மெல்ல மெல்ல துரு ஏறச் செய்கின்ற இடைவெளிகளை அவளது அழைப்பைப் புறக்கணிப்பதன் வழியாக நான் உருவாக்கிக்கொண்டிருந்தேன். இந்தச் செய்கைகளின் வழியே அவளிற்குள், இந்தக் காதலிற்குள் கனியக்கூடிய ஒரு அருவருப்பான பழத்தின் ருசிகொண்ட முத்தத்தைத் தொடர்ந்து நாங்கள் மீண்டும் ஒன்றிணையும்

நாளிலிருந்து, மிக நீண்ட தொலைவுகளிற்குள் பிரியப் போகிறோம் என்கிற உண்மையைத் தீச்சுடரின் வெப்பமாக உள்ளுக்குள் உணர்ந்தேன். சமீபமாக நாங்கள் பேசிக்கொள்ளாத நாட்களிலெல்லாம் நான் ஏதேனும் வெறுமையையோ துயரையோ உணர்ந்தேனா என்றால் சட்டென ஆமாம் எனச் சொல்ல வரவில்லை. எதிலேயோ வலுவாகப் பிணைக்கப்பட்ட என்னை, தளைகளை உடைத்து அவள் வருவதற்குள் வெகுவேகமாக அந்த மலையடிவார வீட்டிலிருந்து நானே விடுவித்துக் கூட்டிச்செல்வது போன்ற சுதந்திரமும், ஒரு பிரியமான கைதியை விரும்பிப் பார்க்க வரும்போது அவன் தப்பிச்சென்றுவிட்டதன் அதிர்ச்சியை உணர்கின்ற நிரஞ்சனாவின் பரிதாப முகமும் என்னை மேலும் குழப்பமும் அந்தரங்க உற்சாகமும் கொள்ளச்செய்தன.

எனது மனதும் பிடிவாதமும் எதிர்பாராத நொடியில் நெகிழ்ந்துவிடும் போதெல்லாம், அவமானப்பட்ட சிரிப்போடு எனக்குள்ளேயே திரும்பிச்செல்கின்ற ஒருவனை உணர்கிறேன். முடிவாக, நான் நிரஞ்சனாவிடம் சொல்ல முனைந்து சொல்லவியலாமல் தடுமாறும் இடம் இதுதான். நீயோ நானோ தீர்ந்துவிட்ட உறவில் இது காலாவதி ஆகின்ற தருணங்கள். காலாவதியாகாத எவற்றிற்குமே பயன்மதிப்பு இல்லை நிரஞ்சனா. ஞாபகங்களாக எஞ்சும் போதுதான் நமது புகைப்படங்களில் யதார்த்தத்தைவிட உயிர்ப்பு வருகின்றது. குறைந்தபட்சம் நாம் இந்த உறவை, அதன் தசையுருகி நீர் வற்றிக் காயும் வரை பிரிவில் வைப்போம். ஒரு நீண்ட உறவின் முடிவில் அது நிச்சயம் காலாவதியாக வேண்டும்.

இந்த முறையாவது எனது புறக்கணிப்பை அன்பின் பெயரால் மன்னிக்காதே நிரஞ்சனா. நான் மேலும் குற்றங்கள் புரிந்து உன்னை உடைக்கும் முன்பு எனக்கு விடுதலை கொடு. நீ ஒவ்வொருமுறை என்னை மன்னித்து முத்தமிடும்போதும் நான் மேலும் மேலும் உன்முன் பாவனை கொள்கிறேன். எனது ஒப்பனைகளின் கனத்தின் கீழே மூச்சுத் திணறுகிறது. நீ இன்னமும் இந்த உறவில் சுவாரஸ்யமும் இயல்புமாக இருக்கிறாய் என்பதே என்னைக் குற்ற உணர்ச்சி கொள்ளச் செய்கிறது நிரஞ்சனா. ஒருவேளை நீயும் என்னைப் போல உள்ளுக்குள் சோர்ந்துவிட்டதை மறைக்கவே ஒவ்வொரு முறையும் ஒரு பேரலையின் எழுச்சியை நிகழ்த்தி இந்த மணலின்

உலர்தலை நீக்கிக்கொள்கிறாயா நிரஞ்சனா? நம் இருவரில் யார் தூக்கிச் சுமப்பது இந்த ஞாபகங்களை என்கின்ற அச்சத்தின் பொருட்டே நாம் மாறி மாறி முத்தம் என்கிற பெயரில் நாவால் பாம்புக்குட்டிகளைப் போலப் பிணைந்துகொள்கிறோமா?

விரலில் ஒட்டிய ஒரு நீர்க்குமிழியை இன்னொரு விரலிற்கு கைமாற்றுவது தவிர, சட்டென வெட்டி அந்தரத்தில் எறிய முடியாததன் அவஸ்தைதான் இந்த ஊடல் விளையாட்டுகளா நிரஞ்சனா? நான் சோர்ந்துவிட்டேன். உனது அழைப்புகளைப் புறக்கணிப்பதன் வழியே, நீ அடைந்திருப்பதாக நான் நம்பக்கூடிய குற்ற உணர்ச்சி எனக்களிக்கின்ற மகிழ்ச்சியைக்கூட நான் கப்பம் வைக்கிறேன் நிரஞ்சனா. நீ அடுத்தமுறை அழைக்கும்போது நான் நிச்சயம் எடுப்பேன். மிகுந்த கர்வமும் உறுதியுமான குரலில், முடித்துக்கொள்ளலாம் என நீ கூறுவதை நான் எந்த மிகைபாவனையுமின்றி இயல்பாக அங்கீகரிக்கிறேன் நிரஞ்சனா. உனது பிரிவின் அழைப்பிற்காக நான் காத்திருக்கிறேன்.

இதோடு ஆறாவது முறையாக எனது அழைப்பு தவறுகிறது. அலைபேசியை டீபாயில் போட்டுவிட்டு எழுந்து சோம்பல் முறித்தேன். ஏதேனும் ஒரு அழைப்பில் அவன் உடைந்த குரலோடு, "சொல்றீ... இப்ப என்ன?" எனச் சொல்லுகிற சிறிய மூக்கு நாய்க்குட்டிக் கோபத்தைக் கேட்பதற்காகவே அழைத்துக்கொண்டிருந்தேன். ஊடலின் ஒரு குழந்தை அந்த நாய்க்குட்டி குரல். உண்மையில் ஓர் ஆண், கையில் ஏந்திக்கொள்கின்ற அளவு போன்சாய் மரமாக மாறுகின்ற சித்திரங்கள் அபூர்வமானவை. அவன் அப்போதுதான் அழகாகவும் இருக்கின்றான். அப்படியொன்றும் அவனை அடித்து வீழ்த்துகின்ற எந்தத் தாக்குதலையும் என் உரையாடல் நிகழ்த்தியிருக்காது. எனினும் இதுவொரு விதி. காயம்பட்டது போல நடிப்பதும், காயத்திற்கு மருந்தாக இதோ நான் காத்திருக்க வைக்கப்படுவதன் வழியாக உருவாகிவருகின்ற மருந்தும். மிகமிகப் பழைய விளையாட்டுதான். யாரேனும் இதை விளையாடிக்கொண்டிருக்கும் போது பார்க்கின்ற நான் அபத்தமாக உணர்வதும்கூட. ஆனால் அதனை நாம் நிகழ்த்தும்போது, விளையாட்டு உணர்வுப்பூர்வமாகிறது. அபத்தம் என்பது வெகுளித்தனமும் பரிசுத்தமும் இணைந்த குழந்தையாகிறது. எனக்குப் பிடித்த இசையை

ஒலிக்கவிட்டபடி ஒரு கப் தேநீர் எடுத்துக்கொண்டேன். பிறகு, நட்சத்திரங்கள் அழைக்கின்ற வானை நோக்கி பால்கனியில் அமர்ந்துகொண்டேன்.

இனி மீண்டும் அழைக்கப் போவதில்லை. எனது கடலிற்கு வெளியே, விருப்பத்துடன் தனியாக நிற்கின்ற கப்பலை நான் எப்படி இழுத்து வருவது? அதை நினைக்கும்போது அவன் மீதிருந்த காதலின் நெகிழ்வையும் மீறி சட்டென ஒரு சீறல் தோன்றி மறைந்தது. எனது அலைகளால் தீண்ட முடியாத தனிமையை அது எவ்வாறு தேர்ந்துகொள்ளலாம் என்கின்ற ஆங்காரத்தின் சீறல். அந்தரங்கம் என்பது ஒரு உறவில் அதன் சகல வாசனைகளோடும் துர்நாற்றங்களோடும் ஒருவர் மீது ஒருவர் கொட்டிக் கவிழ்த்துக்கொள்வது. கத்தரித்துக் கத்தரித்து அளிக்கின்ற பூக்களில் வந்துவிடுகின்ற பிளாஸ்டிக் தோற்றத்தை ஒரு நிமிடம் மனம் உணர்ந்தது. அவ்வப்போது அவன் தனியாக இருக்க விரும்புவதாகக் கூறுகின்ற தருணங்களிலெல்லாம், ஒரு மிருதுவான புன்னகையோடு, “அது உன் சுதந்திரம், நீ அதைக் கேட்பதோ நான் அனுமதியளிப்பதோ முட்டாள்தனம்” என்பேன். அப்போதெல்லாம் என்னிடம் அவன் ஒப்படைத்துச் செல்கின்ற ஏதோவொன்றை மிகுந்த காதலுடனும் கதகதப்புடனும் எனது கருவிற்குள் வைத்திருப்பேன்.

புணர்விற்கு முன்பு இரு பெரும்பாறைக்கிடையே கால் மடக்கி அமர்கின்ற பெண் யானை தனது துதிக்கையின் வழி ஆண் யானையிடம் வாக்கு கேட்கும் எனப் படித்திருக்கிறேன். புணர்ச்சி ஆவேசத்தின் இறுதியில் மண்ணிற்குள்ளும் பாறைக்குமிடையே சிக்கிக்கொண்ட பெண் யானையை ஆண் யானை விடுவித்து எழுப்ப வேண்டும் என்கிற சத்தியம் அது. அவன் தனிமைக்கெனக் கூறிச்செல்கின்ற ஒவ்வொரு முறையும், நான் மகிழ்ச்சியோடு, மண்ணிற்குள் புதைந்த பாதி உடலோடு, முன்பு நிகழ்ந்த காதலின் தருணங்களை எண்ணியவாறே பாறைக்குள் சிராய்த்து நிற்கின்ற உடலோடு நின்றிருக்கின்றேன்.

மீண்டும் அவன் திரும்பி வரும்போது, எனது காத்திருப்பை, அதன் வழியே எனக்குள்ளே உருவாகியிருக்கும் கழிவிரக்கத்தை அணுஅணுவாகக் கிழித்தெறிவது போலப் படுஆவேசமாக முத்தமிட்டு ஆரம்பிப்பான். எனது தனிமையைச் சிறிதுகூட பொருட்படுத்தாத இரக்கமற்ற முத்தங்கள். ஆனால் அவை

எவ்வளவு உயிர்ப்பானவை. எனது கழிவிரக்கத்தை மறைக்கும் விதமாக நானே உருவாக்கி வைத்திருந்த ஆங்காரங்களை வெளிப்படுத்தலாமா வேண்டாமாவென நான் தயங்கி நிற்பதைச் சிறிதும் உணராதவனாக, சாலையில் என்மீது மோதவருகின்ற வாகனத்தின் முன்னிருந்து இயல்பான அக்கறையோடு, "ப்ளாட்பார்ம்ல ஏறிட்டுத் திட்டுடி" எனச் சொல்லியபடி சிகரெட் பாக்கெட்டைத் துழாவிக்கொண்டிருப்பான். எனக்கு முன்னால் நடந்துசெல்கின்ற அவனது பின்னங்கழுத்தை அப்படியே பற்களால் கடித்து வைக்க வேண்டுமென்கின்ற ஆவேசம் எழும். பிறகு எப்போதும் அது படுக்கையிலேயே போய் முடியும். இரக்கமற்றவனாக, இலட்சியம் செய்யாதவனாக முத்தமிட்ட எல்லாத் தருணங்களிலும் அவனது கண்களுக்குள் என்னைத் தாராளமாக இறங்கி உள்ளே புக அனுமதிக்கின்ற ஏதோவொரு வழியை நான் மிகுந்த சந்தோஷத்துடன் பார்த்தபடியிருப்பேன்.

என்னிடம் பாவனை கொள்ளாத அந்த மூர்க்கத்தின் வெளிச்சத்தில் எனது காதலை மேலும் சுடர்பற்றிக் கொள்ளச் செய்வான். கருணையற்ற கரங்களால் எனது அகங்காரத்தின் முலைகளைப் பற்றும்போதெல்லாம் அவை தேவாலயத்தின் மெழுகைப் போல அவனது உள்ளங்கைக்குள் உருகிக் குலையும். மனதார மகிழ்ந்த நிறைவுடன் அவன் சிகரெட் பற்றவைத்தபடி வேறெதையோ தீவிரமாகப் பேசத் தொடங்கும்போதெல்லாம், சற்றுமுன் எனக்குள் தன்னைக் கரைத்துப் புதிதாகப் பிறந்த குழந்தையின் முகத்தைப் போல அவனைப் பார்த்தபடி எனது உடைகளை இலேசாக மேலே சுற்றிக்கொள்வேன். பண்படுவதை விரும்பாத அந்தக் காதலின் தருணத்தில் உண்மை இருந்தது. அந்த உண்மையின் வெளிச்சத்தில் கருணையின்மையும் அலட்சியமும் அசலான மெய்யொளியோடு அவனை வசீகர விலங்காக என்முன் நிறுத்தியிருந்தன.

ஆனால் மிகச்சமீபமாக அந்த அலட்சியத்தின் மிருதுவான நெருஞ்சிமுள் முனைகளில் ஒரு வாளின் கூர்நுனியின் ஸ்பரிசத்தை நான் உணர்கிறேன். மிகுந்த கவனத்தோடு அவன் திட்டும்போதெல்லாம் நான் ஒவ்வொரு படியாகக் குளத்திற்குள் இறக்கிவிடப்படுகிறேன். சிறிதுகூட கனவை விரும்பாதவனாக, கனவு உயிர்கொள்கின்ற இரவை அஞ்சுகிறவனாக, பதற்றத்தோடு அவன் ஜன்னல்களைத்

திறக்கும்போதெல்லாம், முழுவதும் திறந்தவளாக, இன்னமும் போதம் தெளியாதவளாக நிர்வாணமாக இருளுக்குள் நின்றிருக்கும் எனது குழந்தைத்தனத்தின் மீதும் காமத்தின் மீதும் அசிங்கமாக உணரச்செய்கின்ற வெளிச்சம் பாய்கிறது. அந்த வெளிச்சத்தின் சூட்டில் எனது காதலின் வெகுளித்தன உறுப்புகள் அழிந்து மொண்ணையாகின்றன.

பனிக்குடத்தின் வெதுவெதுப்பிற்குள் உறங்கியபடி வளர்கின்ற சிறிய சதைபிடித்த உயிரியைச் சட்டெனக் கிழித்து வெளியே எடுப்பதைப் போல அவன் படுயதார்த்தத்திற்குச் சொல்லாமல் கிளம்பிச்செல்கின்ற நாட்கள் சமீபமாகப் பெருகியிருக்கின்றன.

இப்போது நான் கவனமாக இருக்கிறேன். காமத்தின் இளகிய எந்தப் புள்ளியிலும் அவன் என்னை நிறுத்தி வெளியேறும் முன் தலைமுடிகளைச் சுழற்றிப் பின்னலிட்டபடி அவனுக்கு முன்பாக எழுந்து நிற்பவளாக; விளையாட்டுத்தனத்தின் எதிர்பாராமைகள் நீங்கிவிடுபவற்றில் வந்துவிடுகின்ற இயந்திரத்தனத்தை நாங்கள் அடிக்கடி உணர்கிறோம். ஒவ்வொரு முறை அவனில் வெளிப்படுகின்ற இயந்திரத்தின் கீழே நசுங்கிக் கிடக்கிற எனக்குப் பிரியமான அந்த விலங்கை.

பிறகு நீண்ட நேரம் அவள் யோசிக்கவில்லை. நிதானமாக, இதற்குமுன் மகிழ்ந்த காலத்தில் அவன் குரலில் வெளிப்படுகின்ற அதே காதலோடு அவனுக்கு ஒரு குறுஞ்செய்தியை அவள் எழுந்து நடந்தபடி தட்டச்சு செய்யத் தொடங்கினாள். குடித்து வைக்கப்பட்ட காபிக் கோப்பையின் மீது மிக அமைதியாக மழையின் துளிகள் வீழத் தொடங்கியிருந்தன.

*

காரின் முகப்புக் கண்ணாடியில் மழை விழுந்துகொண்டிருக்க, குறுஞ்செய்திக்கான அழைப்பு வெளிச்சமாக மின்னி அடங்கியது. ஒரு மரத்திற்குக் கீழே மென்மையாகக் காரை நிறுத்திவிட்டு செய்தியைத் திறந்தேன். இவ்வளவு நேரம் எனக்குள் திரட்டி வைத்திருந்த புழுக்கத்தை விடுவிக்கின்ற சொற்கள். எப்படி வெளிப்படுத்துவதெனத் தெரியாமல் நான் பதுங்கிச் சேகரித்த ஆயுதங்களை அர்த்தமிழக்கச் செய்கின்ற அவளது வரிகள். எனது போதை வடிந்துகொண்டிருந்தது. சட்டென மிகவும் தனியனாகி விட்டது போன்ற உணர்வு குவிய, சுதந்திரத்தின்

முழு எடை என்னை நசுக்கி உள்ளிழுத்தது. எனது கரங்கள் இலேசாக நடுங்கிக்கொண்டிருந்தன. நான் விரும்பியவொன்றை அவள் மென்மையாகக் கையளித்திருந்தாள். வழக்கமாக எனக்குள் எழுகின்ற மூர்க்கத்தை நான் இழந்திருப்பதையும், அச்சத்தோடோ சிறிய உடைபடுதல்களோடோ நான் திணறுவதை உணர்ந்தேன். சற்றுமுன்னிருந்த எனது மூளையை மிதித்துக் கூழாக்க வேண்டுமென ஆவேசம் எழுந்தடங்கியது. காரின் முகப்பு வெளிச்சம் பாய்கின்ற தார்ச்சாலையின் மீது நீரின் எண்ணற்ற கால்கள் இறங்கிக்கொண்டிருந்தன. மிகவும் வேடிக்கையான எனது மனநிலையை நினைத்து என்மீதே எரிச்சல் வந்தது.

*

மழை நின்றபிறகு கிளம்பலாம் எனச் சொல்லிவிட்டு பேசிக்கொண்டிருந்த நண்பர்கள் ஒவ்வொருவராகக் கிளம்பிக்கொண்டிருந்தனர். இன்னமும் மழை நிற்கவில்லை. நீண்ட மாதங்களுக்குப் பிறகு நாங்கள் இன்று சந்தித்திருந்தோம். தொடர் காய்ச்சலால் நலிவுற்று, இயல்பு திரும்பிக்கொண்டிருந்த என்னைப் பார்க்க வந்திருந்த நண்பர்களோடு நிரஞ்சனாவும் வந்திருந்தாள். இந்த நாட்களுக்கு முன்னர் ஒரு நீண்ட அத்தியாயத்தையே நாங்களிருவரும் இணைந்து முடித்து வைத்திருக்கிறோம் என்பதைத் துளி அளவுகூட வெளிக்காட்டிக்கொள்ளாத பாவனைகளோடு என்னை நலம் விசாரித்தாள். பிறகு நண்பர்களோடு சேர்ந்தமர்ந்து வேடிக்கையாகப் பேசியபடியிருந்தாள். நான் எவ்வளவோ இரகசியமாகப் பார்த்தும்கூட அவளது தெளிந்த முகத்தில் மெல்லிய இரகசியச் சுழிவுகூட எழவில்லை. மொறுமொறுப்பான திருத்தமான உடைகள் அவளது தன்னம்பிக்கையை வெளிப்படுத்தின. அவளையே வேவுபார்த்த எனது கண்களைப் பேச்சினூடாகச் சிரித்தபடி அவள் மோதும்போதுகூட, 'வா வந்து விளையாடு' என்பதைப் போல என்னைக் கடந்து சென்றன.

மழை மேலும் வலுத்தபோது கடைசி நண்பனும் கிளம்பிச் சென்றிருந்தான். நிரஞ்சனாவும் நானும் மாடி பால்கனியிலிருந்து அவனைக் கையசைத்து வழியனுப்பியபோது, மரத்திற்குக் கீழே மழையில் சிலிர்த்தபடி நின்ற நிரஞ்சனாவின் ஸ்கூட்டி

முழுவதும் மரத்திலிருந்து உதிர்ந்த பூக்கள் அப்பிக்கிடந்தன. இன்னொரு டீயை அவளுக்குக் கொடுத்துவிட்டு எதிரில் அமர்ந்தேன். நாங்கள் பார்க்கின்ற தூரத்தில் கட்டில் இருந்ததே எங்களைத் தர்மசங்கடத்திற்குள்ளாக்கியது. நாங்கள் வேறு ஏதேதோ பேசிக்கொண்டிருந்தோம். அந்தரங்கத்திலிருந்து பொதுவான தளத்திற்குத் திரும்புவதைப் போல அபத்தமான உடல்மொழியும் குரலும் வேறெப்போதும் நேர்வதில்லை. ஒரு பழைய வரைபடத்தின் மீது நிகழ்காலம் புதிய தடங்களோடு எங்களை அழைத்துக்கொண்டிருந்தது.

வழக்கத்தைவிடக் கூடுதலான உற்சாகம் மிக்க குரலில் அவள் ஏதோ பேசிக்கொண்டிருந்தாள். ஆழம்வரை கலங்கி, பிறகு நிதானமாகத் தெளிந்து, ஸ்படிகமாக மின்னுகின்ற குளத்து நீரின் தூய்மை கொண்ட முகம் அவளுக்கு வந்திருந்தது. முழுவதுமாக தனக்குள் மகிழ்ந்திருக்கின்ற அந்த முகம். ஒரு கை நீரள்ளிப் பருகுவது போல இரு உள்ளங்கைக்குள்ளும் அந்த முகத்தை ஏந்திப் பார்த்துக்கொண்டே இருக்கவோ, அல்லது உலர்ந்துவிட்ட உதடுகளால் அவளது நீரூற்று போன்ற உதட்டினைக் கவ்வி உறிஞ்சிக்கொள்ளவோ அழைக்கின்ற முகம். மெலிதாக எனக்குள் பெருமூச்சு எழுந்தது.

*

நீண்ட நாட்களுக்குப் பிறகு, தன்னை மறைத்துக்கொள்ளாமல் வெளிப்படுத்திக் கொள்கின்ற அவனது பெருமூச்சைப் பேச்சினூடே நான் கவனித்துதான் கடந்தேன். உடல் நலிவிலிருந்து தேறிவருகின்ற ஆணின் வர்ணங்களற்ற புகைப்படம் போன்ற வசீகரமும் மெல்லிய கரகரக் குரலும் கொண்ட மனிதனாக அவன் பார்த்துக்கொண்டிருந்தான். குறிப்பாக ஒரு புதியவனைப் போல ஆர்வங்கொண்ட அந்தக் கண்கள்.

அந்தப் பழைய அத்தியாயங்களின் காலத்தில் எங்களிடையே இருந்த உறவில் யாரேனும் தருபவராக, ஒருவர் இறைஞ்சுபவராக, ஒருவர் காத்திருப்பவராக இன்னொருவர் அதைத் தவிர்ப்பதற்கென எங்கெங்கோ சுற்றியலைந்து களைத்துப் போனவராக- இருந்த கணங்களெல்லாம் மின்னி எழுந்தன. ஆனால் ஒரு கட்டத்தில் தாங்கவியலாதவனாக அவன் என்னிடம் கேட்கவிருந்த சுதந்திரத்தை அவன் கேட்கும்

முன்பே நான் நெகிழ்த்தியிருந்தேன். அவனுக்குள்ளிருந்து தன்னை மறைத்துக்கொள்ளாமல் வந்த வேண்டுதல் அது. சரி, தவறு என்கின்ற அறிவின் கறைபடியாத சின்ன கேவல். அவனது பண்படாத காதலின் அழகைப் போல, படு இறைச்சியான காமத்தைப் போல, எஞ்சுகின்ற வெறுமையின் அசலான குழந்தை அந்தக் கேவல்.

அதைப் புரிந்துகொண்டவளாக வழியனுப்பிய போது உள்ளுக்குள் மெலிதான கர்வத்தைக்கூட உணர்ந்தேன். இழப்பாக உணர்ந்த வெற்றிடத்தில் தளும்பத்தளும்ப மேலேறி நிறைத்துக்கொண்டிருந்த ஒன்று இருந்தது. அதற்கு என்னால் பெயரிட முடியவில்லை.

*

வெளியே இருளுக்குள் சன்னமான இசையைப் போல மழை பெய்துகொண்டிருந்தது. நாங்களிருவரும் தனித்திருப்பதை சகஜமாக்கும்படியான உரையாடல்களுக்கான அத்தனை சொற்களும் தீர்ந்துவிட்டன. ஒரே ஒரு சொல்லால் திறந்துவிடும்படி தனிமையின் சுவர்கள் தேய்ந்திருக்க, இருவர் கண்களும் தீண்டிக்கொள்ளும்போது எங்களை மீறி உள்ளுக்குள்ளிருக்கும் ஒன்று முத்தமிட்டுக்கொள்கிறது.

வரைபடத்தின் இறுதிப்புள்ளியென நிற்கிறது படுக்கையறையின் கட்டில். மழைக்கும் தனிமைக்கும் நடுவே அதைப் பார்க்கின்ற போதே உடல் முழுவதும் பரவுகின்ற கதகதப்பில் மென் உணர்வுகள் உடைந்துவிடுகின்றன. இதற்கு முன்பாக அங்கே சென்று சேர்ந்த பசும்புல் தடங்கள் முழுக்கப் பிரிவின் மண் மூடிவிட்டிருந்தது.

உருவிய வாளைப் போல விழுந்த மின்னலின் கீற்று ஒன்று வீடு முழுக்கக் கண்கூசும் வெளிச்சத்தை நிறைத்துச் சென்றது. பற்றியெரிகின்ற கட்டிலுக்குத் தள்ளி நாங்கள் காய்ந்த சுள்ளிகளைப் போல அமர்ந்திருந்தோம். ஆனால் இதற்கு முன்பு இல்லாத வகையில் இருவருக்குள்ளும் பதுங்குகின்ற விலங்கின் முதுகைப் போன்றதொரு கவனம் உள்ளுக்குள்ளிருந்து எழுந்து வந்தது.

– தமிழினி இணைய இதழ், 26.09.2021

***

# காப்பு

திருஉத்திரகோசமங்கை ஒரு காலத்தில் புழுதிக்குள் கிடந்தது என்றால் யார்தான் நம்புவார்கள். இன்று துப்பாக்கிக் காவலுக்குள்ளும் சந்தனக்காப்பின் குளிர்ச்சியான இருளுக்குள்ளும் கதகதத்துக்கிடக்கின்ற நடராசனை நோக்கி, வாலை ஆட்டிக்கொண்டே சாதாரண தெருநாய் படுத்துக்கொண்டு வேடிக்கை பார்த்த காலமது. நெட்டித்தள்ளினால் முறிந்து விடுகின்ற தப்பைக் கதவுக்குள்ளிருந்து நடராசனும், “பின்ன அலைச்சலா..” என காலைத்தூக்கி நின்ற நிலையிலேயே கேட்டுக் கொண்டிருந்த மதியங்கள் அவை. எட்டிவயல் தாண்டியும் ஒரு கோர்வை பலூனோ பீப்பியோ விற்காத நாளிலெல்லாம் கிழவன், என்னை கோயில் மண்டபத்தில் உட்கார வைத்துவிட்டு மேலும் ஏழெட்டு கிலோமீட்டர்களுக்கு துருப்பிடித்த சைக்கிளை நகர்த்திச் செல்வார். அலங்காரமான பசுமைகளைக் கொளுத்தி எரிக்கின்ற கோடை நிலமது. அம்மா திருநெல்வேலி பக்கம். பஞ்சம் பிழைக்க வந்த இடத்தில் அப்பாவும் படுத்த படுக்கையாக, கிழவனை நம்பியே நாங்கள் இருந்தோம். ஒரு மரம் கூட இல்லாத வறட்டு சமவெளிகளும் வானத்தை வெறிக்கின்ற பனைமரக்கூட்டங்களுமாக எரிக்கின்ற வெயில் என்பதைத்தாண்டி வேறு அணிகலனே இல்லாத எண்ணை வழிகின்ற முகம்போன்ற கிராமங்கள்.

இவ்வளவு வறண்ட – அதன் வழியான மூர்க்கத்தின் அழகிற்குத் தன்னை பழக்கிக்கொண்ட – நிலத்தில் உத்திரகோசமங்கையின் மூன்று நெடிதுயர்ந்த

தென்னைகளும், பச்சைப்பாசி குளமும், காய்ந்து வெளிறிய கோபுரமும் ஒரு வேண்டாத தேமலைப் போல வெயிலுக்குள் கிடக்கும். கிழவன் என்னை மண்டப கல்திண்ணையில் அமரச்சொல்லிவிட்டு சென்றுவிட்ட பின்னர் கல்தூணின் யாளி வாயினுள் கிடக்கும் கல்பந்தை சுழற்றிக்கொண்டே வெயிலைப் பார்த்தபடியிருப்பேன். சிலசமயங்களில் அந்திவரை. என்ன யோசித்தேன் என்றோ, தூங்கிவிட்டேனா என்றோ தெரியாத ஒரு மனக்கானல் உள்ளே ஓடிக்கொண்டேயிருக்கும். அம்மா அதனைத் திட்டுவாள், "பராக்கு பார்க்காதே" என. ஆனால் நான் அப்படித்தான் இருந்தேன். எப்போதும் நான்கு நிமிடங்கள் தாமதிப்பவனாக.

பெரும்பாலும் நானும் கோவிலின் வெறிச்சிட்ட பிரகாரமும் தனியே கிடக்கின்ற மதியங்களில் உச்சிக்கால பூஜை முடிந்து சைக்கிளை உருட்டிக் கிளம்பும் ஓதுவார், "அம்மா ஊருக்குப் போவலியாடா?" என்றபடி நகர்வார்.

அம்மாவிற்குத் தேரிக்காட்டிற்குள் ஒரு கிராமம்தான் சொந்த ஊர். திசையெங்கும் செம்மண் விரிந்து கிடக்கின்ற அந்த வனத்திற்குள் தாழம்புதர்கள் மிகுதி. அவள் ஊர்சென்று திரும்பும்போதெல்லாம் ஈரமான வேட்டிக்குள் பொதிய பொதிய தாழம்பூக்களை அள்ளிக்கொண்டு வருவாள். வந்த மறுநாளே என்னிடம் கொடுத்து வியாபாரத்திற்கு போகும்வழியில் உத்திரகோசமங்கையில் குடுத்துப்போகச் சொல்லுவாள். எங்களது கிராமத்திலிருந்து உத்திரகோசமங்கை பக்கமென்றும் தூரமென்றும் சொல்லமுடியாத தூரம். சைக்கிள் நிறைய பலூனும் பீப்பிகளும் பொதிகளாகக் கிடக்க, வயர்கூடையில் அதே ஈரத்துணிக்குள் தாழம்பூக்கள் வாசனை கசிய கூடவே வரும். வெயிலும் நிலமும் உக்கிரமாக புணர்ந்து கொண்டிருக்கின்ற அந்த வறட்டு சமவெளியில், அதன் மண் எரிகின்ற உலோக வாசனைக்கு நடுவே தாழம்பூவின் வாசனை திசை தவறிய சிறிய பறவையைப் போல பதறித் தவிக்கும். நான் போகும் வழியிலேயே அவ்வப்போது அதை எடுத்து முகர்ந்துபார்ப்பதுண்டு. அம்மா, "சாமிக்கு சாத்துவது. அப்படி செய்யக்கூடாது" எனச் சொல்லியே அனுப்புவாள். ஆனால் என்னால் அப்படிச் செய்யாமல் இருக்க முடியாது. மலர்ந்து பிரிந்துவிட்ட தாழம்பூவின் மெல்லிய குருத்துகளுக்குள்

எங்கே அந்த வாசம் கசிகிறதென்றே தெரியாது. ஒரு நேரம் மிக மூர்க்கமாக சுவாசத்தையே அறுக்கின்ற அதன் வாசனை, சட்டென மிகத்தாழ்ந்து ஊதுவத்தியின் மெல்லிய புகையைப் போலத் தன்னை வெளிப்படுத்திக் குழப்பத்திலாழ்த்துவதும் உண்டு. ஒரு பூவிற்குண்டான வர்ணத்தோற்றமே இல்லாத அதன் இருப்பே மர்மமான ஒன்றுதான். மர்மமான ஒன்றிலிருந்து வெவ்வேறு குரல்கள் எழுவதைப்போல, இருக்கிறதா இல்லையாவெனக் குழம்பச் செய்கின்ற விதமாக வாசனையும் வருகிறபோது அது மேலும் வசீகரமாகிவிடுகிறது. தாழம்பூவை நுகரும்போதெல்லாம் எனக்குள் நினைவுகள் அழிந்து, வாசனையைத் தேடி அலகுகளால் மண்ணைக்கிளறியபடி செல்கின்ற பறவையின் தீவிரம் வந்துவிடுகிறது.

அன்று நாங்கள் மதியம் தாண்டிய வேளையில் உத்திரகோசமங்கையின் அனாதை வீதிகளுக்குள் அலைந்து சலித்துக் கோயிலுக்குள் ஒண்டினோம். கற்தளம் முழுக்க இறங்குவெயிலின் தணுப்பு ஓடிக்கொண்டிருந்தது. கிழவன் வேர்வை பொங்குகின்ற உடலைத் துண்டால் அழுத்தித் துடைத்தபடி தூணிலேயே சாய்ந்துவிட்டார். சதைப்பிடிப்புகள் கரைந்துவிட்ட முகத்தில், மூடியிருந்த கண்கள் ஆமையோடுகளாகப் பதுங்கித் தவித்தன. அரைப்பங்கிற்கும் சுருக்கமான வியாபாரம். இன்னும் அலைச்சல் மீதமிருக்கின்றது. இதைவிட ஆவேசமாக, கொதிப்போடு எழுகின்ற ஏறுவெயிலோடு மோதியபடி நாங்கள் சைக்கிள் மிதிக்கும்போதெல்லாம் இந்த சோர்வோ களைப்போ எங்களை நெருங்குவதில்லை. சூரியனுக்குக் கீழே வியர்வை பொங்கப் பொங்க இலக்கே இல்லாமல் தூர நிலங்களை நோக்கி நாங்கள் வியாபார பொதிகளோடு விரையும்போது அதுவரை வெறுத்திருக்கின்ற கோடையின் ஜ்வாலைகள் எங்களையும் சக நெருப்புத் துண்டுகளாக மாற்றி பற்களைக் கடித்தபடி ஆவேசமாக சைக்கிளை மிதிக்க வைக்கும். ஆனால் நோயைப்போல படருகின்ற இந்த இறங்குவெயிலோ ஒரு சீக்கு பிடித்த விலங்கு. நமது காலுக்கிடையே அசிங்கமாகக் குழைந்தபடி நம் நடையைத் தாமதிக்கச் செய்யும் விலங்கு. கிழவன் இதனை அடிக்கடி சொல்வார். அவருக்கு இங்கே எல்லா கிராமங்களும் அத்துப்படி. கிழிந்த துணிகள் சிக்கி படபடக்கின்ற கருவேலம் காட்டிற்கிடையே அங்கொன்றும்

இங்கொன்றுமாக சிதறிக்கிடக்கின்ற குடிசைகளை அதில் வாழ்கின்ற காய்ந்த பனம்பழம் போன்ற மனிதர்களை அவர் எப்படியாவது கண்டுபிடித்துவிடுவார். எதிலும் விருப்பமே இல்லாது வறண்டுவிட்ட அந்த மனிதர்களை ஏதேனும் பேசி, எப்படியாவது வாங்கவைத்துவிடுகின்ற கிழவனிடம், இரண்டு பொருளுக்கு நாலு பொருளாக எடுத்துவிட்டு கணக்கு கேட்டால் மீசையை நமட்டிக் கடித்தபடி யோசித்துக்கொண்டே இருப்பார். அதனாலேயே அம்மா என்னைக் கூடவே அனுப்பினாள். அதுவும்போக அம்மாவிற்கு அவர்மீது எப்போதும் ஒரு சந்தேகம் உண்டு.

சிறிய தூக்குப்போணியில் நீரள்ளி வர தெப்பம் பக்கமாக நடந்தேன். காற்றின் சிலிர்ப்பு ஓடாத பாசிபடிந்த குளத்துநீர் வெயிலுக்குள் அடங்கிக் கிடந்தது. ஒற்றைக் கால்தடம் தவிர மீதமிருந்த கற்தளங்களிலெல்லாம் காய்ந்த நாணல்கள் முழங்காலளவு நிமிர்ந்து நின்றிருந்தன. பாசி விலக்கி நீரள்ளித்திரும்பியபோது, மடப்பள்ளி அருகே மாடுகள் கட்டிக்கிடந்த வைக்கோல் படப்பினுள் அந்த முகத்தைப் பார்த்தேன். படப்பிற்கருகே ஒண்டியபடி தலைக்கு முக்காடிட்டு அமர்ந்தவளாக, லேசான வெப்பக் காற்றில் தன் முகத்தின் மீது வந்துவிழுகின்ற வைக்கோல் பிசிறுகளை உதாசீனப்படுத்தியபடி எங்கோ வெறித்தவாறு இருந்தாள். ஆட்களே இல்லாத நீண்ட பிரகாரத்திற்கு, ஆழம் பற்றிய பீதியை உணரச்செய்கின்ற பாசிபடிந்த குளத்திற்கு அருகே இவ்வளவு நேரம் என்னைப் பார்த்திருக்கக்கூடிய ஆனால் அதனை மறைத்துக்கொண்டிருந்த அவளது இருப்பு முதலில் சட்டென ஒரு பயத்தையே கொண்டு வந்தது. ஆனால் நான் என்ன செய்வதெனத் தடுமாறிக்கொண்டிருக்கும்போதே காய்ந்து உப்பு பரிந்த உடலைத் துணியால் தட்டியபடி கிழவன் பின்னாலேயே வந்துவிட்டிருந்தார். எனது பார்வை குத்தியிருந்த திசையை வெகுவேகமாக உன்னித்தவர், பிறகு “யாரது” என்றபடி நாணலை விலக்கியபடி முன்னேறி அருகே சென்றார்.

கிழவன் கொஞ்சம் திட்டியபிறகே அவள் அங்கிருந்து எழுந்து எங்களது சோற்றுப் போணிகள் இருந்த பிரகாரத்திற்கு வந்தாள். எனக்கு பசிக்கவில்லை. கிழவனுக்கு உடலை அலசியவுடன் வயிற்றுக்குள் பருக்கைகளைத் தள்ளிவிட

வேண்டும். அவள் அமைதியாக எழுந்து பின் தொடர்ந்து வருவதை ஒருமுறை ஊர்ஜிதம் செய்தபிறகு, கிழவன் போணியைத் திறந்து உண்பதிலேயே குறியாய் இருந்தார். அவள் நீண்ட மரக்கதவுக்குப் பின்னிருந்த இருளுக்குள் தன்னைப் பதுக்கியபடி சுவற்றுக்குச் சாய்ந்து கொண்டாள். நான் யாளியின் வாய்க்குள் கல்பந்தை சுழற்றியபடி இருளுக்குள் நீரைப்போல் ஆங்காங்கே ஒளிரும் அவளது முகத்தைப் பார்த்தபடியிருந்தேன். கிழவன் சாப்பிடும்போது எதையும் ஏறிடுவதில்லை. வாயில் அள்ளிவைத்த கவளத்தை நாயைப்போல தலைதாழ்த்திச் சீராக மென்று, அதக்கி சாறுருஞ்சி, பிறகு தொண்டைக்குழி மேலெழும்ப உள்ளே தள்ளுவதுவரை அவர் நிமிர்வதேயில்லை. சிறிய மூடியில் அவளுக்கு அள்ளி வைத்த சோறு தொடப்படாமல் இருந்தது.

அவளது முகத்திலும் சேலையிலும் மிகச்சிறிய கரும்புள்ளிகள் பொட்டுகளாகச் சிதறியிருந்தன. அவள் மிக ஆழமாக எதையோ எண்ணிக்கொண்டிருந்தாள். யாளியின் கல்பந்தை சுழற்ற சுழற்ற எனது கண்கள் மேலும் மேலுமென அவளது முகத்தை உன்னித்தபடியிருந்தன. அம்மா இப்படி யாரையும் உற்றுப்பார்க்கக் கூடாதென்பாள். ஆனால் நான் என்னையறியாமலேயே குழிக்குள் விழுந்துவிட்ட யானைக்குட்டியைப் போல எதாவது ஒரு கணத்திலேயே சுற்றிக் கொண்டிருப்பேன். எதையோ திரும்பத்திரும்ப கண்களால் மனதிற்குள் பார்த்துக் கொண்டிருந்தாள். கூப்பிட்டால் கேட்காத ஒரு தூரத்தில், அவள் பார்க்கப்பார்க்க அது நடந்து கொண்டேயிருந்தது.

எனது உதட்டினோரம் ஒருதுளி சலைாய் வடிந்துவிட்டதை நான் மறந்திருந்தேன். மெல்லிய இருளுக்குள் மிதக்கும் அந்த கண்களுக்குள் நான் குட்டியானையைப்போல பரிதவித்துக் கொண்டிருந்தபோது, சட்டென அவள் எல்லாவற்றையும் உதறி மேலேறி வந்து என்னைப்பார்த்து புன்னகைத்தாள். வந்ததிலிருந்து அவளது முகத்தில் நிகழ்ந்த முதல் மாற்றம் அது. எனது கண்களைச் சட்டென அங்கிருந்து எடுக்க முடியாமல் திணறிய அந்த வினாடி வித்தியாசத்தில் அவள் மீண்டும் பற்கள் தெரிய புன்னகைத்தாள். நான் பதறியபடி தன்னிலை அடைந்தவனாக யாளியைக் கட்டிக் கொண்டேன். இறங்கு

வெயிலின் வெதுவெதுப்பு இறங்கிய கல்யாளியின் உடலில் அப்போது மெல்லிய உயிர்த்தன்மை வந்திருந்தது. வயர்கூடை ஈரத்துணிக்குள் பொதியப்பட்டு கிடக்கும் தாழம்பூக்களிலிருந்து வாசனை ஒரு கொடியைப்போல எங்களைச்சுற்றி, பிறகு காற்றில் வால் அசைத்து நெளிந்து சென்றது.

சாப்பிட்ட கிறக்கத்தோடு தூணில் சாய்ந்து கண்மூடியிருந்த கிழவன், சட்டெனத் தலையை முன்னுக்கு நகர்த்தி மோப்பம் பிடித்தார். அதைப் பார்த்தவுடன் அவள் உடலைக்குறுக்கி சுவற்றோடு அண்டிக்கொண்டாள். கிழவன் பதட்டமாய் முன்னகர்ந்து வந்து அவளது சேலையை, முகத்தை உற்றுப்பார்த்தார். அவரது கை இயல்பாக சேலை மீது தெளித்திருந்த கருந்துளிகளை தொட்டுப்பார்த்தது. லேசாக அதை சுரண்டினார். அவை துகள்களாக உதிர்ந்தன.

"ஏம்பிள்ள! என்ன காரியம்வே செஞ்சு வந்திருக்க!" யாரென்றே தெரியாத ஒரு பெண்ணை விசாரிக்கின்ற குரலும் முகமும் போய் கிழவனின் முகத்தில் கொந்தளித்த பதட்டத்தில் ஒரு தகப்பன் களை ஒரு வினாடி வந்து சென்றது. அவள் ஒன்றும் சொல்லாமல் ஊளையிடுகின்ற குரலில் அழத்துவங்கினாள்.

"ராவும் பகலும் நரகம்யா. சொரணை எல்லாம் அத்துதான் இருந்தேன். இன்னிக்கு எப்படியோ எல்லாமே சிதறிடிச்சுய்யா."

அவள் சொல்லச்சொல்ல கிழவன் கோவில் வாசலுக்கு வெளியே நீள்கின்ற மண்தடத்தில் ஆட்கள் வருகிறார்களாவென எட்டிப்பார்த்தபடியேயிருந்தார்.

"கொமருக எத்தினி?"

நரைத்த முடிகள் பொங்கிய கிழவனின் கையைப் பற்றியபடி தலை கவிழ்ந்து அரற்றிக்கொண்டே,

"ஒன்னுதாம்யா. பார்த்திபனூர் ஆஸ்டல்ல போட்டு படிக்கிறாய்யா. பொறுத்தது எல்லாம் அவளுக்கோசரம்தான்."

நான் இன்னமும் யாளியோடேயே ஒட்டிக்கிடந்தேன். அவர்களது பதறலை என்னால் உணரவேயியலவில்லை. பிரகாரத்தின் இருள் மூலைகளிலெல்லாம் அவளது அழுகை மோதித் திரும்பிக்கொண்டிருக்க, நான் சற்று முன் என்னைப்

புன்னகையுடன் ஏறிட்ட அந்தக் கண்களை, அப்போது எங்களைச்சுற்றி விரிந்திருந்த அமைதியின் கண்ணாடிப்பரப்பை இந்த அழுகை உடைத்துக் கொண்டிருப்பதைத் தவித்தவாறு பார்த்துக் கொண்டிருந்தேன்.

கிழவன் இயல்பாக வெளியே செல்பவரைப்போல ஒருமுறை வேட்டியை அவிழ்த்துக் கட்டியபடி வாசலுக்குச் சென்று பார்த்து வந்தார்.

"இங்கன உனக்கு வக்கீல் செலவுக்கு ஆள் இருக்கா?"

அவள் நிமிராமல் இன்னமும் அழுதுகொண்டிருந்தாள். பரப்பிக் கிடந்த எங்களது சோத்துப் பாத்திரங்களை ஒன்றுகூட்டி பையில் திணித்தவராக,

"மதுரை பக்குட்டு போய்க்கோ. எங்கியாச்சும் முறுக்கு கம்பெனி பக்கமா ஒதுங்கிக்கோ. புரியுதா?" என்றார்.

வயர்க்கூடையை அவர் எடுக்க முற்படும்போது நான், "அதுல தாழை கிடக்கு." என்றேன். அவர் ஈரத்துணியோடு அதை வெளியே எடுத்து வைத்துவிட்டு, தனது துண்டை விரித்து சட்டைப்பையிலிருந்த ரூபாய்களை, நாணயங்களை அதில் எடுத்து வைத்து மடித்து வயர்கூடைக்குள் வைத்தார்.

என்னை ஏறிடாதவராக, "இந்த தாழைய உள்ள சன்னதி வாசல்ல வச்சிட்டு வாடா" என்றவாறே, அவளை, "ம். எந்திரி" என்றார்.

கையில் ஈரத்துணி சுற்றிய தாழையை நெஞ்சோடு வைத்துக் கொண்டவனாக நான் சன்னதி நோக்கிய இருளுக்குள் சென்றுகொண்டிருந்தேன். மூச்சையடைக்கச் செய்கின்ற வெளவால்களின் சவ்வு வாடையை மீறி கையிலிருந்து மணம் வந்து கொண்டிருந்தது. சன்னதிக்குத் திரும்புகின்ற முதலாம் முக்கு வாசலில் என் உயரத்திற்கு நின்ற யானை தாமரை குத்துவிளக்கில் கனத்த திரியில் தீ ஆடாமல் நின்று கொண்டிருக்க, நான் நுழையும்முன்பு ஒருமுறை வாசலை திரும்பிப் பார்த்தேன். வாசல் நிலையைத் தாண்டிவிட்ட கிழவனது பாதம் தெரிந்தது. அவருக்குப் பின்பாக, முக்காடுக்கு சேலையை உதறியபடி செல்கின்ற அவளது முகமும் தெரிந்தது.

நல்ல வெளிச்சம்பட்ட முகத்தோடு அங்கிருந்து என்னை ஒருமுறை பார்த்து புன்னகைத்தாள்.

நான் இருளுக்குள் நின்றிருந்தேன். கையில் ஈரமான உடலும் ஞாபகத்தையே குழப்பிவிடுகின்ற வாசனையும் கொண்ட குருத்தான ஒருயிர் கமழ்ந்தபடி இருந்தது.

நாங்கள் அமைதியாக சைக்கிளில் திரும்பிக்கொண்டிருந்தோம். தூரத்தில் 'கருவாட்டி வண்டி' என்றழைக்கப்படும் பாசஞ்சர் ரயிலின் பிளிறல் கருவேலம்காட்டிற்குள் சிதறி மறைந்தது. கப்பி ரோடெங்கும் உதறியபடி செல்கின்ற சைக்கிளை பேலன்ஸ் செய்தவனாக,

"அவங்க எங்க?" என்றேன்.

கிழவனின் முகத்தில் வியர்வை வழிந்து கொண்டிருந்தது. கண்கள் கூர்மையாக பாதையைப் பார்த்தபடி, சைக்கிளின் நிதானமான வேகத்தை துளிகூட வீணாக்காமல் ஜல்லிகளை தவிர்த்து மாறிச்செல்ல பணித்தபடியிருந்தது. நான் மீண்டும் சத்தமாக,

"ட்ரெயின்லயா?" என,

அவர் நிமிராமல், "யாரு?" என்றார்.

"அந்தக்கா."

"யாரு? பாதையைப் பார்த்து வா. நொடியா கிடக்கு."

மெல்ல வேகமெடுத்து அவருக்கு இணையாக வந்தபடி,

"காசெல்லாம் குடுத்திட்டயா?"

அவர் பதில் சொல்லவில்லை. வெகுதூரத்தில் ரயிலின் ஹாரன் ஓசை வெயிலின் மீது துணியைப் போல மிதந்து வந்தது.

சைக்கிளிலிருந்த வியாபாரப் பொதிகளை இறக்கிவைத்துவிட்டு, அம்மாவிடம் கிழவன் கணக்குச் சொல்லிக் கொண்டிருந்தார்: முழுவியாபாரமும் இன்று கடனில் போய்விட்டதாக. மெதுவான குரலில் கூறிவிட்டு அம்மா எரிச்சலாகத் திட்டுவதைப் பொருட்படுத்தாமல் அங்கிருந்து நகர எழுந்தவர் முன்பாக நின்றபடி, நான் அம்மாவிடம் அங்கே நிகழ்ந்ததை

கனவில் பார்ப்பதைப் போல திரும்பத் திரும்பச் சொல்லிக் கொண்டிருந்தேன். மீந்திருந்த சரக்குகளை, கிழவன் தந்த நாணயங்களை எண்ணியபடி கணக்கினை சரிபார்த்துக் கொண்டிருந்த அம்மா அங்கிருந்து என்னை ஏசி விரட்டினாள்.

“எப்பப்பாரு தாழம்பூ வாசனை இழுத்துகிட்டு. சொல்லி வை குட்டி. அதுக்க வாசனை ஒரு தீட்டு. எங்கினயாச்சும் ஏங்கி நிக்க வெச்சுபுடும்.” என்றபடி வேட்டியை அவிழ்த்து மடித்து வைத்துவிட்டு, குற்றாலத்துண்டை கட்டிக்கொண்டு வீட்டுவாசல் கல்தொட்டியில் கிடந்த நீரை அள்ளி உடம்பு முழுவதும் தேய்க்கத் துவங்கினார்.

அன்று இரவுவரை, அழுபவனைப்போல, கிழவனிடம் அது உண்மைதானென்று அம்மாவிடம் ஒப்புக்கொள்ளச் சொல்லி முணங்கிக் கொண்டேயிருந்தேன். கிழவன் எனது தலையைத் தடவிவிட்டபடி, “தாழம்பூ வாசனை ஆகாது கண்ணு” என்றார்.

அப்பாவிற்கு வாரமொருமுறை ஊசிபோட வருகின்ற காட்டாஸ்பத்திரி கம்பவுண்டர் நாவரசு அண்ணன் ஊசி போட்டுக்கொண்டே,

“கருங்குளத்துல போன வாரம் என்னாச்சி கேட்டீகளா? துண்டா புருஷங்காரன் தலைய வெட்டி வைக்கப்படப்புக்குள்ள வீசிட்டு ஓடிட்டா ஒருத்தி. ஆள் யார்னு நினைக்கறீங்க? நம்ம வர்கீஸ் டெய்லர்கடை வாசல்லயே எப்பவும் குடிச்சுட்டு கெடப்பானுகளே அந்த கூட்டாளிகள்ல ஒருத்தனாம். செத்து நாலு நாளைக்கப்பறம் தனித்தனியா போலீசு பெறக்கிட்டு போகுது. அவ இந்நேரத்துக்கு எங்கின தப்பி போய் ஒளிஞ்சிருக்காளோ?”

இந்த ஒரு வார இடைவெளியில் அந்த மதியத்தில் நான் பார்த்த நிகழ்வுகள் அனைத்தும் ஒருவேளை நானாக எண்ணிக்கொண்டதோ எனக்குழம்பி ஒரு வழியாக நானே சமாதானம் ஆகிக் கொண்டிருந்தேன். நாவரசு சொல்லிக்கொண்டிருக்கும்போது நானும் கிழவனும் வியாபாரத்திற்குக் கிளம்பிக் கொண்டிருந்தோம். பொருட்களை எடுத்து அடுக்கிக் கொண்டிருந்த கிழவனது கைகளையே நான் பார்த்தேன்.

சிறிய அட்டைகளில் கோர்க்கப்பட்ட மிட்டாய் சரங்களை கூடையொன்றில் ஒரே சீராக அடுக்கிக் கொண்டிருந்த அந்தக் கைகளின் இயக்கத்தில் துளிகூடத் தடுமாற்றமில்லை. நாவரசு சொல்வதைக் கேட்டதாகவே காட்டிக் கொள்ளாமல் அவை இயங்கிக் கொண்டிருப்பதைக் கிழவனது கண்கள் வேறு யாருடைய கையோ என்பது போல உன்னிப்பாகப் பார்த்துக்கொண்டிருந்தன. ஆனால் கிழவனது தோளுக்குப் பின்புறமாக நின்றிருந்த என்னை, எனது குழப்பம் நீங்கிய முகத்தைத் தனது முதுகின் வழியே அவர் பார்ப்பதை நான் உணர்ந்தேன்.

அதன்பின் நீண்ட பருவங்கள் என்னைக் கடந்திருந்தன. அம்மா "பராக்கு பார்க்காதே" என என்னைக் கண்டித்த பல சந்தர்ப்பங்களை நான் தாண்டி வந்திருந்தேன். ஏதேனும் ஒரு கணத்தை, நிறத்தை, சொல்லை இல்லையென்றால் யாருடைய அமைதியையாவது பராக்கு பார்ப்பவனாக, அப்படிப் பார்க்கின்ற நேரத்தில் அதன் கரை மீது உலவிவிட்டு வரத் தெரியாமல் அதன் சுழிகளுக்கு நீந்திச் செல்பவனாக அங்கே மீண்டும் மீண்டும் பிறப்பவனாக நான் காலத்தில் தேங்கிவிட்டவனாக நின்றிருந்தேன்.

அப்பாவின் மரணத்திற்குப் பிறகு வந்த மழைக்காலமொன்றில் எங்கோ கிளம்பிச் சென்ற கிழவன், பிறகு எங்களிடம் திரும்பவேயில்லை. அம்மா எண்ணியதுபோலவே நான் படிப்பிலும் தோற்றேன். ஒரு கட்டத்தில் என் மீதான நியாயமான பதட்டங்களையெல்லாம் அம்மா கைவிட்டாள். எனது முட்டாள்தனங்களின் காயத்தையெல்லாம் ஒரு மூன்றாவது மனுஷிக்கே உரிய பிளாட்பாரக் கருணையுடன், "நீ இன்னும் கவனமாக இருந்திருக்கலாம்" என்பதோடு நிறுத்திக் கொண்டாள். வருமானத்திற்கு வழியேயற்ற அந்த பருவங்களில் வீட்டுச் சுவற்றில் அப்பி வளர்ந்த கீரைகளைக் கடைந்து உண்டோம். எவ்வித பிராதும் இல்லாமல் சிம்னி விளக்கில் வெளிச்சம் வைத்துவிட்டு, கொடூரமாக இருமியபடி அம்மா உறங்கச் செல்கின்ற இரவுகளில் நான் எனக்கு முன்னிருக்கின்ற நீண்ட நாட்களைப் பயத்துடன் எண்ணிக்கொண்டிருப்பேன்.

சாயங்காலத் தெருவில் வாசல் தெளிக்கின்ற புழுதிவாசனை மெல்லிய வெம்மையோடு தீண்டியது. வாயைத் துடைத்தபடி

நிமிர்ந்து அமர்ந்தேன். அருகே புவனேஷ் இன்னமும் நாற்காலி விளிம்பில் தலையைப் பலிபீடத்தில் வைத்ததைப் போல உறங்கிக் கொண்டிருந்தான். கண்ணாடியை வேட்டி நுனியால் துடைத்துப் போட்டவாறே அவனது தோளைத் தட்டினேன். முதலாளி வருகின்ற சமயம். அவனது டேபிளின்மீது வாழையிலைக்கீற்றில் காய்ந்துவிட்ட சந்தனவில்லை இருந்தது. அவனது அம்மாவின் முதுகுத்தண்டுவட சிகிச்சைக்குப் பிறகு, தினசரி குளிர்ந்த நீரில் அதனைப் பொட்டளவு கரைத்துப் பருகச்சொல்லி யாரோ கூறியதால் உத்திரகோசமங்கையில் ஆள்வைத்துச் சொல்லி வாங்கிய, மேனியில் காப்பாக பூசி எடுத்த சந்தனம். அதனை என்னிடம் கூறும்போது அந்த நாலணா வில்லையை வாங்க அவன் தாஜா செய்ய அலைந்த முக்கியஸ்தர்கள் பற்றியும், பச்சை மரகத நடராசனைத் தாழம்பூ மணக்கப் பார்ப்பது எவ்வளவு அரிதென்றும் சொல்லிகொண்டிருந்த போது, எனக்குள்ளும் அந்த நிதான யானைக்குட்டி நடுத்தரம் தாண்டிய இந்த வயதுக்குள்ளிருந்து பாலக பருவத்தின் ஞாபகச் சரிவுக்குள் சருகுகள் அப்ப விழுந்திருந்தது. எங்களைச்சுற்றியிருந்த ஸ்டீல் ரேக்குகளில் விதவிதமான குழந்தை விளையாட்டுப் பொருட்களின் குவியல். ஒரு நீண்ட பயணம் சென்றுவந்த களைப்பு மேலிட்டது. புழுதிப்படலம் படிந்த மாடிப்படிக்கட்டுகளில் இறங்கிக் கீழே வந்தேன்.

எழுகடல் தெருவில் நின்றிருந்த புராதானத் தூண்களின் வரிசைக்கப்பால் புதுமண்டபத்தின் முகப்பு சாயங்கால வெளிச்சத்தை வாங்கியபடி பழைய அழுக்கு தங்கநகைபோலத் துலங்கி விரிந்தது. எப்போதும்போல ஒரு புதியவனைப் போலவே அதை ஒரு கணம் பார்த்து நிதானித்தேன். பகவதியைத் திருமணம் செய்துகொண்ட கொஞ்ச நாட்களிலேயே அவளுக்கு என்னிடமிருக்கும் இந்த நிதானம் குடும்பத்தைக் கொண்டு செலுத்த உதவாது எனத் தெரிந்து கொண்டாள். இது அவள் பிறந்துவளர்ந்த ஊர். நீண்ட பொட்டல்வெளிகளில் சூரியனும் சந்திரனும் தவிர வேறு ஆச்சரியங்களையே வானில் தலைதூக்கிப் பார்க்காத ஒருவனுக்கு மதுரை எப்போதுமே தீராத ஒரு திருவிழா நிலம். பகவதி எனது குணத்தை அனுசரித்துக் கொண்டாள். இரண்டு பெண் குழந்தைகளைப் பெற்ற பிறகும், உப்பு உறைப்பாக ஓடாத ஒரு ஆணை தாலிச்சரத்தில்

தொங்குகின்ற ஊக்கை எடுத்து இரண்டாமவளின் சேலை மடிப்புக்கு தோள்பட்டையருகே கவனமாகக் குத்திவிட்டபடி அவள் வழிநடத்திக் கொண்டுதானிருந்தாள். முகம் கழுவிவிட்டு, சிறிய திருநீறு கீற்றலிலேயே தங்களைத் திருத்தமான முகங்களாக மாற்றிக் கொள்கின்ற பெண் பிள்ளைகள் எனது நிதானத்தை இன்னமும் ஆழப்படுத்தி விட்டார்கள்.

வடக்குக் கோபுரத்தின் மேலே மேகங்கள் உறைந்து நின்றிருந்தன. ஏதோ யோசித்தபடி காபி குடித்து முடித்துவிட்ட குவளையை வீசியெறியாமல் கோபுரத்தின் சுதைச் சிற்பமொன்றில் அயர்ந்திருந்தேன். கற்தள பிரகாரங்களில் குழந்தைகளின் அழுகை சிரிப்பு கூச்சல் எல்லாமே சிறிய குருவிகளாகப் பறந்து கொண்டிருந்தன. நின்றிருந்த இடத்திலிருந்து சற்று தொலைவில் வடக்கு கோபுரத்தின் வாசல்வழியே வெளியேறி வருகின்ற எண்ணற்ற முகங்கள் தெரிந்தவை போலவும் புதிது போலவும், மீன் வாயிற்குள்ளிருந்து வெளியேறும் முட்டைகளைப் போல, மாறிமாறி தோன்றி மறைந்தன.

பார்த்துக்கொண்டே கோப்பையை நசுக்கிப் போடப்போனவன் ஒரு கணம் தாமதித்தேன். பிறகு சற்றே உற்றுப்பார்த்தேன். எண்ணிலா முகங்களுக்குள் சில நொடி தென்பட்டு மறைந்த அந்த முகத்தை, அதன் சிரிப்பை இதற்குமுன் எங்கோ பார்த்திருக்கிறேன். அந்த மனிதனின் நேர்த்தியான உடைகளும் மிகத்திருத்தமான உடல்மொழியும் எப்போதோ என்னால் உன்னிப்பாகப் பார்க்கப்பட்ட ஒன்று. அப்படிப் பார்த்ததை எனக்குள் ஒரு தோல்வியாகக்கூட உணர்ந்திருக்கிறேன். ஆனால் இன்னமும் எனக்கு அடையாளம் தென்படவில்லை.

கோவிலுக்கு வெளியே சிதறிக்கிடந்த சிறிய கோவில்களில் ஒன்றான காலபைரவரின் தீப்பெட்டி அளவு கோவிலுக்குள் வயதான ஓதுவார் செவ்வரளி மாலைகளோடு நுழைந்ததைப் பார்த்தவாறே அந்த முகத்தைப் பற்றியே யோசித்துக் கொண்டிருந்தேன். சிறிய மின்விளக்கு கூட இல்லாத கருமை நிறைந்த கோவிலுக்குள் அந்த முதிய குரல் எதிரொலித்தபடியிருந்தது. தீச்சுடரின் முதல் வெளிச்சம் இருளுக்குள் ஒரு சொல்லைப் போல பிறந்து வந்தது. அது பற்றிக்கொண்ட திரியிலிருந்து கருவறை முழுக்க வெளிச்சம் தங்கத்தை உரசி ஊற்றியதைப்போல பூத்து வர, முழுக்க முழுக்க

செவ்வரளி மாலைகள் சூடிய காலபைரவரின் சிலை நெருப்புத் துண்டங்களுக்குள்ளிருந்து தளும்பி மேலெழுவதைப்போல எழுந்து வந்தது.

அந்த முகம் குறித்த குழப்பத்திலிருந்து இந்த காட்சி தந்த மயக்கத்தில் நான் வெளியேறி விட்டிருந்தேன். மெல்லப் புன்னகைத்தவாறே, கோபுரங்களில் வழிகின்ற காற்றை வாங்கித் திரும்புகையில், வடக்குக் கோபுரத்தின் வாசல்வழியாக பகவதி வெளியேறிக் கொண்டிருந்தாள். அவளுக்கு வெகுதூரத்தில் மறைகின்ற அந்த முதுகைப்பார்த்து மெல்ல புன்னகைத்துத் தளர்ந்தவளாக எதிர்திசையில் நடக்கத் துவங்கினாள். ஒவ்வொரு சித்திரமாக வரிசைக்கிரமமாக யாரோ எனக்குள் அடுக்கிக்கொண்டே வருவதைப் பதறியபடி உணர்ந்தேன். அந்தத் தொடர்கண்ணிகளை அறுத்தெறியும் விதமாக, மிக ஆழமாக நான் நினைவழியும்படி தாழம்பூவை நுகர வேண்டுமென மனம் அரற்றியது.

– வனம் இணைய இதழ், 02.10.2021

***

# வேர்

"டெவில்!"

கார் ஸ்டியரிங்கின் மீது கைகளை இறுகப் பற்றியபடி தமயந்தி கூறினாள். மழை வழிந்து கொண்டிருக்கும் முகப்புக் கண்ணாடி வழியாக ஒருமுறை நான் தழைந்து பார்த்துவிட்டுப் பெருமூச்சுடன் புன்னகைத்தேன். அவளது கண்கள் அச்சத்தில் சிமிட்ட மறந்து உறைந்திருந்தன. கார் நின்றிருந்த இடத்திலிருந்து நேரெதிரே அந்த வீடு கிடந்தது. சுற்றிலுமிருந்த இருளைக் கிழித்தபடி முகப்பு வெளிச்சம் ஒரு கரத்தைப் போல அந்த வீட்டைத் தொட்டுக்கொண்டிருந்தது. மிகப்பழைய ஓட்டு சாய்பு வீடு. நான் இங்கு வருவதை மறந்துவிட்ட இந்த சில பத்து வருடங்களில் இன்னமும் குலைந்திருந்தது. அதன் தலைக்கு மேலே பிரம்மாண்டமான ஆலமரம் வீட்டுக் கூரையைப் பிளந்து வளர்ந்து நின்றிருந்தது. ஆல் இறங்கிய வீட்டைப் பார்த்திருக்கிறீர்களா? கண்ணுக்கே தெரியாத துகளாக ஆலமரத்தின் விதையொன்று காற்றில் மிதந்து இறங்குகின்ற வீட்டில் மெல்ல மெல்ல மனிதர்கள் மறைகிறார்கள். மனிதர்கள் நடமாடாத வீட்டில் ஆல் துளிர்க்கத் துவங்கும்போது நிறைமாதக்காரியின் இடுப்பு எலும்புகள் நெகிழ்வதைப் போல வீட்டின் செங்கல்கள் வழிவிடுகின்றன. ஆல் கிளைத்து மேலேறிப் படர்கின்ற வீட்டைப் பார்ப்பது ஒரு வேட்டைக்காட்சியைப் போலவே இருக்கும். வீட்டுச்சுவர் முழுக்க வழிகின்ற வேர்களோடு ஆலமரம் படமெடுத்து விரிந்திருக்கும் வீட்டிற்கு, பார்த்தவுடன் உணரக்கூடிய ஒரு வரலாறும் இருக்கும்.

முழுவதும் நீர் வழிகின்ற உடலோடு யானைத்தொடை கிளைகளோடு எனது பூர்வீக வீட்டைச் சுற்றி மேலேறி நின்ற ஆலமரத்தை, அதன் முதல்விதை விழுந்த தருணத்தை நான் அறிவேன்.

மன்னாடிமங்கலத்திலிருந்து மதுரைக்கு தினசரி வேலைக்குச் சென்று வருபவர்கள் வெகு சொற்பமாக இருந்த நேரத்தில், அப்பா அரசுவேலைக்குப் போய்விட்டு மாலைவேளையில் மடித்துவைக்கப்பட்ட தினசரியோடு வீடு திரும்புபவராக இருந்தார். கோடையிலும் முழங்காலளவு தண்ணீர் வைகையில் ஓடிக்கொண்டிருக்கும். வைகையினால் மன்னாடிமங்கலம் முழுக்கவே இளநெல்லின் வாசம் எப்போதும் வீசிக் கொண்டிருக்கும் மதியங்களில் நானும் அம்மாவும் வீட்டுவேலைகளைப் பங்கிட்டுச் செய்துகொண்டிருப்போம். அப்பாவிற்கு ஊருக்குள் ஊமைத்துரை எனச் செல்லப் பெயர். அங்கேயே பிறந்து வளர்ந்திருந்தாலும் ஒருவரிடமும் சகஜமாகப் பேசத்தெரியாத மனிதர். வேலை முடிந்து வந்த மாலைகளில் அவருக்குச் செய்வதற்கு எதுவுமே இருக்காது. வாசலில் அமர்ந்து காலையில் வாசித்த தினசரியில் திரும்பவும் வரி விளம்பரம் விடாமல் படித்துக் கொண்டிருப்பார். அம்மா எனக்கு மட்டும் கேட்கும்படி, “அடைகோழி” என இனிந்து சலித்துக்கொள்வாள். அப்பா பெரும்பாலும் இதுபோன்ற கேலிகளில் கூட கலந்து கொள்வதில்லை. தென்னந்தோப்புகளின் மீது படர்ந்து வருகின்ற இருளை வெறுமனே பார்த்தபடி இருப்பார்.

சித்திரைத்திருவிழா முடிந்து சில நாட்களுக்கு அடுத்து எனது அதிகாலை உறக்கத்தை நொறுக்கும்விதமாக அம்மா முகம்கூட கழுவாமல் அப்பாவோடு மூர்க்கமாக சண்டையிட்டுக் கொண்டிருந்தாள். எழாமல் நெஞ்சோடு போர்வையைப் போர்த்தியவாறே, எனது தலைமாட்டுக்கு அருகே சுவற்றில் சாய்ந்தழும் அம்மாவையும், விரலைக்காட்டி எச்சரித்தபடி அவளை நோக்கி ஒரு அடி எடுத்து வைத்து அடிக்கப் போகிறவராக அப்பாவையும் அப்போதுதான் பார்த்தேன். எனக்குள் தூக்கம் இன்னமும் மிச்சமிருக்க, விழிப்பிறகு வராத மனதிற்குள் அது கலங்கலான கனவைப் போலவே பதிவானது.

தின்று வீசிய கரும்புச் சக்கைகளும், வைக்கோல் கூளக்குப்பைகளுமாக எந்த நேரமும் நான்குபேர் தாயம்

உருட்டுகின்ற மந்தைத்திட்டிற்கு நான் செல்கின்ற போதுதான் எனக்குத் தெரியவந்தது. ஆற்றுத்தோப்புக்கு செல்லும் பாதையில் இருக்கின்ற எங்களது பூர்வீக வீட்டில் அப்பா யாரோ ஒரு பெண்ணைத் தங்க வைத்திருக்கிறார் என.

"எலே, அது வந்து மூணு நாளாச்சுடா. இப்பதான் தெரியுமா உனக்கு? சீக்கு உடம்பு போல! கால் பாதத்துலெலாம் மருந்து அப்பிக் கட்டுலாம் கட்டிருந்துச்சு. உங்கப்பாரு தோளுல சாய்ச்சு பட்டப்பகல்லயே கூப்ட்டுப்போனாரு. ஒனக்கு பெரியம்மாவோ சித்தியோ வாங்கிட்டு வந்திருக்காரு."

தாயக்கட்டைகளின் உலோக ஒலிகளோடு சேர்ந்து கொண்ட சிரிப்புகளின் அர்த்தம் புரியாமல் நானும் சிரித்தேன்.

"வாங்கினது வாங்குனான் மனுஷன், சிட்டா ஒண்ணைப் பிடிக்காம சீக்குப்பிடிச்சதைக் கூட்டியாந்துகிட்டு..."

தாத்தா காலம் வரை பயன்பாட்டில் இருந்த வீடு அது. அப்பா அங்கேதான் வளர்ந்தார். பிறகுதான் ஊரோடு சேர்ந்திருப்பதென மந்தைத்திடலுக்கருகே இப்போதிருக்கும் வீட்டைக் கட்டினார். என்றாவது ஆற்றுக்கு குளிக்கச் செல்லும்போது அம்மா உடைமாற்றிக் கொள்வதற்கு மட்டுமே அந்த வீட்டின் சாவியைக் கையிலெடுப்பாள். ஆற்றுக்குச் செல்கின்ற வழியில் தோப்புகளுக்கு நடுவே கிடக்கின்ற அங்கே அப்பா பிறகு அடிக்கடி செல்லத் துவங்கினார். அவர் ஒவ்வொரு மாலையில் கிளம்பும்போதும் அம்மா புதிய குரலில் ஒப்பாரி வைக்க ஆரம்பிப்பாள். அப்பா அதைத் துளிகூடப் பொருட்படுத்துவதில்லை. மஞ்சள் பையில் அரிசி பருப்போ எண்ணைச்சாடியோ எடுத்துக்கொண்டு கிளம்பிச் செல்பவர் நள்ளிரவே திரும்பி வருவார்.

அம்மா திட்டிப்பார்த்தாள். காலைப்பிடித்து அழுது, மண்ணெண்ணையை உடல்முழுக்கக் கவிழ்த்துக்கொண்டு, கடைசியாக அவளது சொந்தக்காரர்களை வைத்து தோப்புவீட்டில் தங்கியிருக்கும் அந்தப் பெண்ணை ஏசி ஊரைக் காலி செய்ய வைக்க முயற்சித்து என எதுவெதுவோ செய்தாள். ஆனால் எதற்கும் பலிதம் நிகழவில்லை. அப்பா எங்கள்மீது எந்த வெறுப்பும் கூட காட்டவில்லை. ஆனால்

நான் ஒவ்வொருமுறை அவரது கை இயல்பாக என் தோளில் விழும்போதும் உள்ளுக்குள் மிகக்கசந்தேன்.

ஒருமுறை அம்மாவிற்குத் தெரியாமல் அந்தப் பெண்ணைப் பார்த்து வரச் சென்றேன். தோப்பு வீட்டின் ஓட்டுக்கூரை முழுக்க இரவு பெய்த பனியில் கழுவி, பளிச்சிட்டு நிற்க, வீட்டின் பின்புறம் ஓடையைப் பார்த்தபடியிருக்கின்ற கொல்லைப்புற துணி துவைக்கும் பட்டியக்கல்லின் மீது அவள் சோர்ந்து அமர்ந்திருந்தாள். பெரும்பாலும் சூரிய வெளிச்சமே இறங்காத அந்தப்பகுதியில் எப்போதும் மாலை வேளையின் சாயல் இருந்துகொண்டே இருக்கும். அந்த தைலச் சாம்பல் வெளிக்கு நடுவே ஆங்காங்கே இலைகளை விலக்கி வெண்கலக் குச்சிகளைப்போலத் தூய வெளிச்சம் புல்தரையில் குத்திட்டு நின்றது.

அவள் வெறுமனே ஓடையைப் பார்த்துக்கொண்டு அமர்ந்திருந்தாள். நான் பனைமர முக்கிற்கு அருகிலேயே மறைந்து நின்று அவளைப்பார்த்தேன். மருந்து வைத்துக் கட்டப்பட்ட அவளது கால் செங்கல் கல்லின் மீது தாங்கலாக வைக்கப்பட்டிருக்க, அவள் எந்நேரமும் எனது இருப்பை உணர்ந்து திரும்பிப்பார்க்கலாமென உள்ளுக்குள் கூசியது. ஆனால் அவள் நீரின் சலசலப்பைத்தவிர வேறெதிலும் இல்லை. அங்கேயே ஆழ்ந்திருந்தாள். திரும்பி வரும்போது, அவளைத் திட்டியிருக்க வேண்டும் குறைந்தது ஒரு கல்லாவது அவள் மீது விட்டெறிந்திருக்க வேண்டுமென உள்ளே பலகீனமான ஒரு குரல் எழுந்தது. ஆனால் அடுத்த நொடியே என்னால் ஒருபோதும் அப்படிச் செய்ய முடியாதென்றும் தோன்றியது.

இன்னொரு தடவை, அப்பா அந்த வீட்டிற்குச் சென்றிருந்த மாலை நேரத்தில் அம்மாவின் நெருங்கிய உறவினர் இறந்துவிட்டிருக்க, அம்மா வெறுப்பான முகத்தோடு 'அந்தாளை'க் கூட்டி வரச் சொன்னாள். நான் கதவைத்தட்டும்போது, கைலியும் பனியனுமாக வெளிவருகின்ற அப்பாவை எப்படி எதிர்கொள்வதென்ற ஓங்கரிப்பான எண்ணத்தோடு யோசித்து யோசித்து சைக்கிளை மிதித்தேன்.

வீடு உட்புறம் பூட்டியிருக்க, வேலிப்படலுக்கு சற்றுத்தள்ளியிருந்த புங்கை மரத்திற்கருகேயே நின்று விட்டேன். கூடடைந்து

கொண்டிருக்கும் பறவைகளின் சப்தங்கள் தவிர வேறு ஒலியே இல்லாத அவ்விடத்தில், வீட்டிற்குள்ளிருந்து அவள் கெஞ்சுவது, அரற்றுவது, கதறி அழுவது, பிறகு நீண்ட நேரங்கழித்து மலர்ந்து சிரிப்பதென கலவையான உணர்வுகளை நான் கேட்டுக் கொண்டிருந்தேன். சிறிது நேரங்கழித்து கையில் சித்தாள் சிமிட்டி தட்டைப்போல ஒன்றோடு அப்பா வெளியே வந்தார். எதையும் திரும்பிப் பார்க்காமல் ஓடைப்பக்கம் சென்றவரை வாய்க்குள்ளேயே அழைத்தேன். அவருக்கே தெரிகின்ற விதமாக கடும்கசப்பை கக்குவதைப்போல முகத்தை வைத்துக்கொண்டேன். என்னைப் பார்த்ததும் சிறிதும் குற்றவுணர்வில்லாத முகத்தோடு வந்தார். அம்மா அவரை சாப்பிட்ட தட்டைக்கூட எடுக்க விடமாட்டாள். அவர் மெல்லிய சிரிப்பொலியோடு என்னிடம் நெருங்கும்போது அந்த வீச்சத்தை உணர்ந்தேன். சட்டென யோசனை அறுந்து அது என்னவென மனம் பதைத்தது. அப்பா நடந்து வர வர அந்தச் சட்டியை தனக்குப் புறமாக இருக்கும்படி தணித்துக் கொண்டார். ஆனாலும் நான் பார்த்துவிட்டிருந்தேன்.

சீழ் துடைத்த பஞ்சுகள், ஒரு துளி ரத்தத்திட்டோடு பிய்த்தெடுக்கப்பட்ட பிளாஸ்திரி பட்டைகள், காலியான மருந்துக் குப்பிகளென பார்த்தவுடன் குமட்டலும் அதிர்ச்சியும் என்னைச் சொடுக்கின. அப்பா அதே மலர்ச்சியான புன்னகையோடு என்னைப் பார்த்தார். அவருக்குப் பின்னே இருந்த குண்டுபல்பின் மஞ்சள் வெளிச்சம் கொண்ட வீட்டுச் சிறுவனைப்போல முற்றிலும் புதிதான முகம். அவரை அந்தப் பெண்ணோடு அப்படிப் பிணைத்தது எதுவென கடைசிவரை எங்களுக்குத் தெரியவில்லை. ஆனால் அந்தப் பெண் அங்கேயே தங்கி இருந்து சில ஆண்டுகளுக்குப் பிறகு இறக்கும் வரை அப்படித்தான் இருந்தார். ஏதோவொன்றால் முற்றிலும் பிணைக்கப்பட்டவராக; வெளியேற விரும்பாத அல்லது தெரியாத ஒரு மனிதராக. நானும் அம்மாவும் எங்களிடம் இருந்தும் இல்லாததைப் போலாகிவிட்ட அப்பாவின் இருப்பை அப்படித்தான் உணர்ந்தோம். என்னையேயறியாமல் நான் அப்பாவை நினைக்கும்போதெல்லாம் மூச்சுத் திணறினேன். வலிய ஒன்றால் நசுக்கப்பட்டுக் கிடக்கின்ற சிறிய பறவைக் குஞ்சாக அவர் தோன்றினார். இவ்வளவு எதிர்ப்புக்கும் கேலிகளுக்கும் மீறி ஒரு மனிதன் தன்னை ஒப்புக் கொடுக்கின்ற

அந்த உறவுச் சக்கரங்களின் அழுத்தத்தை உள்ளுக்குள்ளே திகிலாக உணர்ந்தேன். ஆனால் அவர் மகிழ்ச்சியோடுதான் அப்படி இருக்கிறாரென அம்மா கூறுவாள். என்னால் எதனாலோ அதனை ஏற்றுக் கொள்ளவே இயலவில்லை.

ஆனால் அம்மா சொன்னபடியும் நான் எண்ணியவிதமும் கலந்தேதான் பின்னாட்கள் வந்தன. அப்பா இப்போது வீட்டிற்கு வருவதை மிகவும் குறைத்துக் கொண்டார். நீண்ட விடுப்புக் காலங்களை சம்பளத்தை இழந்து வாங்கிக் கொண்டவர், எந்த நேரமும் தோப்பு வீட்டிலேயே அடைந்து கிடப்பதில் கழித்தார். ஏதோ ஒரு சண்டையின் போது அந்தப் பெண் அப்பாவை விளக்குமாறு எறிந்து திட்டும்போது கூட அவர் சிரித்தபடியே வாசலில் நின்றாரென தோப்புக்குள் காய்பறிக்கச் செல்பவர்கள் கூறினார்கள். அம்மா அச்சம்பத்துவில் மை எடுப்பவர்களிடம் கூறி கழிப்பு எதுவும் வைத்துவிட்டாளாவென சோதித்துப் பார்த்தாள். ஒன்றினாலும் பயனில்லை.

அவ்வப்போது எதேச்சையாகச் செல்பவனைப் போல அங்கே ஒளிந்து நின்று வீட்டை நோட்டமிடும்போதெல்லாம் அப்பா அதே சிமிட்டிச் சட்டியில் அவளதுமல மூத்திரங்களை மகிழ்ச்சியோடு அள்ளிச் செல்பவராக ஓடைப்பக்கம் செல்வார். வீட்டிற்குள்ளே அவள் வீறிடும்போதெல்லாம் குழந்தையைக் கெஞ்சுவதைப் போல அவளிடம் வலியைப் பொறுத்துக் கொள்ளச் சொல்லுகின்ற அப்பாவின் குரல் கேட்கும். இது ஒருவகைப் பைத்திய நிலையென விரைவில் திரும்பி வருவாரென யாராவது கூடைக்காரிகள் அம்மாவிடம் சொல்லிச் செல்வார்கள். அம்மா கண்ணீரைக்கூடத் துடைக்காமல் சுணங்கி எரிகின்ற காமாட்சி விளக்கில் திரி தூண்டி கும்பிட்டுக் கொள்வாள்.

அவள் முற்றிலும் நோயாளியாகி இறந்தபிறகும் சில மாதங்கள் அப்பா அதே வீட்டிலேயே அமர்ந்து இருளை வெறிச்சிட்டபடி இருந்தார். அது காற்றடி காலம். வைத்த பொருளெல்லாம் அதே இடத்தில் இருக்க அப்பா கொல்லைப்புறத்துப் பக்கம் ஓடுகின்ற வாய்க்காலைக் கையைக் கட்டி அமைதியாகப் பார்த்துக் கொண்டிருந்தார். காய்ந்த சருகுகளும், உதிர்கின்ற பூக்களும் வீட்டின்மீது மழையைப் போல தூவத் தொடங்கியிருந்தன. ஏதோவொரு நம்பிக்கையில் ஊரிலிருக்கும் சில மனிதர்களோடு

அம்மா என்னை அவரைக்கூட்டி வர அனுப்பினாள். திறந்திருந்த வீட்டின் கொல்லைப்புறத்தில் அப்பா நிற்பது தெரிந்து, நாங்கள் வீட்டினுள் நுழைந்தோம். ஆங்காங்கே சிதிலம் விழுந்துவிட்ட கூரைகளின் துளை வழியே வெளிச்சம் இறங்கிக் கொண்டிருக்க, வெளிச்சக் குழியின் நடுவே எண்ணற்ற காய்ந்த பூக்கள் உள்ளே விழுந்து கொண்டிருந்தன. பெரிதும் முரண்டு பிடிக்காமல் அப்பா எங்களோடு கிளம்பினார். கடைசியாக அங்கே கிடந்த பழைய ஆஸ்பத்திரிக் கட்டிலை, அதன் மீது நைந்து கிடந்த மெத்தையின் மீதிருந்த வெறுமையைப் பார்த்தவர் அடக்க முடியாமல் அழுதார். பிறகு ஒருபோதும் அவர் அங்கே செல்லவேயில்லை. இறக்கும்வரை அவரது இந்த சிறிய சிம்னி வெளிச்ச வாழ்க்கையை அவரே கேட்கும் விதமாக யார்யாரோ கேலியாகச் சொன்னாலும் அவர் அதைப் பொருட்படுத்தியதேயில்லை.

"இறங்கிப் போகலாமா?"

தமயந்தி என்பக்கம் திரும்பாமலே கேட்டாள். மழை இப்போதுதான் குறைந்திருந்தது. முழுவதும் நனைந்துவிட்ட ஆலமரத்தின் லட்ச இலைநுனிகளிலும் நீர்ச் சொட்டுகள் உதிர்ந்து கொண்டிருக்க, குளித்து தலையை விரித்துப்போட்டு குனிந்திருக்கும் அந்த முகம் பார்க்காத பெண்ணின் நினைவெழுந்தது. ஆலவேர்கள் பிளந்துவிட்ட சுவர்களோடு வீடு நீரில் ஊறிவிட்ட தீப்பெட்டியைப் போல கிடந்தது.

இப்போது வேண்டாம் பகலில் வருவோமென தமயந்தியிடம் கூறினேன். சிறிது யோசனைக்குப்பிறகு ஆமோதித்தவளாக காரைப் பின்னோக்கி எடுத்தாள். வெளிச்சத்தின் திரை நீங்க நீங்க ஆல் ஏறிய அந்த வீடு கிணற்றுக்குள் வீழ்வதைப் போல இருளுக்குள் மூழ்கியது. சட்டென வீசிய மழைக்காற்றில் ஈரம் பிரதிபலித்த லட்ச கண்களும் சிலிர்த்து மிளிர்ந்தன. நான் பல்லைக்கடித்தபடி கண்களை மூடிக் கொண்டேன். மெல்லிய பாடலொன்றை ஒலிக்கவிட்டவாறே, தோப்புப்பாதையில் ஈரமான காற்றை உள்வாங்கிகொண்டே நாங்கள் திரும்பிக் கொண்டிருந்தோம். தமயந்தி "டெவில்' எனக் கூறியதை நினைத்துக் கொண்டேன். ஆறுதலாக இருந்தது.

அப்பாவின் மரணத்திற்குப் பிறகு, நான் வேலையில் அமர்ந்ததும் அம்மா பெண் பார்க்கத் துவங்கியிருந்தாள். இயல்பாக ஒருவனுக்கு எழுகின்ற சிலிர்ப்பே எனக்குள் நிகழவில்லை. மாறாக, மூச்சுத் திணறும் விதம் என்னைக் கைகால்களைச் சுற்றிப் பிணைக்கப்போகிற ஒரு கயிற்றின் முனையின் முதல் ஸ்பரிசத்தைப் போல அதை உணர்ந்தேன். பெரும்பாலும் ஏதேனும் கூறி தள்ளிபோட்டுக்கொண்டே வந்த என்னை, அம்மா ஒரு புள்ளியில் அடையாளங்கண்டு கொண்டாள். ஏனென்று என்னிடம் காரணம் கேட்கவில்லை. ஆனால், “மகிழ்ச்சியாருடா” என மட்டுமே அவ்வப்போது கைகளைப் பற்றியபடி சொல்வாள். தோப்பு வீட்டில் மலச்சட்டியைக் கையில் ஏந்திப் புன்னகைத்த அப்பாவின் நினைவெழும். அவரை மூச்சுமுட்டப் பிணைத்து வைத்திருந்த உறவின் நெருக்குதலை நினைக்கும்போதே நடுக்கம் வந்தது. உண்மையில் அப்பாவோடு ஞாபகம் கொள்ளும் அளவிற்கு மகிழ்வான பால்யம் எனக்கில்லை. ஆனால் தன்னிலை அழிந்தவனாக ஒரு மனிதன் இருக்க நேரிடுகிறதை- அது அவனது விருப்பமாக இருந்தாலும் கூட - பார்த்தபிறகு நான் உறவுகளை, அதன் வசீகரமான கொலைக்கருவிகளை கண்டு நடுங்குபவனாக மாறியிருந்தேன். அப்பாவைத் தோப்புவீட்டில் அப்படியொரு மனிதனாகப் பார்த்தபோது, நான் சொல்ல நினைத்து சொல்லாமல் போன வார்த்தை இதுதான் - ’டெவில்’. தமயந்தி பக்கம் திரும்பி இனொருமுறை புன்னகைத்துக் கொண்டேன். மழையில் நடுங்கி நிற்கின்ற பாதையோர தாவரங்களைப் பார்த்தவாறே அவள் காரை செலுத்திக் கொண்டிருந்தாள். இயல்பாக என்னைப்பார்த்தவள் எனது புன்னகையை புருவம் சுருக்கிப் பார்த்துவிட்டு மீண்டும் பாதையில் கவனமானாள்.

தமயந்தியின் சில குணங்கள் என்னைப் போன்றவை. அவள் அபூர்வமாகவே ‘அப்பா’ என அழைப்பாள். ஒருபோதும் அந்த அழைப்பின் கனம் என்னை அழுத்திவிடக்கூடாது என்பதில் அவள் காட்டும் கவனத்தை நானே உணர்ந்திருக்கிறேன். நான் விரும்பி ரசிக்கின்ற அவளது பெரியமனுஷித்தனம் அது. எந்த உறவிற்கும் அந்தளவேயான ஞாபகப்படுத்தல்கள் போதும் என்பதே உண்மை.

கீதாவும் நானும் விவாகரத்துப் பெற்றுக் கொள்ளும்போது தமயந்திக்கும் இன்னமும் வயது குறைவு. தனித்திருக்கவே விரும்புகின்ற எனது குணம் மூர்க்கமாகி கீதாவையும், எங்களது உறவையும் சிதைக்கும் முன்னே நாங்கள் பரஸ்பரம் பிரிந்து கொண்டோம். தமயந்தியை யூனிபார்ம் கூட கழட்டாமல், வீட்டிலிருந்து கீதா அவளது அம்மா வீட்டிற்கு கூட்டிக் கொண்டு கிளம்பிய போது அந்த குழந்தையின் முகத்தில் கொஞ்சம் கூட கோபமில்லை, அழுகையில்லை. என்னைப்பார்த்து ஒரு மிருதுவான புன்னகையோடு கீதாவோடு சென்றாள். அன்றைய சாயங்காலம் மழை பெய்து கொண்டிருந்தது. எங்கோ போய் அலைந்துவிட்டு நனைந்தபடி நான் வீடு திரும்பினேன். இன்னமும் முழுவதுமாக எடுத்துச் செல்லப்படாத கீதாவின், தமயந்தியின் உடைமைகளோடு இருந்த வீட்டின் அமைதிக்குள் நனைந்தபடி ஈரமான பாதத்திட்டுகளோடு நுழைந்தேன். உடைகளைக் கழற்றிக் குளித்துவிட்டு, ஈரம் சொட்டும் உடைகளை காலையில் காயப்போடலாமெனக் கம்பியில் தொங்கவிட்டுவிட்டு அறையில் அமர்ந்து வெறுமனே பார்த்துக் கொண்டிருந்தேன். துணியின் ஈரம் சொட்டும் ஓசையைத் தவிர வேறெதுவும் இல்லாத அமைதி என்னைச் சூழ்ந்து கொண்டது.

அவ்வப்போது என்னைப்பார்த்துவர தமயந்தியை அனுமதிப்பாள் கீதா. தமயந்தி அப்படி பண்டிகைக்கால தேவதை போல வருகின்ற நாட்களில் நான் வீட்டை அவளுக்கெனவே அலங்கரிப்பேன். அவளுக்குப் பிடித்த புத்தகங்கள், இசை, உணவுகளென அன்றைய ஒருநாள் முழுக்க அவள் எனக்கு எவ்வளவு விருப்பமானவளென உணரவைப்பேன். நள்ளிரவு வரை நீள்கின்ற எங்களது அரட்டைகளின் இறுதியில் நான் மெய்மறந்து உறங்கிவிடுவதும் உண்டு. அதிகாலையில் நான் விழித்தெழும்போது தமயந்தி வீட்டிலிருந்து கிளம்பிப் போயிருப்பாள். நேற்றைய மகிழ்வின் எச்சங்கள் முழுக்க வீடு நிறைந்து கிடக்கும். ஒரு நட்சத்திரம் கிளம்பிப் போனதைப் போல தமயந்தியும் போயிருப்பாள். நான் புன்னகையோடு காபிக்கோப்பைகளை பொறுக்குவேன்.

கீதாவின் மறுமணத்தின் போது, நானும் தமயந்தியும் நண்பர்களைப்போல சிரித்துப் பேசிக் கொண்டிருந்ததை வந்திருந்த குறைந்த நபர்களும்கூட அதிர்ச்சியாகப்

பார்த்துச் சென்றது நினைவிருக்கிறது. கீதாவும் ராஜனும் எப்போதாவது எனது வீட்டிற்கு வரும்போது என்னால் எவ்வித மனத்தடையுமின்றி அவர்களோடு உரையாட முடிந்ததற்கு தமயந்தியின் அன்பும் எனது தனிமை தந்த மூச்சுத்திணறலற்ற ஆசுவாசமும் கூட ஒரு காரணம். தனியாக இருப்பதை ஒரு நோய்மையாக யாரேனும் கூறும்போது நான் வியப்பாகவே உணர்வேன். சிறிதுகூட தனியாக இல்லாத ஒருவரால் அவர் இந்த பூமிக்குக் கொண்டு வந்த, அவரால் மட்டுமே விதையூன்ற முடிகின்றவொன்றை நிகழ்த்த முடியாமலே போகிறது. எனது தனிமையின் மகிழ்ச்சியான பூங்கொத்துகளை தமயந்திக்கும் கீதாவிற்கும், என்னோடு எப்போதாவது சிகரெட் குடிக்க நேருகின்ற சந்தோஷத்தை விரும்பிச் செய்கின்ற ராஜனுக்கும் பரிசளித்துக் கொண்டே இருந்தேன்.

காலிங்பெல் ஒலித்துக் கொண்டேயிருந்தது. நான் போர்வையைக் சோம்பலாக விலக்கும்போதே தெரிந்துகொண்டேன், அது கீதாவின் விரல்கள். ஹால் ஸோஃபாவில் தமயந்தி இன்னமும் சுருண்டு படுத்திருந்தாள். டிவி அணைக்கப்படாமல் ஓடிக்கொண்டேயிருக்க, காதில் மாட்டிய இயர்ஃபோன் கழட்டப்படாமல் மொபைல் தரையில் கிடந்தது. சிரித்தபடி அவளைக்கடந்து சென்று கதவைத்திறந்தேன். கீதாவேதான். பின்னால் கார்க்கதவைப் பிடித்தபடி ராஜன் யாருடனோ ஃபோனில் வியாபார சண்டை போட்டுக்கொண்டிருந்தான். என்னைப்பார்த்து ஒரு இடதுகை வணக்கம் வைத்துவிட்டு ஃபோனில் இரைவதைத் தொடர்ந்தான்.

“இன்னும் தூங்குறாளா?”

என்றபடி கீதா உள்ளே வந்தாள். நான் சமையலறைக்குள் டீயைத் தயார் செய்துகொண்டே, “அநேகமா காலையில்தான் தூங்க ஆரம்பிச்சிருப்பா. டிவி, மொபைல்.... ஒரு தூக்கம் வர்றதுக்கு எவ்வளவு சப்வே!” என்றேன்.

தமயந்தி எழும்முன்பாகவே அவளது லேப்டாப், ஆங்காங்கே வீசியெறியப்பட்ட அவளது பொருட்கள் அனைத்தையும் கீதா கவனமாக பேக் செய்து கொண்டாள். நானும் ராஜனும் டீயைக் குடித்துவிட்டு, வெளியே நின்று சிகரெட் புகைத்துக் கொண்டிருந்தோம். அவனது தொழில் சார்ந்த நெருக்கடிகளை

மிக மேலோட்டமாகச் சொன்னான். ஆனால் என்னால் அந்தப் பதட்டத்தின், கோபத்தின் ஆழங்களை உணர முடிந்தது. அவனை நிதானமாகச் செயல்படு என்றுமட்டும் மீண்டும் மீண்டும் கூறினேன். நாங்கள் பேசிக்கொண்டிருந்த இடைவெளியில் கீதாவும் பங்கு கொண்டாள். அவளுக்கும் ராஜனின் தொழில்சார்ந்த நெருக்கடிகள் மீது கவனமும் அதில் அவன் மேடேறி வரவேண்டுமென்பதற்கான அக்கறையும் இருந்தது. நான் அமைதியாக அவள் கூறுவதைக் கேட்டுக் கொண்டேன்.

அவர்களிருவருக்கும் அதிக வயதாகிவிட்டதைப் போலச் சட்டெனத் தோன்றியது. மத்திம வயதில் இயல்பாகவே வந்துவிடுகின்ற வாழ்க்கைச் சோர்வையும் அதைப் பரஸ்பரம் வெளிக்காட்டிக் கொள்ளாமல் மாற்றி மாற்றித் தேற்றிக்கொள்கின்ற பாவனையுமாக எதிரெதிரே துடுப்பு வலிக்கப்படும் படகைப்போல அவர்களது மகிழ்ச்சி, வாழ்விலிருந்து வேறுவகையான விசயங்களிலேயே தத்தளித்து நின்றுவிட்டதைப் போலிருந்தது. தீர்ந்துவிட்ட டீக்கோப்பைகளைக் கீழே வைக்க மறந்தவர்களாக, மெல்லிய வியர்வை படியத் துவங்கும் முகத்துடன் பேசிக்கொண்டிருக்கும் அவர்களைப் பார்த்து, 'டெவில்' என்கின்ற வார்த்தையை நான் திடுக்கிடும்விதமாக ஆழ்மனம் ஒருமுறை உச்சரித்தடங்கியது.

மேலும் ஆழமான எதிர்காலப் பதட்டங்களோடு கீதாவும் ராஜனும் வெயிலில் நின்று பேசப்பேச நான் வீட்டிற்குள்ளே வந்துவிட்டேன். முகம் கழுவி வெளியே வந்த தமயந்தியை மென்மையாகச் சிரித்து அணைத்தபடி வேறுதிசைக்கு அழைத்துச் சென்றேன். அவள் வெளியே கைநீட்டிக்காட்டி என்ன என்பது போலப் பார்த்தாள். நான் அவளை சகஜமாக்கும்படி உதட்டைப் பிதுக்கிக் காண்பித்தேன். வீட்டின் கொல்லைப் பிறத்தில் சென்று நாங்கள் அமர்ந்து கொண்டோம். முதல் தினம் மழை பெய்த நிலத்தில் மறுநாள் சூரியன் இரண்டு மடங்கு தகித்தபடி வெளிவந்து கொண்டிருந்தது. கொல்லைப் புறத்திற்குப் பின்பாக, விரிகின்ற குட்டைப்புதர் காடுகளின் பச்சையம் வெயிலில் கூசும்படி இளகிக் கொண்டிருக்க, தமயந்தி மிக வெறுமையாகிவிட்ட உலர்ந்த முகத்தோடு எங்கோ பார்த்துக் கொண்டிருந்தாள்.

ராஜன் ஒரு சராசரி ஆணிற்குண்டான அனைத்து முன்னெச்சரிக்கைகளும் பொறுப்பும் மிக்க மனிதன். தமயந்தியை கீதாவோடு ஓரளவு வளர்ந்த பிள்ளையாகவே அவன் ஏற்றுக்கொண்ட சில வருடங்களுக்குள்ளாகவே ஒரு பெண்ணின் தகப்பன் அணிந்து கொள்கிற பாவனைகளையும் மதிக்கத்தகுந்த பொறுப்புகளையும் தன்னுள் ஏற்படுத்திக் கொண்டான். அப்படியான ஒரு சதுரத்திற்குள் வைத்து கீதாவையும் தமயந்தியையும் நான் பார்க்க நேரிட்ட போது அவர்கள் எனக்கு மிக அந்நிய முகங்களாகத் தெரிந்தனர். அதே சமயம் பாதுகாக்கப்பட்டவர்களாகவும் உணர்ந்தேன்.

தமயந்தி அந்த வீட்டைப்பற்றிப் பேசிக் கொண்டிருந்தாள். அதன் அசாதாரணத்தன்மை குறித்த அவளின் அச்சம் சொற்களாக மாறி தடுமாற்றமாக வெளியேறிக் கொண்டிருந்தன. எனது அப்பாவின் அந்த தனிப்பட்ட வாழ்க்கை குறித்து அவளிடம் கூறியதில்லை. அதுபற்றித் தெரியாமலேயே அவள் கூறிய அந்த வார்த்தை நான் மட்டுமே அறிந்த ரகசிய வடுவை ஆறுதலாக வருடியது போலிருந்தது. அதே நேரம் ராஜனும் கீதாவும் இணைந்து தமயந்தியின் எதிர்காலம் குறித்து பதட்டப்பட்டு - அது அக்கறையென்றாலும் - மேற்கொள்கின்ற இந்த வெயில் வழிகின்ற முகங்களாலான உரையாடல் அவளது சுதந்திரத்தை அல்லது விருப்பத்தை ஏதோவொரு வகையில் நெரிக்கும் என்கின்ற எண்ணமும் வந்து சென்றது. அதை அவள் எவ்வளவு தூரம் தனக்குள் சுமையாக உணராமல் தாங்கிக்கொள்வாள்!

அவர்கள் புறப்பட ஆயத்தமானார்கள். நான் வழக்கம்போல தமயந்திக்கென சேகரித்திருந்த சில புத்தகங்களை, சிறிய தண்டுகளோடு ஒடிக்கப்பட்ட பூச்செடிகளை அவளிடம் கொடுத்தேன். ராஜன் இன்னமும் தனது தொலைபேசி அழைப்புகளிலேயே ஆழ்ந்திருந்தான். தமயந்திக்கு எதிரே இருமுனைகளைப் போல நாங்கள் நின்றிருந்தோம். ஒரு புகைப்படம் கொல்லைப்புறம் அருகே எடுத்துக்கொள்வோமென என்னருகே வந்து நின்றாள். நானும் தமயந்தியும் இணைந்து நிற்கின்ற புகைப்படம் என்னிடம் இல்லை. எனவே எனக்கும் அது மகிழ்ச்சி தரக்கூடிய ஒன்றாகவே இருந்தது. சிறிய மரங்களின் பின்னணியில் எங்களை நிற்க வைத்து கீதா புகைப்படம் எடுக்க முனைந்து கொண்டிருந்தாள். வெயிலின்

வேர்வையைக்கூட சரியாகத் துடைக்காத அவளின் முகத்தின் மீது முடிக்கற்றைகள் காற்றில் படிந்து விலகத் துடித்துக் கொண்டிருக்க, அவள் புகைப்படக் கருவியின் வழியே எங்களைச் சரிபார்த்துக் கொண்டிருந்தாள். அவளுக்குப் பின்னே நின்றபடி அலைபேசியில் பேசிக்கொண்டிருந்த ராஜனின் கரம் இயல்பாக அவளது தலைக்கு மேலே வர, விரல்கள் வேர்களைப் போல அவளது முகத்தின்மீது இறங்கி அந்த முடிக்கற்றைகளை அள்ளி ஒதுக்கிவிட்டது.

சட்டென எதையோ உணர்ந்து அதைத் தமயந்தியிடம் மறைக்க முயல்பவனாக என்னைக் கட்டுப்படுத்திக் கொண்டிருந்த அந்த கணத்தில், எனது கரங்களைப் பற்றியிருந்த தமயந்தி, தன்னையறியாமல் மெலிதான குறுநகையோடு "லவ்லி" என்றாள். எனக்குள் ஒரு துளி கண்ணீர் படர எதுவோ உடைந்தது.

– நீலம் அச்சிதழ், நவம்பர் 2021

***

# நட்சத்திரங்களை ருசிப்பவர்கள்

விநோதங்களின் முதல் விதியின்படி, நீங்கள் வாசித்துக் கடந்த செய்தித்தாளின் கீழ் விளிம்பில், அந்தச் சிறு சதுரத்தில் நோயுற்ற காகம் போல மௌனத்திலிருந்த எழுத்துகள், என்னை மட்டுமே தெரிவு செய்தன. 'பறக்கும் கம்பளத்தில் வாழ விருப்பமா?' அதனருகே பச்சை மாமிசத்தின் உறைசிவப்பிலிருக்கும் மேப்பிள் இலையும், அதன் நடுவே ஆழ்துயிலிலிருக்கும் ஒரு வெண்கம்பளிப்பூச்சியின் படமும் இலச்சினையைப் போல மிளிர்ந்தன.

விநோதங்களின் இரண்டாவது விதியின்படி, அந்த வீட்டை வடிவமைத்தவர் குறித்த தெளிவான தகவல்கள் இல்லை. இருந்தும் இல்லாததாய் கவனப்பிசகில் பதுங்குகின்ற சில இடங்களைப்போல, தனித்துவிட்ட அந்த மிக உயரக் கட்டடத்தின் மொட்டைமாடியின் நடுவே, ஒரு சிறிய மரப்பெட்டகம் போல அந்த வீடு முகங்கொண்டிருந்தது. நான்கு திசைகளிலும் கதவுகள்கொண்ட வீட்டின் நான்கு பால்கனிகளிலும் கைப்பிடிச் சுவர் இல்லை. ஒரு நாவலை மெய்மறந்து வாசித்தபடி நீங்கள் வீட்டிற்குள்ளிருந்து நடந்தால், அந்த நேரம் கதவு திறந்திருந்தால்... சிறிது நேரங்கழித்து ஒரு சிறிய பறவையும், மத்திம உடல் விலங்கும் அந்தரத்தில் பதறியபடி விழுந்துகொண்டிருப்பதை ரகசிய கேமராக்கள் சலனமற்றுப் பதிவுசெய்யும்.

விநோதங்களின் மூன்றாம் விதியானது, மிகுந்த அச்சம் தரக்கூடியவை மேல் இயல்பாகவே

அதீதக் காமம் மலர்கிறது. நாங்கள் அவ்வீட்டில் வசிக்கத் துவங்கினோம்.

இடவலக் குழப்பங்கள் இந்தத் துவக்க தினங்கள்: மேகங்கள் தவழ்ந்து செல்லும் சமையலறைகொண்ட வீட்டில் என் மனைவியின் அச்சம் இன்னும் நீங்கவில்லை. சுற்றுப்புறவாசிகளாக சில மேகரூபங்கள் மற்றும் பெயரற்ற பறவைகள் மிதக்கும் வெளியில், எங்கள் சிறு வீடு கப்பலைப்போல நகர்ந்துகொண்டிருக்க... சலனிக்கவோ, ஆறுதலளிக்கவோ முகாந்திரமற்று நாங்கள் தியானநிலையிலேயே இயங்கினோம். எல்லா தினங்களின் காலையிலும் அழுகி வெடித்துவிட்ட வனவிலங்கின் உடலைப்போல ஒரு நகரம் நொதிக்கத் தொடங்குவதை, நுண்புழுக்களைப்போல ஆவேசமாகத் தவழும் மனிதர்களை, ஆறுதலான சொல்லைப்போல சாலையோர மரங்களை இவையாவற்றையும் உயிருள்ள செய்தித்தாளாய் வாசித்தோம்.

கைப்பிடியற்ற வீட்டில் எங்கள் முதுகுத் தண்டின் கண்கள் சதா விழிப்பிலேயே இருந்தன. எங்களை மறந்து ஏதாவதொரு வேலையில் மூழ்கியிருக்கும்போது, திறந்துகிடந்த கதவுகளை நோக்கி (அப்போது அவை இனிக்கின்ற வாயைப் போலிருந்தன) எங்களின் சிசு, இயந்திர பொம்மையைப்போலத் தவழ்ந்துகொண்டிருந்தது. விளிம்பிற்கும் குழந்தைக்கும் இடையேயான அதிர்ச்சி சூழ் காலம் அல்லது தூரத்தின் மேல் நீளக்கூர்வாய் நாரைகள் அலகு தீட்டியபடி கண் சிமிட்டின.

இயல்பில் நாங்கள் மென்மையானவர்கள். எங்களது கைதவறி விழும், உருளும் உடல்கொண்ட பொருள்கள் தங்களது பயணத்தை விளிம்பு நோக்கித் துவக்கும்போது, பதற்றத்துடன் அதன் கால்களைக் காணுகிறோம். மிக மிகக் கீழே சாலையில் மிகுந்த நிதானத்துடன், மகிழ்ச்சியுடன், அமைதியுடன் நடந்து செல்லும் சிறுமி அல்லது வயோதிகன் அல்லது அரைக் கிறக்க இமைகளுடன் சாலையோரமாக உறங்கும் ஒரு செல்லப்பிராணியை எங்கள் கண்கள் உணர்கின்றன. அவர்களின் அடுத்த கணமானது ஓர் அருவியைப்போல எங்களுடைய கைகளில் தொடங்கி மிக ஆவேசமாக அவர்களை நெருங்கிக்கொண்டிருக்கிறது. ஆரம்பகாலங்களில் முன்னெச்சரிக்கையாக நாங்கள் கூச்சலிட்டு அவர்களைப் பதறி

விலகச் செய்தோம். ஒரு நன்றியைத் தவிர, வேறு சுவாரஸ்யமே இல்லாத வெறுமை கணங்கள் பிறகு இம்சித்தன. சமீபமாக நாங்கள் அந்த நீர்வீழ்ச்சியை மௌனமாகக் காணுகிறோம். அழுக்குக் கண்ணாடியெனக் கீழே விரிந்திருக்கும் சோம்பல் யதார்த்தத்தை உடைக்கின்ற அந்த நீர்வீழ்ச்சி, பிறகு அங்கு கலைடாஸ்கோப்பின் விநோத சேர்க்கைகளைப்போல சூழலின் அசமந்தத்தை உடைத்துப் பரபரப்பாக்கும்... எல்லோர் கண்களும் உயருகையில் நாங்கள் தியானப் புன்னகையுடன் பின்னகர்ந்து மறைந்துகொள்வோம். அப்பொழுதெல்லாம் எங்கள் வீட்டின் மெலிந்த கூரைகள் காற்றில் நடுங்கின. இரக்கமற்ற பகலோ, ஒரு காகிதத்தின் நுனியென வீட்டின் விளிம்புகளை எரித்தபடி உள் நுழைந்து அச்சுறுத்தியது.

நாங்கள் ஒருவருக்கொருவர் அவ்வளவு விசுவாசிகளில்லை. ஊடகங்களால் பெருக்கப்பட்ட காமம் ஏறிய உடல்கள் சிறிய இலச்சினைகளை, வார்த்தைகளைப் புறக்கணித்தன. நிலவு மெழுகும் இரவுகளில் காதலர்களைப்போல அபத்தமாய் நடித்தோம். எங்களின் சிசுவை தூயகாதலின் குறியீடெனக் கூறிப் புளகாங்கிதம் அடைந்தோம். அப்போதெல்லாம் எங்கள் வீட்டின் மெலிந்த கூரைகள் காற்றில் நடுங்கின. இரக்கமற்ற பகலோ, ஒரு காகிதத்தின் நுனியென வீட்டின் விளிம்புகளை எரித்தபடி உள்நுழைந்து அச்சுறுத்தியது.

பரிசுத்தம் என்பது அழுக்கின் சவலைப்பிள்ளை எனத் தெரியவந்த நாள்களில் தூரத்து மதக் கோபுரங்கள் கார்ட்டூனாகிவிட்டிருந்தன. எங்களில் ஒருவரது நடத்தையின் மீதான சந்தேகம் இன்று ஊர்ஜிதமானது. ஒரு பிடிபட்ட குற்றவாளியை, பிடிபடாத குற்றவாளி மன்னிக்க இயலாது என்கிற எளிய புரிதலுக்குப் பின், வீடெங்கும் அமைதி பரவியது. கைப்பிடியற்ற பதற்ற விளிம்புகளும் மென்மையுற்றன. தொட்டித் தாவரங்களிலிருந்து குளிர்மை கசியத் தொடங்கியது. மென்னுடல் பறவைகள் சில சாப்பாட்டு மேஜைமீது தத்தி அமர்ந்தன. ஒரு மேகப்பொதி தன்னுடலைத் தளர்த்தி எங்களை நிரப்புகையில், வீட்டின் இரு திசை ஜன்னல் வழியாக ஒரு அஸ்தமனச் சிவப்பும், குளிர்ந்த நிலவும் மேலெழுந்துகொண்டிருந்தன. வீட்டு வாசலிலேயே மரணப்பொறி வைத்திருப்பதால், நாங்கள் பொய் பேசுவதில்லை. விளிம்புகளற்ற பால்கனியில் நின்றபடி நாங்கள்

முத்தமிட்டுக் கொண்டோம். மரணத்திற்கு வெகு சமீபமான முத்தம். அந்த முன்மாலை வேளையில் கனியத் தொடங்கிய நட்சத்திரமொன்றை திராட்சைப் பழத்தைப்போல உதிர்த்துத் தின்கையில், எங்கள் உடல்கள் சுமை நீங்கி லேசாகின. சப்பணமிட்டு விரல் சூப்பிய விதம் எங்களைப் பார்த்த சிசுவை, பிரபஞ்சத்தின் ஓர் உயிரினம் என்பதற்கு மேலாக நாங்கள் புனிதப்படுத்திக்கொள்ளாத தருணத்தில் எங்களது வீடு, பறக்கும் கம்பளமாக மிதக்கத் தொடங்கியிருந்தது.

– தடம் இதழ், ஏப்ரல் 2017

***

## மீன் முள்ளின் இரவு

புறநகர்ப் பகுதியின் கடைசி வீட்டில் வசிப்பவன் நான். என் வீட்டையடுத்து விரியும் புதர்மண்டிய நிலக்காட்சியையும், கைவிடப்பட்ட தூரத்துக் குவாரியின் தனிமையையும் ரசிப்பதற்கென்றே கடைசி வீட்டுக்காரனானேன். நகரங்கள் மென்று துப்பும் எச்சங்களின் மீது அருவருப்படைந்து மரங்கள் நடந்து விலகிச் செல்வதையும், துர்கனவின் வரைபடம்போல நகரின் சித்திரத்தை அஞ்சியபடி எளிய பறவைகள் தத்தி ஓடுவதையும், வழியின்றி பார்த்தபடியிருக்கும் கடைசி வீட்டுக்காரர்களின் முகத்தில், புத்தனின் மிகவும் தேய்ந்த நிழலை அவ்வப்போது காண முடியும்.

மேலும், இங்கே பன்றி வேட்டைக்குப் பழக்கப்படுத்தப்பட்ட வேட்டை நாய்களை, பருவங்கள் தீர்ந்து கிழடான பின் அவிழ்த்து விட்டுவிடுவார்கள். மெலியத்தொடங்கிய அந்நாய்களின் வேட்டைத் தகுதியான கூர் பற்களில் துருப்பிடிக்கத் தொடங்கும் நாள்களில், அவை ஒரு வாய் பால்ச்சோறு வேண்டி எல்லா வீடுகளின் வாசலிலும் தவங்கிக் கிடக்கின்றன. அப்போதெல்லாம் அவற்றின் கோலிக்குண்டு கண்களில் வன்மம் ஒளிரும். அந்தப் பிச்சைச் சோற்றை அவை வெறுக்கின்றன. அதற்காக ஏங்கி நெளியும் தங்கள் குடல்களின் மீது வெறிகொள்கின்றன. ஒரு கட்டத்தில் வாலைக் கடித்து பின்னுடம்பை விழுங்குவதற்கான ஆவேசமெழ உடலை வட்டமாய் மடித்து ஒரே இடத்தில் சுழல்கின்றன. வேட்டைக் காலத்தில்

அடிபட்டுப் புண்ணாகிப்போன காயத்தடங்களை அவை நக்கும்போது, அழுகலின் உன்னத வீச்சத்தை நீர் ததும்பும் கண்களில் வெளிப்படுத்துகின்றன. நான் என் மனைவியிடம் வேட்டை நாய்கள்மீது கவனமாயிரு என்று மட்டும் கூறியிருந்தேன்.

ஓர் இலையுதிர் காலத் தொடக்கத்தில் அவன் எங்கள் பகுதிக்கு வந்தான். அவனது நைந்த உடைகள், வெவ்வேறு நிறம்கொண்ட செருப்புகள், வினோத உலோகப் பொருள்களாலான கழுத்து டாலர் என மொத்தத்தில் அவன் வரையறைகளுக்கு வெளியே தன்னைச் சிதைத்திருந்தான். தனிமையும் குளிரும்கொண்ட கைவிடப்பட்ட குவாரியைத் தனது வாழிடமாக வரித்துக்கொண்டான். வேட்டை நாய்களின் வாழிடமான அதில், அவர்கள் எவ்வாறு சமரசப்பட்டுக்கொண்டார்களென யூகிக்க முடியவில்லை.

சில நாள்களிலேயே வேட்டை நாய்கள் புடைசூழ அவன் குடியிருப்புப் பகுதிகளுக்குள் மாலை வேளைகளில் உலா வந்தான் (வந்தார்கள்). சொல்லிவைத்ததைப் போல ஒரு மையிருட்டு அவனுக்குப் பின்னால் வந்து இரவாகிவிடும். சில மதியங்களில் விற்பனை முடிந்த இறைச்சிக் கடைகளில் கழிவுகளை இரப்பவனாகத் தனது படையுடன் வெயிலில் மௌனமாக நின்றபடி... மண்பானைகள் வனைகின்ற குடும்பத்தில் நிகழ்ந்த சிசு மரணத்தின்போது, மரணவீட்டுக்குச் சற்றுத் தள்ளியிருந்த மரநிழலில் படுத்தபடி... தனது முன் அமர்ந்திருக்கும் நாய்களுக்கு ரகசியங்களைக் கூறியபடி... தொலைதூர வாகனங்கள் கடக்கும் புறவழிச்சாலையில் நிகழ்ந்த தசைகள் சிதறிக்கிடக்கும் ஒரு மரணத்தை அனுதாபித்துக் கடப்பவர்களுக்கு எதிர்ப்புறத்தில் விசிலடித்தபடி... கருவேலங்காட்டுப் புதர்ச் சரிவுக்குள் சென்று மறைகின்றபடி... ஆம். அச்சமூட்டும் நிறம்கொண்ட மலரைப்போல அவர்கள் துயரகணங்களின் மேல் அசைந்து கொண்டிருந்தார்கள்.

அதிகாலையில் சிறிய உடற்பயிற்சிகளுக்காக மொட்டை மாடிக்கு வந்தவன், தன்னிச்சையாகக் குவாரியைப் பார்த்தேன். பனிமூட்டம் கிளம்பியபடி ஒரு வேட்டையை, ஒரு விருந்தை, ஒரு நடனத்தை முடித்த அடர் உறக்கத்தின் அமைதி குவாரி முழுவதும் நிரம்பியிருந்தது. குறிப்பாக அவன் வந்த பிறகு

வேட்டை நாய்கள் உணவு வேண்டி குடியிருப்புப் பகுதிக்கு வருவதில்லை. நான் என்னையறியாமலேயே இவற்றைக் குறிப்பெடுத்துக்கொண்டிருந்தேன்.

ஓர் இரவு, உடைகள் விலகியபடி என் மனைவி பிணத்தைப்போல உறங்கிக்கொண்டிருக்க, என் சிறு குழந்தையின் தூக்கமோ ஒரு மலரின் தனிமையைப்போல அமைதிகொண்டிருந்தது. சட்டென நான் விழித்தேன். ஏதோவொரு தூரத்து சப்தம். அது எனது அனிச்சையான கண்காணிப்பின் கீழிருந்து வந்த விழிப்பெனப் பின் உணர்ந்தேன். என் மனம் எதிர்பார்த்துக் கொண்டிருந்த காட்சி சமீபித்துக்கொண்டிருக்கிறது.

நான் மெதுவாக எழுந்து சமையலறை ஜன்னலில் உள்ள சிறு துளை வழியே வீதியைப் பார்த்தேன். நிசியின் காற்று வீட்டுக்கு வெளியுள்ள சிறு பொருள்களை உலோகபாஷை பேசச் செய்து கொண்டிருந்தது. சிறிது நேரத்தில் பாதங்கள் மண்ணை நொறுக்கிவிடுகின்ற சப்தம். அதுவொரு சிறுபடையின் அணிவகுப்பு சப்தத்தைப் பிரதிபலிக்க, நான் மிகவும் தீவிரமான உன்னிப்புடன் வீதியைப் பார்த்தேன். கைவிடப்பட்ட வேட்டை நாய்களின் கண்கள் இருளில் கோலிகளைப்போல மினுங்க, அவனைச் சுற்றி நாய்கள் அவனுக்குச் சமமாக விரைந்தன. நாய்களின் உடலில் வேட்டைக்கால இறுக்கமும், முகத்தில் கருணையின்மையும் மிளிர்ந்தன. மையமாக நடந்து வந்த அவன் கண்ணையும், வாயையும், நாய்கள் பார்த்தபடி வர, ஒரு கட்டளையைப் பிறப்பிக்கப்போகும் தீவிரத்துடன் அவன் உதடுகள் துடித்தன. நான் பீதியாய் உணர்ந்தபடி, என் மூச்சை இறுக்கி, அதிர்ச்சியுறைந்த என் கண்களை அங்கிருந்து எடுக்க விரும்பினேன். உண்மையில் நான் அங்கே ஸ்தம்பித்திருந்தேன். என் மூளையின் கதறல்கள் உடலுக்குச் செல்லவேயில்லை.

இதோ என் வீட்டை அவர்கள் கடந்துகொண்டிருக்கிறார்கள். சிறுதுளை வழியான என் பார்வையின் நேர்கோட்டை அவன் தாண்டுகையில் விநாடிக்கும் குறைவாய் தாமதித்து நின்றான். அவனது காதுகள் விடைத்தன. மெதுவாக என் பக்கம் அவன் திரும்பத் தொடங்கிய நொடியில் நான் மயங்கிச் சரிந்தேன்.

அடுத்து வந்த தினங்களில், என் மனைவியிடம் திரும்பத் திரும்ப 'வீட்டில் பால்வாடை வீசாமல் பார்த்துக்கொள்...'

மீன் முள்ளின் இரவு ❖ 171

என்றும் 'பாலருந்திய குழந்தையின் உடலை வெதுவெதுப்பான நீரால் வாடை போகக் குளிப்பாட்டு...' எனவும் 'மீன் முள்கள், எலும்புத் துண்டுகளை வாசலில் போட வேண்டாம்...' என்றும் வலியுறுத்தினேன். ஏனென்ற அவளிடம், என் பயத்தை விதைக்கத் தயங்கினேன். வீட்டுக் கதவுகளின் மெலிந்த உடலும், சிறிய பூட்டுகளின் எளிய தைரியத்தையும் நான் இழந்தேன்.

எதிர்பாராமல் இன்று மதியம் இறைச்சி வாங்க நின்றிருக்கையில், அவன் வந்தான். உண்மையில் அதுவொரு அற்புதமான மாறுவேஷம். கோமாளியின் உடலசைவுகளும், இரப்பவனின் துயர முகபாவனையும்கொண்டு நின்றபடி இறைச்சிக் கழிவுகளை அசுவாரஸ்யமாகப் பார்த்தபடியிருந்தான். நாய்கள்கூட அப்போது ஒரு பொம்மைத்தன்மைக்கு தங்களை மாற்றிக் குழைத்து நடித்தன. நான் மேலும், அவனை உன்னிப்பாகக் கவனித்தபடியிருக்கையில், சட்டெனத் திரும்பிப் பார்த்தான். அவனது கோமாளித்தனம் மறைந்து இரவு வேட்டை முகம் தோன்ற, தனது கண்களை நாயின் கோலிக்கண்களாக மாற்றி தீப்பார்வை பார்த்தான்.

இரவு... மிருதுவான கனவில் நீந்திக்கொண்டிருக்கும் என் சிறிய குடும்பத்தைப் பார்த்தபடி விழித்துக்கிடக்கும் நான், நகரின் புறநகர்ப் பகுதியின் கடைசி வீட்டுக்காரன். குவாரியிலிருந்து தொடங்குபவர்களுக்கு இள உடல்கள் நிறைந்திருக்கும் முதல் வீடு இது. மெலிந்த கதவும் உறுதியற்ற பூட்டும்கொண்ட இங்கிருந்து, கடுமையான வீச்சத்துடன் இறைச்சிகள் வெந்துகொண்டிருக்கும், தீச்சுவாலைகள் எதிரொளிக்கும் பாறைகளுக்கு நடுவே, ஒரு வேட்டைக் கும்பலின் நள்ளிரவு உணவை அச்சம் வழியும் எனது கண்கள் நடுங்கியபடி பார்த்துக்கொண்டிருக்கின்றன.

– தடம் இதழ், பிப்ரவரி 2018

***

## அவற்றின் கண்கள்

வில்சன் - மேரி, ஓய்வுபெற்ற ஆசிரியத் தம்பதி. மேரி இன்று இறந்துவிட்டிருந்தார். பணி நாளினிடையே ஒரு மரணக் குறிப்பானது கார்ட்டூன் தோற்றம் பெற்றுவிடுகிறது. ஹவுசிங்போர்டு முட்டுச்சந்தில் அவர்களின் வீடு இருந்தது. நீராதாரம் இழந்துவிட்டு வீடுகளைக் கைவிட்டுச் சென்றுவிட்டவர்களால் அந்தத் தெரு சூன்யமடைந்திருந்தது. இயல்பாகவே முட்டுச்சந்து வீடுகள் காலத்தில் அதிர்ச்சியடைந்து அமைதியானவை. அநாதைக் கூழாங்கற்களில், மரங்களில், ஜன்னல்களில் பிணங்களைப்போல இறுகிவிட்ட ஈரத்திற்காகக் காயவைக்கப்பட்ட கொடித்துணிகளில் முட்டுச்சந்துகள் தங்களின் துக்கத்தை வளர்க்கின்றன. அதேவேளையில், பருவகால நோயொன்றிலிருந்து மீண்டு கொண்டிருப்பவனுக்கு முட்டுச்சந்து வீடுகள் தருகின்ற அமைதி தனித்துவமிக்கது. கிறித்தவ வீடுகளுக்கே உரிய ஒரு மருத்துவ நிசப்தமும், லேசாகக் கண்ணாடிப்பொழிவு ஏறிவிட்ட சிமிட்டித் தரையும்கொண்ட எளிய வீடு அது.

வில்சன் - மேரி தம்பதிக்குக் குழந்தைகளில்லை. குழந்தையற்றவர்கள் தங்களின் வயது மீதான ஓர்மையை இழந்துவிடுவதோடு, துக்க நாடகத்தின் சாயலோடு குழந்தையின் துடுக்குத்தனங்களையும் பிரதி செய்கிறார்கள். வில்சனும் மேரியும் சர்ச்சுக்குச் செல்கையில் தங்களுக்குள் சிறுசிறு சண்டைகள் பழிப்புகள் செய்துகொள்வார்கள். பிரார்த்தனை முடிந்து திரும்புகையில் சிறிய

பழங்கள், கிழங்குகளைக் கொறித்தபடி சாலையோர நிழலில் நடந்து செல்வார்கள்.

மேரியின் பாதத்தின் கீழே ஐஸ்பார் வைக்கப்பட்டிருந்தது. சர்ச்சுக்குத் தயாரான பாவனையுடன் அவர் கிடத்தப்பட்டிருந்தார். நீண்டகாலமாகச் சிதையாத மௌனம் விரிந்திருந்த அவ்வீட்டில், விவரிக்கவியலாத ஒரு தயக்கத்தை நான் உணர்ந்தேன். குழந்தைகளற்ற வீட்டின் பொருள்கள் வயதேறி உருகுகின்றன. பிறகு, அவற்றுக்குக் கண்கள் திறக்கின்றன. இரு மனித பொம்மைகளின் தினசரியை அவை அசுவாரஸ்யமாகப் பார்க்கின்றன. ஒரு நாவலின் இறுதிப் பக்கத்தின் கருமையை வீட்டின் சுவர்கள் வடிக்கத் தொடங்குகையில், அவர்களில் ஒருவர் மரணிக்கிறார்.

பெண்களே இல்லாத மரண வீடு இது. ஆகையால் இந்த மரணம் தன் சம்பிரதாயங்களை இழந்திருக்க, சொற்பக் கண்களின் கூட்டமானது ஓர் அலுவலகத் தன்மையை அபத்தமாகப் பிரதிபலித்தது. வில்சன் தன் சட்டையை இன் செய்திருக்க, அவரது பல்செட் ஒரு நிரந்தரச் சிரிப்பை வழியவிட்டபடியிருந்தது. பிளாஸ்டிக் சேரில் கிடந்த ஆங்கில தினசரியைத் துல்லியமாக மடித்தப்படி உள்ளே கொண்டு சென்றார். வெளியில் வரும்போது அந்தப் பல்செட் புதியவர்களைப் பார்ப்பதுபோல மீண்டும் சிரித்தது.

வந்திருந்த சொற்பக் கண்களும் வெளியில் கிடந்த சேர்களில் காரிய நிமித்தமாக அமர்ந்து, அந்தத் தெருவின் நடமாட்டமிழந்த வெறுமையைப் பார்த்துக்கொண்டிருந்தோம். எனக்கு லேசாகத் தலை வலித்தது. ஒரு தேநீருக்காக நான் நடக்கவேண்டிய தொலைவை அஞ்சி, இருக்கையிலேயே தொய்ந்தேன். வீட்டினுள்ளே மிக மெல்லியதாக வில்சன் யாருடனோ பேசிக்கொண்டிருப்பது கேட்டது. சில நிமிடங்களுக்குப் பிறகு, அவர் மட்டுமே எதிர்க்குரலற்று பேசிக்கொண்டிருப்பதை உணர்ந்து மெதுவாக எழுந்து எட்டிப் பார்த்தேன். ஞாபகம் வந்தவரைப்போல வில்சன், ஓர் அறையிலிருந்து மேரியின் பைபிளை எடுத்துவந்து தலைமாட்டில் வைத்தார். மேரியின் விரல்தடம் பதிந்து பதிந்து எண்ணெய் கக்கிய கறுப்பு ரெக்சின் போட்ட பைபிள், மினுங்கும் காகத்தைப்போலிருந்தது. மேரியின் முகத்திலிருந்து ஓர் ஆமோதிப்பைப் பெற்றுவிட்ட

திருப்தியுடன் தலையசைத்துக்கொண்டார். மேரியின் பின்பாதங்கள் ஐஸ்பாரை பிறை வடிவத்தில் கரைத்தபடி உள்ளிறங்கிக்கொண்டிருக்க, உருகி வழிந்த நீரின் மேல் கால்மிதியைப் போட்டுவைத்தார். ஒரு மௌனச் சடங்குபோல எல்லாம் நிகழ்ந்துகொண்டிருந்தன. நான் முன்னறையைத் தாண்டி உள்ளே செல்ல யோசித்திருக்க, கால்மிதியை நீவிவிட்டபடி என்னை ஏறிட்ட வில்சன், முற்றிலும் அந்நியமான ஒரு பார்வையுடன் மேரியின் பக்கம் திரும்பிக்கொண்டார்.

கல்லறைத்தோட்ட வாகனம் வருவதற்குத் தாமதமாகுமெனத் தெரிந்தது. நாங்கள் மூன்று பேர் மட்டுமே எஞ்சியிருந்தோம். வில்சன் வெளியே வந்து சில பிளாஸ்டிக் சேர்களை ஒன்றிணைத்து ஆட்களற்ற எதிர் வீட்டினோரம் வைத்துவிட்டு வந்தார். எங்கள் பக்கம் திரும்பாமல் கானல் நெளியத் தொடங்கிவிட்ட தெருமுனையை உற்று நோக்கியபடியே சில நொடிகள் நின்றார். என்னுடன் மீந்த இரண்டு பேரும், வில்சன் வீட்டிற்குள் சென்றதும் நழுவிவிடத் தயாரானார்கள். என்னால் யூகிக்கவே முடியவில்லை தனியனாக அந்தத் தெருவில், அந்த வீட்டில் எனது இருப்பை.

இறந்த மனைவியின் ஊறிய பாதங்களில் வழியும் குளிர்ந்த நீரைத் துடைத்தபடி அவளுடன் பேசிக்கொண்டிருக்கும் மனிதன்... கண் விழித்துவிட்ட அறைப் பொருள்களின் பார்வைகள் உயிர்ச்சலனம் இல்லாத சூன்யத் தெருவில் மெருகைப்போல சிதைகின்ற வீடுகளின் அரற்றல்கள்... மேலும், என்னை மிரளச் செய்யும்விதம் எப்போது வேண்டுமானாலும் கா... வெனக் கரைந்துவிடுகின்ற மினுக்கத்தில் ஒரு பைபிள்.

– தடம் இதழ், மே 2018

\*\*\*

# முடிவற்ற நட்சத்திரங்களின் வசீகர வெளிச்சங்கள்

உலர்ந்த நிற டீ-ஷர்ட்களை விரும்பி அணியத் தொடங்கியதிலிருந்து, நான் தனிமையானவாக மாறிவிட்டதாக அம்மா முனகிக்கொள்வாள். பதினேழு வயதில் இவ்வளவு நுண்ணுணர்வும் நிதானமும் அவசியமற்றதென நூலக நண்பர் அலுத்துக் கொள்வார். உண்மையில் பெரிய வெளிச்சம் எதனாலும் நான் மௌனமாக்கப்படவில்லை. என்னுடைய விளையாட்டுத்தனங்களிலும், அவமானங்களிலும் ஒரு புதிய கண் திறந்திருந்தது. செயல்களுக்குப் பின் எஞ்சுகிற வெறுமையை அடிக்கடி உணர்ந்தேன். 'இது பிராயத்திற்கே உரிய ஒருவித போலி பெரியமனுஷத்தனம்' என்றார் நண்பர். ஒருவகையில் இது முழுவதும் போலியுமல்ல. இந்த எளிய முகமூடி அளிக்கின்ற புதிய பொறுப்புகள், புதிய நாசூக்குகள், புதிய மரியாதைகள் அனைத்தின்மீதும் காலம் களிம்பூற்றி இறுகச் செய்துவிடும். நீ வெளியேறவே முடியாத சாதாரண 'சருகுச் சிறை' என்றார். நான் வழமைபோலச் சாலையை மேய்ந்து கொண்டிருந்தேன்.

சூரியனை போலீஸ் அழைத்துச் சென்றுவிட்டதாக அம்மா சொன்னாள். அவளுக்கருகே ஜோசபின் அமர்ந்து புத்தகம் படித்துக்கொண்டிருந்தாள். நான் சிகரெட் வாடையை அடக்கியபடி அமைதியாக அவர்களைக் கடக்கும்பொழுது, ஜோசபினின் கண்கள் புத்தக விளிம்பிலிருந்து மேலேறி, என்னை

ரகசியமாய் விசாரித்து விலகியது. நான்காவது நாளாக இரண்டு எறும்புகள் முட்டிக்கொண்டு விலகி முன்னேறவியலாமல் ஸ்தம்பித்திருப்பதைப் போல நானும் அவளும் ஒரு கணத்தின் முன் உறைந்திருந்தோம். இயல்பாகப் பார்த்துச் சிரித்துக்கொண்டால், அத்துடன் என் பால்யம் முடிவுக்கு வருகின்றதை அவளின் முன் நான் ஒப்புக்கொள்ள நேரிடும்.

ஜோசபின் அவளது வீட்டிலிருந்து இங்கே வந்து சில மாதங்களாகின்றன. இந்த முறை நிகழ்ந்தது சொல்லமுடியாத மோசமான சம்பவம். அவளுக்கு எப்போதும் கைவருகின்ற, தான் செய்த குற்றத்தை ஒரு சாதாரண செயலைப்போல எள்ளி நகையாடித் தன்னை அதிலிருந்து விடுவித்துக் கொள்கின்ற சிறுமி வேடத்தை அவள் அணிய முயலவில்லை. அவளது வயிற்றைக்கூடக் கழுவிவிட்டுத்தான் அனுப்பியதாக ஒரு தகவலும் உண்டு. ஜோசபினின் கடந்த காலத்தில் - அது நீண்டதல்ல - இரண்டு முறை பருவத்தவறுகள் செய்தாள். ஒவ்வொரு முறையும் அவளுக்கு ஞானஸ்நானம் இங்குதான் அம்மா வழங்குகிறாள். அப்போதெல்லாம் என்னைத்தான் முன்னுதாரணமாக அம்மா குறிப்பிடுவாள். மெல்லிய புன்னகையுடன் என்னைப் பார்க்கின்ற ஜோசபினைத் தவிர்த்தபடி, "சாத்தான்... சாத்தான்..." என நான் முணுமுணுத்துக்கொள்வது அம்மாவிற்குச் சந்தோசமளிக்கும். ஜோசபினையும் என்னைப்போலக் குழந்தைத்தனம் மிக்கவளாகவே அம்மா பார்க்கிறாள் என்பது எரிச்சலூட்டும். ஜோசபினின் பெற்றோர்கூட அவளை இப்போது ஒரு சந்தர்ப்பவாதியாக உணரத் தொடங்கியிருந்தனர். அவளது உயர்ந்தபட்ச பகடித்திறன்கூட நாடகமாகவே வெளிப்படுகிறது.

அறைக்குள் நுழைந்து தாழிட்டேன். மிக நுட்பமாக ஜோசபினின் ஈரமணம் அங்கிருந்தது. குளியலறையைத் திறந்து பார்க்கையில், எப்போதும் அங்கிருக்கும் ஒழுங்குச் சிதைவை நேர்ப்படுத்தி அதன் சுத்தத்தில் ஜோசபின் தனது வருகையைப் பதிந்துசென்றிருந்தாள். எனக்குள்ளிருந்த அசூயை விலகி, லேசான வசீகரம் மேலெழுந்தது. உதட்டைக் குவித்து விசிலை முயன்றபடி, சட்டையைக் கழற்றிவிட்டு, எனது நெஞ்சின்மீது சமீபமாய் அமரத் துவங்கியிருக்கும் முடிகளை வருடினேன்.

"ஜோசபின்..."

சில நாள்களுக்கு முன்பு, வெளியே சென்றுவிட்டு எனது அறைக்குள் நான் நுழைவதற்கும் குளியலறையைத் திறந்து அவள் வெளிவருவதற்கும் சரியாயிருந்தது. அது பகலிலேயே வானம் மோடம் போட்டிருந்த நாள். எனது அறையெங்கும் இளம் இருட்டுப் பரவியிருக்க, எனது கண்கள் அதற்கு விரைவாகப் பழகியபடி, அவளின் பக்கம் திரும்புவதற்கும் நடுவே ஒரு கணம். ஒரே ஒரு கணம்... பிரகாசமான வெளிச்சத்துடனும் ஞாபகத்துடனும் எங்களிடையே பதிவாகியது. அவளை யறியாமல் 'அச்சோ'வென ஒரு விக்கிப்பு. மூலை இருளுக்குள் உடலின் பெரும்பாகங்கள் மறைந்திருக்க, அவளின் உடல் விளிம்புகள்மீது வெளிச்சம் ஒரு வசீகர வளைகோட்டை வரைந்தது. ஒரு மெல்லிய திகைப்புடன் முகத்தைத் திருப்பிக் கொள்வதற்குள், அந்த அசாதாரண விளிம்புகளின் மேல் பரவிய ஒளியில் அவளுடல் கூர்மையான வாளைப்போன்ற தீவிரத்துடன் என்னைக் கடந்தது.

பிறகு வந்த நாள்களில் அவள் கண்கள் எனக்குள் எதையோ தேடின. நான் சாதாரணமாக என்னைக் காட்டிக்கொள்ள முயன்று மோசமாய்த் தோற்றபடியிருந்தேன். ஒரு சிறிய கீழுதட்டுச் சிரிப்பைக் கசிந்தபடி "சரிதான்..." என்பதுபோலத் தலையாட்டிக் கடந்தாள்.

ஜோசபின்... அந்த விளிம்புகள்...

ஜன்னலைத் தாழ் நீக்கினேன். அறைக்குள்ளிருந்த வெளிச்சம் கீழேயிருந்த கொல்லைத் தோட்டத்தில் நீரைப்போலப் பரவியது. அம்மா பயிரிட்டிருந்த சிறிய தோட்டத்திற்கு நடுவே சில உடல்கள் திகைத்து நிமிர்ந்தன. சூரியனின் பிள்ளைகள். மேலாடைகளற்ற அந்தச் சிறார்கள் விலங்கின் கண்களுடன் கைகளில் பறித்து வைத்திருந்த காய்கறிகளுடன் ஜன்னலை ஏறிட்டனர். நான் புகையை ஊதியபடி உன்னிப்பாகப் பார்வையை வீசினேன். நான்கு பிள்ளைகளும் தேவாங்கைப்போல என்னைப் பார்த்தபடியிருக்க, தோட்டத்தின் வேலிக்குச் சற்றுத்தள்ளி தெருவிளக்கின் கீழ் நின்றபடி சூரியனின் மனைவி யாருடனோ போனில் பேசியபடியிருந்தாள். என்னைப் பார்த்துவிட்ட பதற்றமேயில்லாமல் தெருவிளக்குத் திண்டின்மேல் ஒரு காலைத் தூக்கி வைத்தபடி உரையாடலைத் தொடர்ந்தாள். கடற்கரைக்குச் செல்கின்ற சில்லண்டிப் பாதைத்

தடத்திலிருக்கும் சூரியனின் குடிசை மிகவும் தனிமையில் கிடந்தது. வேறு வீடுகளேயற்ற அந்தப் பாதைத்தடத்தில் சூரியனின் குடிசை கடலைப் பார்த்தபடியிருக்க, அதன் வாசலில் ஆட்டோ நின்றிருந்தது. சூரியனின் நண்பனும் பகல்நேரக் குடிகாரனுமாகிய ஆசிர், குடிசையின் வாசலில் கிடந்த மண் அடுப்பின் முன் அமர்ந்தபடி, எதையோ சமைத்துக்கொண்டிருந்தான். அவனருகே சூரியனின் இன்னும் சில குழந்தைகள் தூக்கக் கலக்கத்தில் நின்றிருந்தன. நான் சிகரெட்டை நசுக்கியபடி தோட்டத்தில் திருடிய பிள்ளைகளைப் பார்த்தேன். அவை பதற்றமின்றி, அதிருப்தியுடன் கையிலிருந்த காய்கறிகளை நெஞ்சிலணைத்தபடி தோட்டத்திலிருந்து வெளியேறின. அம்மா காலையில் ஊரைக் கூட்டுவாள்.

சூரியனைப் புரிந்துகொள்வது எவ்வளவு குழப்பமானதோ அதைவிட அவனது குடும்பத்தை அர்த்தப்படுத்திக்கொள்வது திகிலானது. சூரியன் நகரங்களில் திருடுபவனென அம்மா கூறினாள். அவனது மனைவியும் திடீரென ஏதாவதொரு நாளில் ஜீன்ஸ் பேன்ட், டீ-ஷர்ட் அணிந்து, ஒரு மலின ஜோடியைப்போல சூரியனுடன் செல்கையில், ‘அவளது கைப்பையிலிருக்கும் மயக்க பிஸ்கட்களைக் கவனி’ என அம்மா கிசுகிசுப்பாள். எண்ணிக்கையற்ற அவர்களது குழந்தைகள் மண்ணுக்குக் கீழே உலாத்தும் குட்டிப் பிராணிகளைப்போல தெருக்களின் எல்லா இருள் மூலைகளுக் குள்ளிருந்தும் நாம் மறந்துவிட்ட பொருள்களைக் கைகளில் பதுக்கியபடி வெளிப்படுபவர்களாக இருந்தனர். கடுமையான காயங்களுடன் சூரியன் வீடு திரும்பும் நாள்களில், குடிசையின் வெளியே பாய் விரித்து விழுந்து புரண்டபடி, குழந்தைகள் கூச்சலிட்டபடியிருக்க, சூரியனும் மனைவியும் குடித்தபடி சிகரெட்களைப் பரிமாறிக்கொள்வர். ஆர்வமாய் வருகின்ற ஒரு குழந்தைக்கு அவர்கள் உதடு மாற்றித் தருகின்ற ஒரு வாய்ப் புகையை அந்தப் பிள்ளை ரயிலோசை எழுப்பியபடி புகைவிட்டு ஓடும்.

போலீஸ் காவலில் சூரியன் சிக்கிக்கொள்ளும் நாள்களில் ஆசிரின் ஆட்டோ, குடிசையின் வாசலுக்கு வந்துவிடும். சூரியனின் பிள்ளைகளுக்குக் கருவாடு சுட்டுத் தரும் ஆசிர், குழந்தைகள் உறங்கத் துவங்கும்போது, குடிசைக்குள் நுழைந்துகொள்வான். சூரியனின் மனைவி ஒருமுறை வெளியே தலைநீட்டி குழந்தைகளை உறங்குவதுபோல் பாவனை செய்யக்

கூடாதென சத்தம் போட்டுவிட்டு மெதுவாகக் கதவைச் சாத்துவாள்.

காவலிலிருந்து குரியனை ஆசிர் அழைத்து வருகின்ற இரவைப்போல உற்சாகமானது வேறில்லை. குரியனின் மனைவியும் குழந்தைகளும் தான்தோன்றி நடனமாட, குடி முற்றிய நிலையில் ஆசிரும் குரியனும் சண்டைபோட்டு உருண்டு கொண்டிருப்பார்கள். அம்மா அப்போதெல்லாம் சாத்தானின் வீடு எனத் திகில்டைவாள்.

எனது கிளப் உறுப்பினர் அட்டையைப் புதுப்பிக்கப் போய்க்கொண்டிருந்தேன். சாலையின் எதிர்முனையில் அம்மாவும் ஜோசபினும் காய்கறிப்பையுடன் வந்துகொண்டிருந்தனர். கையில் கீரைக் கட்டுடன் என்னைப் பார்த்துச் சிரித்தபடி அம்மாவிடம் ஏதோ கூறினாள். நான் தலையசைத்தபடி விரைந்தேன். 'ஜோசபினுக்கு எத்தனை முகங்கள்' எனத் தோன்றியது. கடந்த காலத்தைச் சட்டமிட்டு மாற்றிவிட்டு, வேறு நாள்களைத் துவங்குபவர்கள்மீது ஏன் ஒருவித வன்மம் மேலிடுகிறதெனப் புரியவில்லை. சாசுவதம் என நாம் மயங்கிச் சப்புகின்ற வாழ்வின் பொருக்கு அம்சங்களையும், ஒரு எளிய தற்காலிகமென உன்னையும் கடந்துவிட முடியுமென்னும் பொருள்படும்படியான அவர்களது மிருதுவான ஆனால், கூர்மையான புன்னகையும்கூட ஒரு காரணம். ஜோசபினை நான் அஞ்சுவதற்கு அதுகூட விசயமாயிருக்கலாம்.

அம்மா வெளியில் சென்றிருந்தாள். நான் சிகரெட்டை எடுத்தபடி மொட்டைமாடிக்கு வந்தேன். சாயங்காலம். சற்று தூரத்தில் ஆள்களற்ற கடலின் அலைகள் கரையில் வந்து தங்களை அவிழ்த்துக்கொண்டிருந்தன. அலையின் இரைச்சல் கேட்காத இந்த தூரத்திலிருந்து அது மிக வெறுமையான காட்சியாகத் தோன்றியது. முதுகுக்குப் பின்னால் சூடான காபியின் மணம். ஜோசபின், இரண்டாவது குவளையை என்னிடம் நீட்டியபடியும் கடலைப் பார்த்தபடியும் நின்றாள். நான் வாங்கிக்கொண்டு திரும்பினேன்.

குரியனின் பிள்ளைகள் கடற்கரையோரமாக ஒதுங்கியிருந்த கடற்பிராணி யொன்றை நெருப்பிட்டுக்கொண்டிருந்தன. குரியனின் குடிசை வாசலில் ஆசிரின் ஆட்டோ நின்றிருந்தது. ஜோசபின், காபியை உறிஞ்சியபடி குடிசையின் லேசாகச்

சாத்தியிருந்த கதவைப் பார்த்தாள். பிறகு அவளது கண்கள் கடலின்மேல் படர்ந்தன. இந்த மாலையின் இளவெயிலில் அவளது நளினங்கள் சுடர்விட்டுக்கொண்டிருந்தன. எனது தன்னிலையிலிருந்து உருவாகும் எல்லா அபிப்ராயங்களையும் சிதைத்துவிடும்படி அவளது மெல்லிய துறவுத்தன்மை வலுப்பெற்றிருந்தது. நான் இந்த அழகை விரும்பினேன். ஆனால், அதை ஜோசபினிடம் உணர்ந்தது குறித்த எனது தாழ்வுணர்ச்சி எனது பூஞ்சையான குரலில் துருவேறிக் கரகரப்பது வரை நோய்மையுறச் செய்திருந்தது. எனது எல்லைகள் இவ்வளவு வெட்கமிழந்திருப்பது குறித்து வெறுப்புற்றேன். அவள் எனது டீ-ஷர்ட்டில் கைதவறி விழுந்துவிட்டதைப் போலச் சிதறியிருந்த எழுத்துக்களை வாசிக்க முயன்றுகொண்டிருந்தாள். பொறுக்க முடியாதபடி அவளது முகம் மேலும் குழந்தைமை பூண்டிருந்தது. நான் அவளது இந்த மிகை நடிப்பை உடையச் செய்யும் பொருட்டு, "சூரியனின் மனைவிக்கு உன்னைப் போலவே கண்கள்" என்றேன்.

அவளிடம் இவ்வளவு நெருக்கமான ஒரு வார்த்தையை நான் கூறுவதை முதலில் ஆச்சர்யமாக ஏந்தியவள், சீக்கிரமே அதன் அர்த்தங்களை அடைந்தாள். ஒரு கணம் கண்கள் சுருக்கி என்னைப் பார்த்தவள், மீண்டும் ஒரு மிருதுவான புன்னகையுடன் கடலைப் பார்த்தாள். நான் மட்டுமே உணரக்கூடிய ஒரு கசகசப்பு காற்றில் பரவியது.

நாங்கள் மௌனமாய் நின்று கொண்டிருந்த நேரத்தில், குடிசையின் கதவைத் திறந்து வெளியே வந்து சிகரெட்டை எடுத்த ஆசிர், ஞாபகம் வந்தவனாக ஆட்டோவை நோக்கிச் சென்றான். இவ்வளவு நேரம் அதில் விளையாடிக் கொண்டிருந்த பிள்ளைகளை இறக்கிவிட்டு, பின்புற இருக்கைக்குக் கீழேயிருந்த தீனிப் பொட்டலங்களைக் கைநிறைய அள்ளி குழந்தைகளிடம் நீட்டினான். வளர்ப்பு விலங்கின் உடல்மொழியுடன் அந்தக் குழந்தைகள் அவனைச் சூழ, திருத்தப்படாத ஆடைகளுடன் வெளியே வந்த சூரியனின் மனைவி, வாசலில் கிடந்த கல் அடுப்பின் சாம்பல் குவியலைக் காலால் வெளியே இழுத்துவிட்டபடி பிள்ளைகளைப் பார்த்துக் கத்தினாள். இருப்பதிலேயே சிறிய குழந்தையைத் தனது மடியில் அமரவைத்திருந்த ஆசிர், அதன் சிறிய கைகளை எடுத்து "பேசாம இருடி... சொல்லு பாப்பா" எனப் பழக்கப்படுத்திச் சிரித்தான்.

என் கைகளிலிருந்த காலிக் கோப்பைகளை வாங்கியபடி, “அதுவும் குரியனையும் ஆசிரையும் ஒரே நேரத்துல உக்காரவச்சு சோறு போடுறப்ப, அவளோட கண்ணு ரொம்ப நல்லாருக்கும்” என்றாள்.

கிறிஸ்துமஸ் நெருங்கிக் கொண்டிருந்தது. எங்களது சிறிய வீட்டின் வாசலில் தொங்குகின்ற காகித நட்சத்திரம் முனுக் முனுக்கென ஒரு சோக முகத்தைத் தந்தது. உடலுக்கு மீறிய பாவாடை சட்டையில் கேரல் ரவுண்டிற்கான பாடலை ஒப்புவித்தபடி ஜோசபின் ஒரு தீக்கொழுந்தைப்போல வீடு முழுவதும் பரவிக்கொண்டிருந்தாள்.

நானும் அம்மாவும் பெரும்பாலும் கவனிக்காமல் விட்ட வீட்டின் இடுக்குகளிலிருந்து, அவளுக்கெனவே தொலைந்துபோன பொருளோ, சிறிய எலிக்குஞ்சோ அதிசயங்களாகக் கிடைத்த படியிருந்தன. அம்மாவும் அவளும் அடிக்கடி ஜன்னல் வழிக் காட்சிகளைப் பார்த்தபடி உரையாடிக்கொண்டிருந்தனர்.

ஒழுக்கம் சார்ந்து பெரிய அபிப்ராயங்கள் இல்லாத நான், ஜோசபினிடம் ஏன் அதை எதிர்பார்க்கிறேன் என உண்மையிலேயே புரியவில்லை. “அதுவொரு மோசமான தாழ்வுணர்ச்சி” என்றான் நண்பன். “நமது பரிதாபங்களை யாராவது ஏற்க மறுக்கும்போது வருகின்ற குரூரத்தனமும்கூட”. நான் அந்த பதிலால் வெகுவாக நிர்வாணப் பதட்டமடைந்தேன்.

வீட்டுவாசலில் மாட்டியிருந்த காகித நட்சத்திரங்கள் தொலைந்திருந்தன. அம்மா கடுமையான எரிச்சலுடன் குரியனின் குடும்பத்தை ஏசிக்கொண்டிருந்தாள். ஜோசபின் சிரித்தபடி கண்ணாடி அலமாரியைத் துடைத்துக் கொண்டிருந்தாள். நான் அம்மாவிடம் தேவைக்கதிகமான சத்தத்துடன் “குரியன் மட்டுமா இங்கே வெக்கங்கெட்டு அலையுறான்” என்றேன். அம்மா ஒரு கணம் முனகுதலை நிறுத்தி என்னைப் பார்த்தாள். என் முதுகுக்குப் பின்னே கண்ணாடியைத் துடைக்கும் அந்த மெழுகுச் சத்தம் நின்றிருந்தது. அம்மாவின் கண்கள் ஜோசபினை உன்னித்துவிட்டு சிலைபோல நின்ற என்னை நோக்கித் திரும்பின. அப்போது, அவளது முகக் குறிப்புகள் கோபத்துடனா, மௌனத்துடனா என்ன தொனித்தது எனப் புரியவில்லை.

“வெண்மை என்பது எப்போதும் பதற்றப்படுத்தும் ஓர் உணர்வு. அதில், நீண்ட காலம் வாழ்வதென்பது எவ்வளவுக்கெவ்வளவு நாம் சாதுர்யமாக நம்மை மறைக்கின்றோம் என்பதைப் பொறுத்தது. இன்னும் தெளிவாகச் சொல்வதானால், ஒரு டீ-ஷர்ட்டின் தத்துவத்தையே நீ தவறாகப் புரிந்துகொண்டு அணிந்துகொண்டிருக்கிறாய். வெண்மைக்கு வெளியே இருப்பதெல்லாம், முடிவற்ற நட்சத்திரங்களின் வசீகர வெளிச்சங்கள். ஜோசபினைப் போன்ற நட்சத்திரங்களின் வர்ணங்களை உமிழ்பவளை, நீ தாங்கிக் கொள்ளவே இயலாது. இன்னும் உனது சிறுபிள்ளைத்தனங்களை வெளிப்படுத்தி மொன்னையாக்கிக் கொள்வது தவிர வேறு நடக்காது.”

இரண்டாவது சிகரெட்டைப் பற்றவைத்த நண்பன், அவனது பேருந்து வரவும் எனது கைகளில் அதைத் திணித்துவிட்டு ஓடினான். சாயங்காலக் காட்சிகள் மறைந்துகொண்டிருக்கும் சாலை. எப்போதும் என்னைத் தனியனாகவே உணரச் செய்கின்ற வீதிகள். என்னால் அந்த இரண்டாவது சிகரெட்டைப் புகைக்க முடியவில்லை. நான் கனத்த உணர்வுச்சுமை அடைந்திருந்தேன். எனது பொருக்குத்தனங்களின் ஆவேசம் கரைந்து கொண்டிருப்பதை உணர்கையில், எனது மென்மையான முகங்கள் தூர நிலங்களில் உதிர்ந்து உறைந்திருந்தன. மாலை வெளிச்சத்தில் அவை நிரந்தரப் புன்னகையுடன் என்னைப் புதியவனைப் போல எதிர்கொண்டன. காற்றில் மிருதுவாக அசையும் அவற்றின் சிகைகளை நான் வருடினேன்.

என்னை நானே விசாரித்துக்கொள்கின்ற வேளைகளில், இலக்கின்றி நடந்து செல்வது வழக்கமானதுதான். இந்த மாலையில் நீண்ட நடையின் முடிவில், சூரியனின் குடிசை வழியே செல்கின்ற கடற்கரைப் பாதையை அடைந்திருந்தேன். அங்கிருந்து பார்க்கையில் எனது வீடு விநோத மனவுணர்வை அளித்தது. இருள் கவியத் துவங்கிய நேரத்தில், தாவரங்கள் முதியவர்களைப்போன்ற மௌனத்துடன் என்னைப் பார்த்தபடியிருக்க, இன்னதென வகைபிரிக்க முடியாத உணர்வுகள் அலைக்கழிந்தபடியிருந்தன. தூரத்துப் பாறைத் திட்டுகளை நோக்கி நான் செல்கையில், முதுகுக்குப் பின்னே எனது வீட்டின் கண்ணைப்போல வெளிச்சம் கசியும் ஜன்னலை, ஓர் அழைப்பைப் புறக்கணிப்பதைப்போல மறுத்து நடந்தேன்.

கீற்று விளிம்புகள் படபடக்கக் குடிசை தனிமையில் இருந்தது. சூரியன் நிறைபோதையின் உச்சத்தில் வாசலில் சுருண்டுகிடந்தான். கல் அடுப்பின் இடைவெளியில் ஆசிரின் செருப்புகள் செருகப்பட்டிருக்க, சற்றுத்தள்ளி இருளில் அவனது ஆட்டோ நின்றிருந்தது. தாழிட்டிருந்த சூரியனின் குடிசைக்குள் சில அசைவுகளை உணர்ந்தேன். உட்புறத் தாழ்ப்பாளைச் சோதிக்கின்ற சப்தத்துடன் அவசர அவசரமாகக் குடிசைக்குள் எரிந்த குண்டுபல்பு அணைக்கப்பட்டது. வெகுதூரத்தில் கடற்கரை மணலில் விளையாடுகின்ற சூரியனின் குழந்தைகள், இருளோவியங்களைப்போல இரைந்தபடியிருந்தன. சூரியன், உலகின் செல்லக் குழந்தையென கடற்காற்றின் நடுவே உறங்கிக்கொண்டிருந்தான்.

பிரத்யேகமற்ற கடற்கரையின் மாலைவேளையில் உருவாகும் இசைமை எங்கும் பரவியிருந்தது. முழுவதும் இருளில் புதைந்துவிட்ட கடலின் அலைவிளிம்புகளில் தெறிக்கின்ற நுரைக் குமிழிகள் கரையில் சிறிது நேரம் வெளிச்சங்களாய் எஞ்சி மறைந்தன. பேருரு ஒன்றின் மிருதுவான முகங்கள்.

எனக்குள் நான் லேசாகிக் கொண்டிருந்த நேரத்தில் ஆசிரின் ஆட்டோவிலிருந்து சூரியனின் குழந்தைகளிலேயே கருப்பான சிறுவன் இறங்கினான். தனிமையில் விளையாடப் பழகிவிட்டதன் சோபை படிந்த முகம் இருளில் மேலும் வசீகரமாயிருக்க, பனியில் நிறம் வெளுத்துவிட்ட காகித நட்சத்திரங்களைக் கையிலெடுத்தபடி, எனக்குப் பின்னால், தூரத்தில் விளையாடுகின்ற குழந்தைகளை நோக்கி நடந்தான். சிறிய ஆச்சர்யத்துடன் என்னைப் பார்த்தவனை நோக்கி மெலிதாகப் புன்னகைத்தேன். அதில் கவரப்பட்டவனைப் போல ஒரு கணம் தாமதித்தவன் வாடிய மலர்களைப்போல படபடத்த காகித நட்சத்திரங்களை நெஞ்சோடு அணைத்தவாறே சீரற்ற தனது பல்வரிசையால் சிரித்தபடி, "ஹேப்பி கிறிஸ்மஸ்..." என்றான். அங்கிருந்து தூரத்து இருளில் கிடந்த எனது வீட்டின் மொட்டைமாடி விளக்கை யாரோ சட்டெனப் பிரகாசிக்கச் செய்தார்கள்.

– தடம் இதழ், பிப்ரவரி 2019

***

# தேவைகள்

சிவசு அய்யாவுக்கு அந்த வாசனை மட்டுப்பட்டது. மேலும் மூக்கைச் சுருக்கி அதை உறுதிப்படுத்திக்கொள்ள முயன்றார். அதே வாசனைதான்! ஏதோ யூகத்துடன் விறுவிறுவென கொல்லைப் பக்கம் சென்றார். கொல்லையின் புறத்திலிருந்து நீண்டிருந்த வயல்வெளி வரப்பில் முத்து சென்றுகொண்டு இருந்தான். புழக்கடைத் தொட்டித் தண்ணீரை அள்ளி முகத்தில் விசிறிக்கொண்டு இருந்தாள் செங்கு. அந்த வாசனை குறித்தான புதிர் ஒன்று இருந்தது சிவசு அய்யாவுக்கு. அந்தப் புதிர் அழைத்துச்செல்லும் விடை உண்மையாக இருக்கக்கூடாது என்ற உள்மன பதற்றமும் இருந்தது. அந்தப் புதிர் பொய்யாகப் போய்விட வேண்டுமென நினைத்தார்.

“என்ன மாமா… காப்பித் தண்ணி போடவா..?”

சேலையால் முகத்தைத் துடைத்தபடி வந்த சந்திரா, இவரின் முகக்குறி கண்டு சற்று நிதானித்து, வயல்பக்கமாகப் பார்வையை தாழ்த்தி, பின் ஏதுமறியாதவள் போல அடுப்பங்கரைக்குள் புகுந்தாள். எல்லாவற்றையும் சரியாகக் குறிப்பெடுத்துக்கொண்டார் சிவசு. உள்ளே எதுவோ, என்னவோ செய்தது.

கருப்பட்டித் தண்ணிக்குக் காப்பி என்று பெயரிட்டிருக்கிறார்கள் இந்த கல்லுப்பட்டி தாலுகா கிராமத்தில்.மௌனமாகக் காப்பியை உறிஞ்சியபடி வாசல் பார்த்தார் சிவசு அய்யா.

செங்கு இன்னமும் அடுப்பில்தான் கிடந்தாள். கடைசி ரெண்டு மடக்கை வாசல் நாய் பக்கமாகக் கவிழ்க்க, அது சப் சப்பென நக்கி, மேலும் ஆவலாய் டம்ளரை நக்க வந்தது.

“சை... சனியன்! போ அப்பாலே... புது ருசி கேக்குதோ! ஓடிப் போயிரு!” என்றார். கண்கள் அடுப்பங்கரை வாசலை ரகசியமாகப் பார்த்தன. இவர் நினைத்தபடி அங்கே கையாளப்பட்டுக் கொண்டிருந்த சமையல் வேலையில் சில நிமிஷ நிதானம் பிறந்து, மௌனம் நிறைந்தது. கல்லுப்பட்டியில் சங்கரன் தன் படத்தைத் தானே வரைந்து வந்து மாட்டிய கறுப்பு வெள்ளைப் படம் ஆணியில் தொங்கியதை ஒரு முறை பார்த்துவிட்டு எழுந்தார்.

சங்கரன் ஏன் நாற்பது வயதில் சாக வேண்டும்? அப்பனுக்கு முன் பிள்ளை சாவதின் கொடுமை அடி வயிற்றைப் பொசுக்கியது.

“ஏலா... இந்தப் படத்துக்கு குங்குமம் வையினு நாலு நாளா சொல்லுறேன். நெசமா முன்னால நின்னு சிரிக்கிற மாதிரி பிரமை பிறக்குதுலா... பொட்டை வச்சு விடு!” என்றபடி தெருவில் இறங்கினார்.

மனது கிடந்து அல்லாடியது. இந்தச் சங்கரன் பையன் செத்தும் அழ வெச்சான்... இப்ப வயசுப் பெண்டாட்டிய தனியா காவக் காக்கவெச்சும் பதறவைக்கானே! காலம் அப்பிடிக் கெடக்கு. சாவடில விஷயம் கசிஞ்சுபோச்சே! யூகமாத் தெரியாமலா பரமன் கேக்கான்? ‘அண்ணாச்சி! வீட்டு விஷயத்த கொஞ்சம் செரியா கவனிங்க, ஏதேதோ புகையுது’ன்னு முந்தா நாள் காதக் கடிக்கான். காசு பணம் இல்லேன்னாலும், தோள்ல துண்டைப்போட்டு நடக்கக்காட்டியாவது கொஞ்சம் கௌரதை இருக்கே... அதயாச்சும் கறையாக்கிடமா பாத்துக்கிட வேண்டும்ல? ஊசிமுனை கிடைச்சாலும் உருவம் வரைஞ்சு, பூ வெச்சு ஊர்வலம் விட்டுருவானுக இந்தப் பயக. ஏதோ கோமணத்துண்டு மாதிரி கெடக்குற இந்த பருத்திக் காட்டு மகசூலைப் பார்த்துக்க முத்துப் பயலைத் தவிர வேற நாதி இல்லை. இந்த வருசம் பருத்தி இல்லை, அடுத்த வருசம் நெலமே இல்லைனு வாயில போட்டுட்டுப் போற மனுசக் காட்டுல

இவன் கொஞ்சம் சாது. வயத்தைப் பார்த்தா விவகாரம் வேற மாதிரி போயிடுமோனு பயமா இருக்கு. என்னத்தச் செய்யிறது!

பொங்கிய கோபம் ஆற்றாமையாக மாறி சுய கழிவிரக்கமாக உருவங்கொண்டது. தண்ணீர் தெளிக்கத் துவங்கியிருந்த சாயங்காலத் தெருவில், தூசிப் படலத்தின் நடுவே மங்கலாய்த் தெரிந்த சாவடியை நோக்கி நடந்தார்.

இந்த நாலு நாளாய் பெருந் தரித்திரியம்! அரிசிப் பானையைக் கவிழ்த்துப் போட்டுவிட்டாள் செங்கு. திருமங்கலம் கமிஷன் மண்டியில் வரவேண்டியிருந்த கொஞ்சம் பாக்கியும் வரவில்லை. சிவசு அய்யாவுக்கு அப்பிடி ஒரு கோவம் வந்தது. பல் போன கிழட்டுச் சிங்கம் கிடைக்கின்ற மாமிசத்தை மெல்லவும் முடியாமல் துப்பவும் மனமில்லாமல் எச்சில் ஒழுக ஒழுக போராடுமே அது போன்றதொரு ஆவேசம். வயிற்றிலிருந்து பிறந்த கோபம் வாய் வழியாக எல்லோர் மீதும் வெறிகொண்டு பாய்ந்தது.

“அம்புட்டுப் பெரிய கடைக்காரனுக்கு இந்த நூத்தம்பது ரூவா இல்லாது போச்சுதா! கடங்காரப் பய. இந்த முத்து நாயியையும்ல காணோம். ஒருவேளை கடனை வசூல் பண்ணிட்டு வேத்தூருக்கு பஸ் ஏறிட்டானா... ஒரு எழவும் பிடிபடலையே! இதுக்குத்தான் ஆயிரம் இருந்தாலும் நம்ம ரத்தத்துல ஒருத்தன் வேணும்கிறது! ஊருபேரு தெரியாதவன் காலையில்ல இப்பக் கட்டிட்டுக் கெடக்க வேண்டியிருக்கு?”

செங்கு சலனமே இல்லாமல் மூலையில் உட்கார்ந்து நைந்துபோன தலைகாணியைத் தைத்துக்கொண்டு இருந்தாள். சிவசு அய்யா தெருவுக்கு வந்து, பொடி டப்பாவைத் திறந்தார். அதன் அடிப்பாகம் மினுங்கியது. ‘சை’ எனத் திட்டிவிட்டு வேட்டியில் முடிந்தபடி களத்து மேட்டுப் பக்கமாக நடையைப் போட்டார். யார் வீட்டிலிருந்தோ கருவாடு சுடுகின்ற மணம் வந்தது. வாய் தன்னிச்சையாக ஒருமுறை எச்சிலைக் கூட்டி விழுங்கியது. சிவசு அய்யாவுக்குக் கருவாட்டைவிட மிளகாய்த் துவையல் என்றால் உயிர். ஒவ்வொரு கவளத்திலும் சொர்க்கமே தெரிவதாக ருசித்துச் சாப்பிடுகிற நாக்கு. முன்னே நாச்சி இதைத்தான் பொழுதுக்கும் வைப்பாள். பச்சை மிளகாய், வெங்காயம், நாலு பல் பூண்டு வறுத்து,

மையமாய் அரைத்துவிட்டால் போதும்... வயக்காட்டில் பருத்தி பொறுக்கிக்கொண்டு இருக்கும் சிவசு அய்யா, மூக்கணாங் கயிற்றால் இழுத்துச் செல்லப்படுகிற காளையைப் போலத் தன்னியல்பாக வீட்டு வாசலில் வந்து நிற்பார். செங்குவுக்கும் அந்த கைமணம் உண்டென்றாலும், சங்கரன் இருந்த வரையில் அவனுக்குப் பிடிக்காத இந்தத் துவையலை அவள் செய்ததே இல்லை. அத்திபூத்தாற் போல எப்போதாவது வைப்பாள். 'ம்... சும்மாவா சொல்லியிருக்காங்கெ, அம்மா செத்தா அரைப் பொணம்; பொண்டாட்டி செத்தா முழுப் பொணம்னு' எனத் தனக்குள் நினைத்துக்கொண்டார் சிவசு அய்யா.

சமுத்திரம் அப்போது சாப்பிட்டுக்கொண்டு இருந்தான், வரப்பினூடே தவங்கித் தவங்கி சிவசு அய்யா வந்த பொழுதில் கை கழுவி விட்டுத் துண்டால் துடைத்தபடி,

"வாங்க பெரியய்யா! என்ன இந்த வேணாத வெயில்ல இம்புட்டு தூரம்..?" என்றான்.

கலயத்திலிருந்த தண்ணீரை மடக்கு மடக்கென்று வழிந்தபடி குடித்த சிவசு அய்யா, சற்று நிதானத்துக்குப் பின்... "ஏலே சமுத்திரம்! கொஞ்சம் முடைடா. அதான் உன்னைப் பார்த்துட்டு போலாம்னு..."

சிவசு அய்யாவையே உற்றுப் பார்த்தவன், பின்பு முகத்தை வேறு விதமாக மாற்றிக் கொண்டான்.

"அதான் அந்த முத்துப் பய துணை போதும்னு கிடந்தீரே... இப்ப எப்பிடி வந்துச்சாம் முடை?"

சிவசு அய்யாவுக்குச் சுருக்கென்றது. இதற்கு முன்னான சில பொழுதுகளில் அவர் பலரிடம் கடன் வாங்கியிருக்கிறார் என்றாலும், அந்தக் காலங்களில் கடன் கொடுத்தவர்கள் மனிதர்களாய் இருந்தனர். கடனே கொடுத்தாலும், செருப்பதிர எதிரே நடக்கவும், கக்கத்துத் துண்டைத் தோளுக்கு ஏற்றவும் முயலாத மனிதர்கள்! இன்று..? பொறுத்துக்கொண்டார் சிவசு அய்யா. வெத்துக் கௌரவத்தைவைத்து கால் பானை கஞ்சி பொங்கமுடியுமா?

"கமிஷன் கடைல பாக்கி விழுந்திருச்சுடா! வசூல் பண்ணப் போன பயல நாலு நாளாக் காணோம். கொஞ்சம் பார்றா..."

"எங்கிட்ட ஏது பெரியய்யா பணம்? நானே செவலைக் காளைக்கு லாடங்கட்ட வழியில்லாம திரியறேன். உங்க உதவிக்குனா ஒண்ணு சொல்றேன். கோவப்படாதீங்க. அந்த முத்துப் பய எங்கே போனான், எப்ப வருவான்னு உம்ம மருமவகிட்டே கேட்டுப் பாருங்க, சங்கதி வெளங்கிடும்!"

இதுதான் கிராமத்துக் குதர்க்கம். எதிராளியின் பலவீனத்தையே வலையாக்கி, அதிலேயே அவனை மாட்டி விடுகிற நுணுக்கத்தனம்! செருப்பால் அடித்தது போல இருந்தது சிவசு அய்யாவுக்கு.

வெயில் இறங்கிக்கொண்டு இருந்த தெருவில், வீட்டை நோக்கிச் சென்றார் சிவசு அய்யா. சமீபமாக மனசு இத்தனை காயம்பட்டதில்லை. காயத்தின் ரத்தத்தில்கொப்பளிக்கின்ற வன்மம் செங்குவின் மேல் திரும்பியது. சுருக்கம் விழுந்துபோன வயிறும் காய்ந்து போயிருக்க, ஆவேசமாக வீட்டுக்குள் நுழைந்த சிவசு அய்யாவுக்கு, சட்டென முகத்தில் அறைந்தது அந்த வாசனை. வாசலில் நுழைந்தபடி கொல்லைப்புறக் கதவில் ஆடிக் கொண்டு இருந்த கைப்பிடியின் சமீபத்திய அதிர்வைப் பார்த்தார். கொதிக்கின்ற கண்கள் செங்குவைத் தேடின. கழுத்துப் பக்க ஈரத்தைத் துடைத்தபடி வந்தாள் செங்கு. இவரைப் பார்த்தபடி அடுப்பங்கரைக்குள் சென்றாள். கோபம் பொங்கிக்கொண்டு இருந்தாலும் சடக்கென வார்த்தை வரவில்லை சிவசு அய்யாவுக்கு. தானாய் ஆத்திரம் பொங்கி, சிதறி வெளித்தெறிக்கின்ற அந்த கணத்துக்காகக் காத்திருந்தவரின் முன்னால் சோற்றுத் தட்டை வைத்தாள் செங்கு. அருகிலேயே மிளகாய்த் துவையல்.

மூலையில் கிடந்த பலசரக்கு மூட்டையையும், சுருட்டிவைக்கப்பட்டிருந்த (பருத்தி கொண்டுபோன) கோணிக் கட்டையும் பார்த்தார். கண்களில் மிளிர்ந்த ஆச்சரியம் மெள்ள மெள்ள விரிந்து, உடல் முழுவதும் ஆட்கொண்டது. மிளகாய்த் துவையலின் வாசனையை இப்பொழுது நாசி உணர்ந்தது. ஏதோ ஒன்றால் தான் இழுக்கப்படுவதாகத் தோன்றியது சிவசு அய்யாவுக்கு. உடலின் அதிர்வு மெள்ள அடங்கத் துவங்க, சற்று நேரம் சோற்றையும், துவையலையும் பார்த்தவர், மௌனமாகச் சாப்பிடத் துவங்கினார்.

சோற்றுத்தட்டில் தெறித்த எச்சில் வழிசலுடன் ஒரு கைப்பிடிச் சோற்றை வாய்க்குக் கொண்டு சென்றவரின் கண்களில், வாலை ஆட்டியபடி அவரைப் பார்த்த அந்த நாய் விழவும், நிமிஷ யோசனைக்குப் பின்...

"தின்னுட்டுப் போ, கழுதை!"

எனக் கூறியபடி அந்தக் கை சோற்றை அதன் முன் வைத்தார். அவரது தலை ஒருமுறை, புதிதாகக் குங்குமம் வைக்கப்பட்டிருந்த சங்கரனின் படத்தை நிமிர்ந்து பார்த்தது.

– ஆனந்த விகடன், அக்டோபர் 2006

\*\*\*

# படையல்

குத்துச் செடிகளும், முள் மரங்களும் காற்றின்றி அசையாதிருக்க, பெரும்பான்மையென விரிந்து கிடந்தது செம்மண்பாலை. வரிசையற்று சிதறிக் கிடந்த பனை மரங்களின் உச்சியில் ஏறுவெயில் உடைந்து விரியத் துவங்கியிருந்தது. எப்போதோ போட்ட சிதிலச் சாலையில் மூச்சுக் காற்று கூட வெப்பகரமாய் மாறி முகத்திலறைய சைக்கிள் மிதித்துக் கொண்டிருந்தார் கடற்கரை. தேரிக் குடியிருப்பிலிருந்து நாசரேத் செல்லுகின்ற இந்தப் பாதையில் பலமுறை வந்து போயிருந்தாலும், ஆளரவமற்ற வனாந்தரத்தின் அமைதி எப்பொழுதுமே ஒரு உதறலைக் கொடுக்கத்தான் செய்கிறது.

சூடேறி பொருபொருவென கங்குகளாக மாறிக் கிடக்கின்ற செம்மண் துகள்கள் பற்றி முன்பு உடன்குடி எடக்கி ஆச்சி சொல்கின்ற கதை இப்பவும் நினைவுக்கு வருகிறது. முன்பென்றால் நாற்பது வருசத்துக்கு முந்தி டவுசர் போட்டுத் திரிந்த வயது. நார்ப்பெட்டியுடன், தெருக்குழந்தைகள் பலதையும் கதை கூறியபடியே செம்மண் பாலைக்குள் கூட்டி வரும் ஆச்சி.

“யே ஆச்சி இந்த மண்ணு இம்புட்டு செவப்பா கெடக்கு?”

“அதுவாடே எம் பேரா, முன்னக்கி நம்ம கீக் காட்டுல ஒரு திருடன் இருந்தானாம். பொல்லாத் திருடன். கழுத்தறுக்கவும், கைய வெட்டவும் யோசிக்காம செய்வானாம். அவஞ்செய்தி

தெரிஞ்சு, மக்க யாரும் கீ காட்டு வழியத் தவித்துட்டு, நம்ம தேரி வழியா போவாராம்பிச்சாங்களாம். விஷயங் கேள்விபட்ட திருடன் கோவமேறி தேரிக்கே வந்துட்டானாம். அன்னைக்கு பௌர்ணமி. அய்யனாரு ஊர்வலம் போற கெழமை."

கதையை அப்படியே நிறுத்தி, காட்டில் சிதறிக் கிடக்கின்ற காய்ந்த சுள்ளிகளையும், பனையோலைகளையும் பொறுக்கும் பிள்ளைகளும் கதை கேட்கிற ஆவலில் நாமுந்தி, நீ முந்தியென சுள்ளிகளை பெறக்கி ஆச்சியிடம் கொடுக்க கதை தொடரும்.

"பனங்காட்டுக்கு மத்தியில் குறுவாக் கத்தியோட திருடன் வர்றத பாத்ததும் அய்யனாருக்கு கோவம் வந்திட்டு. அவம் முன்னாடி போய் நின்னு, எங்கடே எங்க காட்டுக்குள்ளாற திரியுறனு மெரட்டிருக்கு. அவனும் சலிக்காம பதில் பேசிருக்கான். வெளம் ஏறிப்போன அய்யனாரு பலி அறுவாள எடுத்து அவந்தலையில ஒரே போடா போட்டுத்தாம். ரெண்டா சிதறிப் போன தலையிலேர்ந்து ஊத்தா கெளம்புன ரெத்தந்தான் இப்பிடி தரை முழுக்க பரவி செவப்பாக்கிடுச்சாம். இன்னி தேதி வரைக்கும் அந்த செதறல்கள்ல இருந்து ரெத்தம் வந்துட்டுதாம் இருக்காம். எங்கவாச்சும் கிடாக்கன்னு பாருங்கடே, எடுத்துட்டு போயி அய்யனாருகிட்ட கொடுத்தா பசிக்காத வரம் கெடைக்கும்டே"

பீதி கலந்த ஆர்வத்துடன் பிள்ளைகள் அங்கங்கே பழுத்து, உதிர்ந்து, வெடித்துச் சிதறி காய்ந்து போன பனம்பழ தக்கைகளை பெறக்கி,

"இதோ ஆச்சி, இதா ஆச்சி." யெனக் கொண்டு போய் ஆச்சியிடம் கொடுக்க, "இதில்லடே, இதில்லடே சவம்" எனக் கூறிக் கொண்டே வாங்கிக் கொண்டே நார்ப்பெட்டியில் நிறைக்கும். நிறைந்தவுடன் -

"சரிடே பிள்ளைகளே, இருட்டிட்டு. வாங்க நாளைக்கும் பின்ன வந்து தேடுவோம்.." எனவும் பனங்காட்டிலிருந்து குடியிருப்பு நோக்கி நடக்கும் பட்டாளம்.

கடற்கரைக்கு அந்தக் கதையை எப்ப நெனைத்தாலும், அது நெசம் தானோ எனத் தோன்றும். பின்ன எப்பிடி சுத்து முத்து ஊரெல்லாம் வெளுப்பான நெலத்தோட கெடக்க இந்தக் குடியிருப்பு மட்டும் பொட்டு வச்சு விட்ட மாதிரி செம்மண்ணா மாறிக் கெடக்காம்.

இடது கையால் கேரியரிலிருந்த ஓலைப்பெட்டியை இருக்கிறதாவென தடவிப் பார்த்தார். இருந்தது. அவ்வளவும் பூசைச் சாமான்கள். மேரியின் வளையல்களை அடகு வைத்த காசு.

சவேரியபுரத்தில் கிறிஸ்தவர்கள் தான் ஜாஸ்தி. கடற்கரைக்கு திருமண வயதாகிய பொழுதில், அப்பொழுது தான் கிறித்துவ மதத்திற்கு மாறியிருந்த மேரி குடும்பத்தினருக்கும், பங்குனி உத்திரத் திருவிழாவிற்கு குலசாமிக்கு ஆடு வெட்டி, படையல் போடுகிற கடற்கரை வகையறாக்களுக்கும் மதம் ஒரு பெரிய விசயமாகவே படவில்லை. தினசரி வாழ்க்கைச் சவாலை சமாளிக்க நாள் பூராவும் வெல்லங் காய்ச்சுகிற கொட்டகையின், அடர்ந்த புகைக்குள் உழல்கிற சனங்களுக்கு மதம் ஒரு சம்பிரதாயம் தான்.

வெல்லப் பாகு விலை போகாத நாட்களில் பழைய இரும்பு வியாபாரம், பாத்திர வியாபாரமென மாறத் துவங்கிய கடற்கரை இந்த ஐம்பது வயதிலும் நிலையான ஒரு தொழிலின்றிதான் கிடக்கிறார். ஒரு கட்டத்தில் நிரந்தரமற்ற கடற்கரையின் கை வரவை நம்பாமல் மேரியம்மாள் வெல்லக் கொட்டகையில் வேலைக்கு சேர்ந்து குடும்ப நிர்வாகத்தை கையிலெடுத்து முன்னகர்த்த, கடற்கரையின் கதை செல்லாக் காசாகிப் போனது. கடற்கரைக்கும், மேரியம்மாளுக்கும் ரெண்டு பிள்ளைகள். மூத்தவளை குலசேகரம் பட்டணத்திலும், இளையதை நாசரேத்திலும் குடுத்தது. இப்பொழுது பிரச்சினையே மூத்தவளினால் தான்.

கட்டிக் கொடுத்து வருசம் எட்டாகியும், வாரிசற்றுப் போக சாடை மாடையாய் குத்திக் கிளறிய மாமியாக்காரியின சித்திரவதை தாங்க முடியாத நாளொன்றில், தனியாக கிளம்பி சவேரியபுரத்திற்கே வந்து விட்டாள். ஒரு பாட்டம் அழுது தீர்த்த பிறகு ஆவேசம் பொங்க.

“செத்தாலும் இங்கனயே சாகறேன். இனி அந்த எல்லைய மிதிக்க மாட்டேன். பாக்கலாம். எந்த ஊர்க்காரி வந்து அந்த வம்சத்த வளக்குறான்னு..” என்றவள், தணிந்தபடி கூறினாள்.

“முடியாதுப்பா, அந்த வம்சம் அம்புட்டுதான்” கடற்கரைக்கு புரிந்தது. மேரியும் உணர்ந்தவளாக,

“செரிடி, இவ்வளவு புகைச்சல்லயும், உம் மாப்ள குதிரு பூனையா பம்மிக் கிடக்காரே. அரசல், புரசலா அவம் அம்மா வாய அடைக்காம...”

இரண்டாவது பீடியை நசுக்கியபடி, இதையெல்லாம் வெறுமனே கேட்டுக் கொண்டிருக்க மட்டும் முடிந்தது கடற்கரையால். இதற்கு முன்னால் பல தருணங்களில் இயல்பாகவே அவரிடமிருந்து கிளம்பிய கோபங்களை, மேரி தன்னுடைய குத்தல் பேச்சின் வழி முனை முறித்தெறிய, போகப்போக கடற்கரையின் இருப்பும், பேச்சுக்களும் பெயரளவில் மட்டுமே ஏற்றுக் கொள்ளப்பட்டன. பீடிக்கட்டு வாங்குவதற்கே மேரியின் சுருக்குப்பை திறக்கப்படும் வரை பொறுமை காக்க வேண்டியதிருந்தது.

என்னதான் சமாதானம் பண்ணிக் கொண்டாலும், பெற்ற பிள்ளையைக் கூட கட்டிக் கொடுத்த பிறகு, சேர்ந்தாற் போல ரெண்டு வாரமாய் வீட்டிலேயே வைத்துக் கொண்டிருக்க மேரியம்மாவால் முடியவில்லை. ஞாயிற்றுக்கிழமை பள்ளிக் கூட மைதானத்தில் நடைபெற்ற சுவிஷேச பிரசங்கத்தில் தனக்குத் தெரிந்த வழிமுறையில் ஜெபித்துவிட்டு கையிலிருந்த அழுக்கு ரூபாய் தாள்களை உண்டியிலில் போட்டு வந்தாள். பிற்பாடும் வேறென்ன செய்யலாமென யோசித்துக் கிடந்தவளுக்கு, புளி விற்கும் தாழையப்பன் சொன்ன சேதி கப்பென பற்றிக் கொண்டது.

“பொண்ணுக்கு குலசாமி இருக்குமே, நீ மாறிட்டாலும் கடற்கரை இன்னமும் படையல் போடுற மதந்தானே மேரியம்மா. போயி ஒரு தடவ குலசாமிக்கு பூசைப் போடச் சொல்லு, எம்புட்டு வருசமாச்சோ? யார் கண்டா ஒரு பூசைக்கு பெறவு குலசேகரம் பட்டணத்துக்காரனுக்கு கூட புத்தி மாறலாமில்லே...”

இந்த வார்த்தைகளிலுள்ள முரண்பாடுகளை விட அடிப்படையில் அது தருகின்ற நம்பிக்கை மேரியம்மாளுக்கு முக்கியமாய்ப்பட,

“நா வரலே, நீரு மட்டும் போயி பூசை போட்டு வாங்க” என்றாள். கடற்கரைக்கு பால்ய நினைவிலிருந்து குலசாமியின் பெயர் கூட மறந்து போயிருக்க, கோவம்தான் வந்தது. ஆனாலும் இந்த நிமிசத்தில் இவர் எட்டடி பாய்ந்தால், மேரியம்மாள் எம்பதடி

பாய்ந்து கிழித்தெடுத்து விடுவாளென்பதால் சம்மதித்தார். யார் யாரிடமோ யோசனை கேட்டு பூசைச் சாமான்களை ஓலைப்பெட்டியில் நிரப்பித் தந்து விட்டாள். கிளம்புகையில்,

“நல்லா வேண்டிக்கங்கையா, இவள வீட்டுக்ககுள்ளாற வச்சு பாக்க, பாக்க ஆவி எரியுது. எந்த சாமி புண்ணியமோ நல்லபடியா அவ ஊருக்கு போயிட்டான்னா சேவ அறுத்துப் போடுறேன்... வேறென்ன...”

ஏற்கனவே ஈரமேறிய கண்களும், உடைந்த வார்த்தைகளுமாய் பேசிய மேரி கடைசியில் அப்பிடி உடைந்தழுவாளென கடற்கரை எதிர்பார்க்கவில்லை. அவருக்கே சங்கடமாய்ப் போய் விட்டது.

“சரி, சரி அழாத. எல்லாஞ் சாமி பாத்துக்கும்...” என்றபடி சைக்கிளை உருட்டி நகர்ந்தார்.

“தேரிக்குடியிருப்புக்கு நாலு பர்லாங் முன்னாடிதாம்லா, உம்ம குலசாமி பீடம் கெடந்திட்டு. முறை வைச்சு எவம் கும்புடறான், செடி, கொடி மண்டிக் கெடக்கும் தேடிப் பாருலே....”

வெல்லக் கொட்டகையின் பெருமாள் அண்ணாச்சி சொல்லிய விதத்தில் பார்த்தபடி வந்தார் கடற்கரை. தொடுவான எல்லைவரை நீண்டு கிடந்தது சாலை.

எறச்சகுளம் ஒத்தைப்பனை முனியாண்டி கோயில் தாண்டி, இடது கை இறக்கத்தில், நாலைந்து பனைகளுக்கு மத்தியில் தன்னந்தனியாய் கள்ளிகளும், ஓலைகளும் சூழ்ந்திருக்க நாலடி உயரமாய் நின்றது பீடம். வினோத ஓசையுடன் பறவைக் கூட்டமொன்று தலையைக் கடக்க, சைக்கிளை நிறுத்தினார்.

இடுப்பில் கையூன்றி சற்று நேரம் பீடத்திற்கு முன் நின்று பார்த்தார். கருப்பு மசியேறிய பீடத்தில் கடைசியாய் யாரோ போட்டுச் சென்ற மாலையின் அடையாளமாய் நார் வளையம் தொங்கியது. மருந்துக்கு கூட வீபூதி குங்குமமின்றியிருந்த அழுக்குக் கல்லை யார்தான் பீடமென்று சொன்னால் நம்புவார்கள்.

“என்னவே, உம்ம நிலைமை நம்ம விட மோசமா கெடக்கு” என்றபடி சுள்ளிக்குப்பைகளை கால்களால் ஒதுக்கித் தள்ளினார்.

தூசியேறிய பீடத்தை மேல்துண்டால் விசிறியடித்து நாரை கழற்றி எறிந்தார். அம்மணச் சிறுவனாய் நின்றது பீடம்.

கடற்கரைக்கு அவரது அய்யாவின் ஞாபகம் வந்தது. சிறுவயதில் படையல் போட வரும் போதெல்லாம் அவரது அப்பாவே பூசாரியாகி விடுவார். பீடத்தைக் கழுவி, அலங்கரித்து, பன்னீர் தெளித்து பனையோலையில் படையல் பொருட்களைப் பரப்புவார். வெத்திலைபாக்கு, வாழைப்பழம், எள்ளுப் புண்ணாக்கு, ஒரு செரட்டை வெல்லப்பாகு, சர்பத் பாட்டில் நிறைய நுரைத்துப் பொங்கும் ஒத்தைப்பனை கள்ளு, சுருட்டு என நிறைத்து வைத்து, பத்தி பொருத்தி சூடம் காட்டுவார். கற்பூரம் அணையும் வரை கை கூப்பி தொழுபவரின் மூடிய விழிக்குள் கருவிழி கோலிக்குண்டாய் அங்குமிங்கும் அலைய, கருப்பேறிய முரட்டு உதடுகள் சன்னமாய்த் துடிக்கும். தனக்குத் திருநீறு அணிந்து விட்டு, பெண்டாட்டிக்கும், பிள்ளைகளுக்கும் அவரே பூசி விடுவார். வெத்தலைப்பாக்கை பெண்டாட்டிக்கும், வாழைப்பழத்தை பிள்ளைகளிடமும் பிரசாதமாய் கொடுத்து விட்டு, பயபக்தியுடன் ஒரு கை மடக்கி, மறு கையால் கள்ளு சீசாவைக் கையிலெடுப்பார். ஒரு வாய் குடித்து விட்டு, எள்ளுப் புண்ணாக்கை வெல்லப் பாகில் முக்கி எடுத்து சவக்சவக்கென மென்று விழுங்கி நிமிர்ந்தால் இரண்டு கண்களிலும் ரத்தச் சிவப்பு வரிகள் நெளியத் துவங்கும்.

"ஏண்டே கடற்கரை, இது யாருடே..." என்பார் பீடத்தைக் காட்டி.

"நம்ம சாமி"

"இல்லடே நம்ம சேயோன்..."

"அப்பிடின்னாங்கய்யா..."

"எந் தாத்தனுக்கு தாத்தன்டே"

சுருட்டைப் பற்ற வைத்து புகைக் கொத்தை வெளியே விட கள்ளு சீசா தீர்ந்திருக்கும். நேராக பீடத்திற்கு எதிர் நின்று சற்று நேரம் முறைத்துப் பார்ப்பார். திடீரென ஆவேசம் பொங்க இரண்டடி பின்னகர்ந்து கை நீட்டி கத்துவார்.

"நீதாண்டே என்னைக் காக்கணும். நாலு தடவ சொல்லியும், வாழைத்தோட்ட கெணத்துல ஊத்துகண்ண தொறக்காம

வெச்சிருக்கியேடே. வர்ற அமாவாசைக்குள்ள தீர்வாகல நீ மனுஷனே கெடையாதுடே, பின்னக்கி நானும் மனுஷனா இருக்க மாட்டேன். நாலு கோடைக்கும் காயப் போட்டுருவேன் தெரியும்ல."

பேசிக் கொண்டிருக்கும் போதே சடக்கென குரல் இடறும். கண்களில் நீர் கரகரவென வழிய, வேறொரு இளகிய குரலில்,

"எஞ்சேயோன் நீதான்டே. என் உள்ளம் நிரப்புடே, வருசத்துக்கு நாலு படையல் போடுறேன். நெசமாத்தாம்லே பொய் பொரட்டு கிடையாது."

சலம்பி விட்டு சாய்கிற அப்பா தெளிகின்ற சாயங்காலம் வரை அம்மாவும் பிள்ளைகளும் பனையோலைகளில் விசிறி பின்னியும், பனம்பழங்களைச் சுட்டுத் தின்றபடியும் இருக்க வேண்டியதுதான். இருள் பரவுகிற வேளையில ஒரே சைக்கிளில் ஒட்டு மொத்த குடும்பமும் தொற்றிக் கொள்ள, கூச்சலும் சிரிப்புமாய் ஊர் திரும்புபவர்களை மௌனமாய்ப் பார்த்து பின்னகரும் பீடம்.

படையல் பொருள்களை ஒரு தடவை சரி பார்த்தார் கடற்கரை. புதிய மாலையும் சந்தனப் பூச்சுமாய் பீடம் நிறைந்திருக்க, கொளுத்திய பத்தியின் மணம் காற்றிலலைந்தது. சூடம் காட்டிக் கும்பிட்டு விட்டு, எல்லாம் முடிந்ததா எனத் தனக்குத்தானே ஒருமுறை கேட்டுக் கொண்டபடி கள்ளு பாட்டிலைக் கையிலெடுத்தார். கொஞ்சம் போல பீடத்திற்கு முன் ஊற்றினார். பிறகு மொத்தத்தையும் வாயில் கவிழ்த்தார். பீடிப்புகையால் வறண்டு கிடந்த வயிற்றில் நெடு நாட்களுக்குப் பின் பரவிய புதுக்கள்ளின் அடர்த்தி மிகு போதை ஒவ்வொரு செல்லாய்ப் பரவி உடல் முழுவதும் பூத்தது. எள்ளுப் புண்ணாக்கைக் கடித்து விட்டு, சுருட்டைப் பற்ற வைத்தார். இரண்டு கைகளையும் பின்னால் ஊன்றி சாய்ந்தமர்ந்தார். ஆளவரமற்ற வனத்தின் அமைதியில் காதுகளில் ஒரு சிலிர்ப்பு ஓடி அடங்கியது. இத்தனை சந்தோஷமும், சுதந்திரமுமிக்க ஒரு நாள் கிடைத்து நீண்ட நாள்களாகிவிட்டது. ஏனோ கண்ணீர் துளிர்த்தது. பீடத்தின் அம்சத்தை சற்று நேரம் ரசித்துவிட்டு சன்னமான குரலில் பேசினார்.

"ந்தாப் பாரு... நமக்கெல்லாம் கும்புட்டுப் பழக்கம் கிடையாது. அதக்குடு இதக்குடுன்னும் மெரட்டத் தெரியாது. நா நல்லாருந்தா

உனக்கும் தாம் நல்லது. புரியுதுல. இல்லாங்காட்டி காஞ்சு போய் நாறித்தான் கிடக்கணும் ரெண்டு பேருமே.... தெரிஞ்சுக்க. மூத்தவ விசயத்துல நல்ல சேதி சொல்லிட்டேன்னா உனக்கு யோகம்தான். கோவக்காரின்னாலும் மேரி மனசுல ஈரம் சாஸ்தி.."

வேறொன்றும் சொல்லத் தோன்றாமல் அப்படியே செம்மண்ணில் படுத்தார். கனவுகளேதுமற்ற நெடுந்தூக்கத்திற்குப் பின் விழிக்கும் போது இருள் பரவத் துவங்கியது. மீதமான பூசைச் சாமான்களை ஓலைப்பெட்டியில் நிறைத்து சைக்கிளில் கட்டினார்.

காய்ந்து விட்ட சந்தனத்தின் அடர் மஞ்சளில் சுற்றியிருந்த இருளுக்குள் தனித்துத் தெரிந்த பீடத்திடம் மனசுக்குள் விடைபெற்றுக் கிளம்பினார். பனைப்பொந்துகளில் கிளிகளின் கீச்சுக் குரல்கள் விரியத் துவங்கின.

கிணற்றில் போட்ட கல்லாய் மாதமொன்று கழிந்திருக்க, குலசேகரம் பட்டணத்திலிருந்து ஒரு தகவலுமில்லை. அடுப்பங்கரைப் புகைச்சலினூடே, வகை தொகையற்ற வசவுகளின் மூலம் பேதமேதுமின்றி எல்லாத் தெய்வங்களையும் குளிப்பாட்டிக் கொண்டிருந்தாள் மேரியம்மாள். கொஞ்ச நேரத்தில் உருளப் போவது தன் தலைதான் என யூகித்து விட்ட கடற்கரை மெதுவாக எழுந்து சட்டைப் பையிலுள்ள பீடியை எடுத்து நகர்கையில், பரணில் சுருட்டி வைக்கப்பட்டிருந்த படையல் கொண்டு போன ஓலைப் பெட்டி கண்ணில் விழுந்தது. ஓலைப் பின்னல்களிடையே கசிந்திருந்த வெல்லப்பாகை ஒரு விரல் எடுத்துச் சப்ப முகத்திலடிக்கும் இனிப்பைத் தொடர்ந்து, வனாந்தரத்தில் தனித்துக் கிடக்கும் பீடமும், நுரைத்த கள்ளின் புளிப்பும் நினைவில் விரிந்தது.

பின் மெதுவாக சற்றே உரமேறிய குரலுடன் அடுப்பங்கரையைப் பார்த்துக் கூறினார்.

"மெனக்கெடாதே இவளே! நேத்துக் கனவுல நல்ல சகுனம் தெரிஞ்சுட்டு. இன்னும் ரெண்டு படையல் போட்டோம்னா எம் சேயோன் நல்ல சேதி தருவாண்டி."

– வடக்கு வாசல் அச்சிதழ், மார்ச் 2007

***

# நிழல் இழந்த முற்றம்

அம்மா மரணித்து விட்டாள். மதிய மழைக்குப் பிந்தைய ருசியும் நிறமுமில்லாத அமைதி வீடெங்கும் விரிந்திருந்தது. கடந்த நான்கு நாட்களாய் மாறியிருக்கும் வீட்டின் இறுக்கத்தை அதட்டி நிறுத்தி வைத்திருந்த குழந்தைகள், மெதுவாகத் தங்களுக்கான விளையாட்டு உலகில் இயல்பாகி இரைச்சலையும் சிரிப்புகளையும் கசிய விடுவதன் மூலம் தளர்வுறச் செய்யத் துவங்கியிருந்தனர். வீடு ஒரு சிறு குழந்தையென யார் யாரிடமோ கை மாறிக் கொண்டிருந்தது. பலரால் கலைத்துப் போடப் பட்டிருந்த வீட்டில் நானே அந்நியமானவனாய் உணர்ந்தேன். ரொம்ப நாளாய் வராண்டாவில் ஒரு கொடிக்கயிறு கட்டித்தரும்படி அம்மா நச்சரித்துக் கொண்டிருந்தாள். இன்று தேனி அத்தை கூறியவுடன் கடற்கரை சித்தப்பாவால் உடனடியாக ஒரு கொடி கட்டப்பட்டது. அதில் மஞ்சள் நிற சேலை உலர்ந்தும், உலராமலும் கிடந்தது. அதே சமயம் அம்மாவிற்குப் பிடிக்காத விதமாய் கடைசியாக மாவரைத்த யாரோ குழிக்குள் ஒரு தம்ளர் அளவில் மிச்சத் தண்ணியை விட்டுச் சென்றிருந்தனர். மொத்தத்தில் அம்மாவால் இந்தத் தோற்ற மாற்றத்தை ஜீரணித்திருக்க இயலுமா என்பதே சந்தேகம்தான். வீட்டின் ஒவ்வொரு சதுரப் பரப்பும் அதற்கு உண்டான முகத்துடன் இருக்க வேண்டுமென்பது அவளின் விருப்பம். ஒவ்வொரு பொருட்களின் நிழலும் அவளின்

கண்காணிப்பிலேயே இருந்தபடி இருந்தன. மிக லேசான நகர்வு கூட அவளால் திட்டியபடி சரி செய்யப்படும்.

சரியாகச் சொன்னால் வீடெங்கும் அம்மா நிறைந்திருந்தாள். இல்லையென்றால் அம்மாவே வீடாகியிருந்தாள். ஒற்றை நிழலின் விடுதல் வீட்டில் பூதாகரமாய் எதிரொலிக்கத் துவங்கியிருந்தது. மௌனத்தின் உச்சத்தில் வழிகின்ற பேரிரைச்சல் தாளாத இம்சையாயிருந்தது.

“இதுகள கொஞ்சம் கவுனிக்கப்படாதா? முச்சந்தில போய் வெளாடுதுக... காரு பஸ்சு போயிட்டுக் கெடக்கு.”

செருப்பைக் கழற்றியபடி பேசிய அப்பாவின் உள்ளங்கையில் ஒரு சிறுமியின் விரல் இருந்தது. அதன் மணிக்கட்டில் சுற்றப்பட்டிருந்த சவ்வு மிட்டாய்க் கடிகாரத்தை நக்கியபடி, யாரிடமோ பழிப்பது போல காட்டி ஆட்டியது.

வராண்டா எங்கும் ஒழுங்கற்று சிதறியிருந்த செருப்புகளை காலால் ஒரு ஓரமாய் குவித்துத் தள்ளி விட்டு, அருகிலிருந்த நாற்காலியில் அமர்ந்தபடி சாலையைப் பார்க்கத் துவங்கினார். நாலு நாள் தாடியின் வெண் பரவலை இடது உள்ளங்கையால் தடவியபடியிருந்தார்.

அனேகமாய் அப்பாவை இப்படியான சிதைந்த தோற்றத்தில் இப்பொழுதுதான் பார்க்கிறேன். அப்பா அமைதியானவர். அமைதி என்றால் மெல்லிய புன்னகை படரும் அமைதியல்ல. சிற்பத்தின் உயிரற்ற, சட்டென இனம் பிரிக்க இயலாத அமைதி. வர்ணமற்ற அமைதியைப் பற்றி எளிதில் வரையறை செய்யவியலாது. அப்படித் தனது அமைதியை வலுவாக்கியிருந்தார் அப்பா. எப்பொழுதுமே மிகச்சரியாக ஆரம்பித்து, ஒரு வரி அதிகமாகாமல் முற்றுப்புள்ளி வைத்துவிடுகிற பேச்சு அவருடையது. அதிகமாக அப்பா உலகின் புறப் பார்வையாளராகவே இருந்தார். தேன் நிற பிரேமிட்ட கண்ணாடியும், வழமையின் பளபளப்பு ஏறியிருந்த தோல் செருப்பும் அவருடைய சித்திரத்தில் முக்கியமானவை. சிறு குழந்தையொன்றின் கன்னத்தைப் போல இரு விரல்களால் மெல்லிய அழுத்தத்துடன் கண்ணாடியைத் துடைத்தபடி, பேசிக் கொண்டிருக்கும் எதிராளியை அமைதியாக சில கணங்கள் உற்றுப் பார்த்துவிட்டு, எதிராளி குறித்து அவர்

மனம் வரைந்து விடுகிற சித்திரத்தில் துல்லியமிருக்கும். சமூகத்தின் சலனமிகு நீர்ப்பரப்பில் மௌனத்தால் உறையத் துவங்கிய அப்பா சிறு தீவென தனித்துப் போக ஆரம்பித்தார். அவர் எப்பொழுதுமே அப்படித்தான் என்றாள் அம்மா. வீட்டைப் பொறுத்தவரை அம்மாவும், அப்பாவும் இணைகின்ற புள்ளிகளனைத்தும் சம்பிரதாயமான உரையாடல்கள் மட்டுமே. விடுமுறை தினங்களில் தனக்கான சிறு எழுத்து வேலைகளிலும், புத்தகங்களை ஒழுங்குபடுத்துவதிலும் மூழ்கியிருந்தார். அப்பாவின் பேரமைதி அவருக்கு ஒன்றிரண்டு நண்பர்கள் வட்டத்தைக் கூட உருவாக்கித்தராத நிலையில், வீட்டிலும் ஒரு வழிப்போக்கனைப் போல அவருடைய இருப்பு மாறியிருந்தது. உறவுகளுக்குள் நிகழ்கிற நெகிழ்விலோ, கொதி நிலையிலோ அவரது தலையீடும், குரலும் படாமலே ஒதுங்கியிருந்தன. எதற்காகத் தன்னைச் சுற்றி இப்படி ஒரு வட்டம் போட்டுக் கொண்டாரெனத் தெரியாத நிலையில் அப்பா மீது ஆரம்பத்தில் இருந்த பய உணர்வு பருவங்களின் முதிர்வில் அசிரத்தையாய் உருமாறியிருந்தது.

நினைவு தெரிந்ததிலிருந்து ஒருமுறை கூட அடிக்கவும், சிரித்துப் பேசியபடி தலையைக் கலைக்காமலும் போய் விட்டதில் அப்பா என்ற உறவு அதற்குரிய வர்ணங்களற்று வெற்று சித்திரமாய் வீட்டில் தொங்கியது. அம்மாதான் மிகுந்த பயத்துடனிருந்தாள். முற்றத்தில் மழை கொட்டியபடியிருந்த ஒரு பகலில் வறு அரிசியை வறுத்தபடி அம்மா கூறினாள்.

“குடையை எடுத்திட்டுப் போனாரோ என்னவோ. இப்படி பெய்யுது. வேலுமணியக்கா மச்சான் கூட இவரு பள்ளிக்கூடத்து வழியாத்தான் வரணும். வாயத் தொறந்து ‘எறக்கி விட்டிருங்கன்னு’ சொன்னா மோட்டார்லேயே கொண்டாந்து எறக்கி விட்டுட்டுப் போவாரு. உதடு பிரிஞ்சா உலகம் அழிஞ்சிடும்னு சொதசொதன்னு நனைஞ்சிக்கிட்டே வருவாரு பாரு உங்கப்பா. மனுஷன் எதில் சேத்தின்னு இந்த முப்பது வருசமா என்னாலேயும் காண முடியல. எப்படியோ, செத்தா ரெண்டுபேரும் ஒரேயடியா செத்து போயிரணும், நானாவது பாத்திரங் கழுவியாவது நாளக்கழிச்சிருவேன். இந்த மனுஷன் ஒத்தாளா நின்னா நாறிப் போயிடுவாரு நாறி..”

மின்சாரமற்ற முன்னிரவில் அப்பாவின் செருப்பு நீரோசை சிதற வராண்டாவில் ஒலித்தது. தனக்குள் திட்டியபடி சிம்னி விளக்கையும், துண்டையும் எடுத்தபடி அம்மா சென்றாள். மிகச் சன்னமாக அப்பா பேசினார்.

'வர்ற வழியில சாமுவேல் நெனைப்பு வந்துச்சு. அதான் கல்லறைத் தோட்டம் வரை போயிட்டு வந்தேன்."

"மழையிலேயா."

அப்பாவிடம் பதிலில்லை. அப்பாவின் சக ஆசிரியராய்ப் பணியாற்றி வந்த சாமுவேல் மாமாவை எனக்கு ரொம்பப் பிடிக்கும். முதன் முதலாக மெழுகலான வர்ண பென்சில் பெட்டியை ஒரு திசம்பர் மாதத்தின் பொழுது வீட்டிற்கு வந்து தந்தார். கருப்பட்டி நிற முகமென்றாலும் உளியால் செதுக்கிய நேர்த்தியிருக்கும். பேச்சினூடே சடாரென சிதறுகிற சிரிப்பை அவரிடம் மட்டும்தான் ரசிக்கவியலும். நெடுங்காய்ச்சலால் படுத்திருந்த மழைப் பருவத்தில் எனது தலைமாட்டில் நின்றபடி ஜெபம் செய்த பொழுது அந்த முகத்தில் பரவிய இறுக்கமும், உதடுகளுடைய அதி தீவிர முணுமுணுப்பும் மறக்கவியலாதவை. அம்மாதான் பயந்து கொண்டேயிருந்தாள், மதம் மாற்றி விடுவாரோவென. அந்த யூகங்களுக்கெல்லாம் இடம் தராமல், பரீட்சை முடிந்த கோடை விடுமுறை தினமொன்றில், யாருமற்ற பள்ளியில், பழுப்பு இலைகள் உதிர்ந்து கிடக்கும் தனது வகுப்பறையில் தூக்கு மாட்டி இறந்திருந்தார் சாமுவேல் மாமா. எனது முகத்தைத் தனது இடுப்பிற்குள் பொதிந்தபடி அம்மா அழுதாள். இறுகப் பிடித்திருந்த அவளது உள்ளங்கை விரல்களின் வழியாக நான் பார்க்கையில் பலராலும் பதட்டத்துடன் இறக்கப்பட்டுக் கொண்டிருந்த சாமுவேல் மாமாவினால் கடைசி பள்ளி தினத்தில் கரும்பலகையில் எழுதப்பட்டிருந்த கணித சூத்திரத்தை அப்பா முதுகு காட்டி மௌனமாகப் பார்த்தபடியிருந்தார். அழிவின் இறுதியிலிருந்த அவ்வெழுத்துக்களில் அப்பாவின் மனம் கரைந்தபடியிருந்தது.

தன் தீவிரமிக்க மௌனத்தின் வழி அப்பா எங்களிடம் எதை எதிர்பார்க்கிறாரெனத் தெரியவில்லை . இரக்கத்தையும், அதீத அன்பையும் பல தடவை அம்மா வழங்கினாலும் எவற்றினாலும் விரிசலுறாத கண்ணாடிச் சுவர் அவரைச் சுற்றியிருந்ததுதான் உண்மை . ஒரு கட்டத்தில் சலித்துப்போய் விட்டுவிடுவதும்,

பிறகொரு தருணத்தில் நெகிழ்ந்து உருகுவதுமாயிருந்தாள் அம்மா.

“யே அலமேலு. ராத்திரி உலைக்கு அரைப்பங்கு குறைச்சே போடு... திண்டுக்கல் ஆளுக எல்லாம் புறப்படப் போறாங்களாம். மாப்பிளே, இந்தாங்க டிக்கெட்டு, ஏழு மணிக்கு கிராஸ் ஆகுமாம் எக்ஸ்பிரஸ்ஸு’, பத்து நிமிசந்தானாம், நறுக்கு கருக்கா ஏறிடுங்க.... சின்னவனை தூக்கி வச்சிக்குங்க. ஆட்டக்காரப் பய.”

முன்னறையில் கணீரென கூறிக் கொண்டிருந்தார் வரது பெரியப்பா. எல்லா வைபவங்களிலும் இது போன்ற ஒன்றிரண்டு குரல்கள்தான் முன்னின்று வழிநடத்துகின்றன. நான்கு நாளாய் உறவு சனங்களை அவர்தான் மேய்த்துக் கொண்டிருந்தார். இத்தனைக்கும் வரது பெரியப்பா அம்மாவின் தூரத்துச் சொந்தம்தான். இந்தத் தொழிலென நிரந்தரமற்ற தொழில் அவருடையது. மதுரையில் சௌகரியமாய்க் கிடைக்கிற இரும்புக் கழிவை திருச்சியிலும், ராமநாதபுரத்துப் பக்கமென்றால் நாலு கூடை கருவாட்டை வாங்கி திண்டுக்கல்லிலும் கைமாற்றி விடுகிற சிறு தொழில். சமயா சமயங்களில் நடுராத்திரியில் வீட்டுக் கதவைத் தட்டுவார்.

“விருதுநகர்ல ஒரு பருப்பு கொள் முதல்.... விடிகாலை ஆறரைக்குத்தாம் பார்ட்டி வருவான். ஒரு பாய் கொடு, இப்பிடி வராண்டால படுத்திட்டுப் போயிர்றேன்.”

விடிகாலையில் பார்க்கும் பொழுது வெற்றுப்பாயும், ஒன்றிரண்டு பீடித் துண்டுகளும் தங்கிச் சென்றதற்கான அடையாளங்களாய்க் கிடக்கும். ஒட்டவும் செய்யாத வெட்டியும் செல்லாத ஒரு இணை கோட்டு உறவு அது.

“பந்தலைப் பிரிக்கச் சொன்னீங்களாமே தம்பி. ரெண்டு நாள் தள்ளிப் பிரிங்கன்னு சொல்லிட்டேன் பந்தல்காரன்ட்ட. பலசரக்குக் கடை கணக்கை தீர்த்தாச்சு... எல்லா வெவரமும் பிரிச்சு எழுதிருக்கேன், இந்தாங்க...”

இந்த சமயத்தில் இது போன்ற கணக்கு வழக்குகளும், பண விசயங்களும் பெரும் அபத்தமென்றாலும், சடசடவென மாறிக் கொண்டிருந்த வாழ்க்கைச் சித்திரங்கள் ஸ்தம்பித்து உறைந்து விடுகையில், புற உலகின் யதார்த்தத்தைக் கொண்டு அதைச்

சிதைப்பது தவிர்த்து வேறு வழியில்லை. அப்பாவின் கை இயந்திரத் தன்மையுடன் அதை வாங்கி ஆணியில் தொங்கிய சட்டைப் பையில் சொருகித் தணிந்தது.

“டேய் தம்பி! செத்த எங்கூட வா...”

அந்த அழைப்பு அப்பொழுதைய கணத்திற்கு மிகுந்த இதமுடையதாய் இருக்க, செருப்பை மாட்டியபடி இறங்கினேன். அப்பா இன்னமும் மதிய நேரத் தெருவின் நிசப்தத்தில் மூழ்கியிருந்தார்.

இந்த ஊரின் வழியாக தண்டவாளங்கள் செல்கின்ற ஒரு காரணத்திற்காகத்தான் இந்த ரயில்வே ஸ்டேசனை அரசாங்கம் கட்டியிருந்தது. ஆட்களற்ற ரயில்வே ஸ்டேசனைச் சுற்றிலும் காகிதப்பூக்கள் உதிர்ந்து கிடந்தன. குளிர்ச்சியுற்ற சிமிண்ட் இருக்கையில் இருவரும் அமர்ந்தோம். மௌனித்து நீண்டு செல்லும் தண்டவாளங்கள் தூரத்துக் கானல் நீரில் நடுங்கிக் கொண்டிருந்தன. இருபக்க சரிவிலும் பூத்திருந்த மஞ்சள் நிறப் பூக்கள் காற்றின்றி அசையாதிருந்தன. அழகிய சித்திரத்தின் தோற்றத்துடன் சூழல் விரிந்திருக்க, அப்பாவின் நினைவு வந்து போனது. அருகிலிருந்த பெரியப்பாவின் மஞ்சளான வேஷ்டியின் கீழ்முனையோரத்தில் கம்பளிப் பூச்சியென தையல் இருந்தது.

“அக்காவ ஒரு மாசம் இருக்கச் சொல்லிருக்கேன். சரின்னிருக்கு. சின்னச்சின்ன அடுப்படி வேலை பழகிக்க...” என்றார். அப்பொழுது அவரது வலது கை என் தோளை ஒரு தடவை மிதமாக அழுத்தியது.

“ப்ச். உங்கப்பாவுக்குதாம் கை ஒடிஞ்சாப்ல... மெல்லமா மாத்தப் பாரு என்ன..”

நான் அமைதியாக அவரையே பார்த்தேன். மின்சாரமற்ற இரவுகளில் தீர்ந்து போன சிம்னியும், கைக்குக் கிடைக்காத தீப்பெட்டியுமாய் விழியற்று துழாவுகிற போது எதிர்வீட்டு புனிதா அக்காவோ, வேலுமணி அத்தையோ ஒரு கையில் மிதமாக எரிகின்ற சிம்னியுடன்,

“தோ வர்றேன். முன்னமே எடுத்து ஒதுக்கி வைக்காம தேடிட்டு இருக்கீங்களே..” என்றபடி அருகில் வரவர சுடரின் மஞ்சள்

பரவிய அவர்களின் முகத்தை அப்பொழுது பார்க்க வேண்டும். ஈரத்தில் மிதக்கின்ற கண்களும், உதட்டின் மினுப்பும் பெண்கள் என்னும் சொல்லை அற்புதமாக நிறையச் செய்யும். அந்த வெளிச்சமும், ஈரமான வார்த்தைகளும் வரது பெரியப்பாவால் ஸ்டேசனின் மௌனத்திலும், மஞ்சள் நிற வேஷ்டியிலும், காய்ந்த விட்ட உள்ளங்கையின் ஸ்பரிசத்திலும் மறுபடியும் தோன்றியது. பெருமழையாய் அழுது ஓய வேண்டும் போலிருந்தது.

"சதாசிவத்துக்குத் தாக்கல் சொல்லிவிடலையா... தலையக் காணமே" என்றார். என்னுடைய புருவ நெரிப்பைப் பார்த்தவர், "அதான், சின்னமனூர்ல உரக்கடை வச்சி, நஷ்டமாயிப் போச்சே.. உனக்கு சித்தப்பா முறை வரும்.. தெரியாதா."

நான் தலையாட்டினேன். என்னையே சற்று உற்றுப் பார்த்தவர், பின் எதிரிலிருந்த இலையுதிர்ந்த வெற்று மரத்தில் தன் பார்வையை செலுத்தினார்.

"அதெல்லாம் தெரியுமில்லே. அம்மா சொல்லிருக்காது. வேற யாராச்சும் சொன்னாங்களா."

அந்த வார்த்தைகளுக்குள் ஒளிந்திருக்கும் இறந்த காலத்தை என்னால் அடையாளங்காண இயலவில்லை.

"ஆரம்பத்துல அம்மாவை அவருக்குத்தாம் கொடுக்கனும்னு இருந்திச்சு, உன் ஆச்சிக்கும் அதாம் விருப்பம். அம்மா பெரிய மனுஷியாகி வீட்டுல இருந்தப்ப சின்னமனூர்ல இருந்து கேள்வி வர ஆரம்பிச்சிருச்சி. எல்லாம் சொந்தந்தானன்னு சதாசிவம், அம்மால்லாம் சின்னஞ்சிறுசில இருந்தே விளையாண்டு திரிஞ்ச புள்ளைக. அந்த நேரம் பார்த்து சதாசிவத்து அப்பாக்கு தொழில் விழுந்து போச்சு. உந்தாத்தாக்கு ஒரு மாதிரியாப் போயி கல்யாணப் பேச்செல்லாம் மேல வளராம தட்டிப் போட்டுட்டாரு."

ஒரு அணில் தண்டவாளத்தருகே நசுங்கிக் கிடந்த தேநீர்க் கோப்பையை நுகர்ந்து பார்த்தது. பணியின் நிறைவில் நரையேறிப் போன ஸ்டேசன் மாஸ்டர் சிவப்பு, பச்சையாய் மடிக்கப்பட்ட கொடிகளை கக்கத்தில் சொருகியபடி தண்டவாளத்தின் இரு பக்கமும் பார்வையை நகர்த்தினார். பெரியப்பாவின் கால் கட்டைவிரல் நகம் சிதிலமாகி

அழுக்கேறிக் கிடக்க, அதனருகில் சற்றுமுன் உதிர்ந்த காகிதப் பூ, வரைகோடெனை விரிந்த நரம்புகளும் வறண்ட வர்ணமுமாய்க் கிடந்தது.

“இந்தா தையல் கிளாஸ் போய்ட்டு வரேன்னு போன பிள்ளை வெளக்கு வச்சும் திரும்பல. தாத்தா பதறி நடுங்கிப் போய்ட்டாரு. போலீஸ்க்கு சொல்லாம ரெண்டு நாளா ஊர் முழுக்க சல்லடை போட்டோம். ஒவ்வொரு கிணத்துக்கும், குட்டைக்கும் போயிப் பாக்கப் போறப்ப அந்த மனுசன் அழுத அழுகையிருக்கே...”

“மூணாம் நாள் காலைல தந்தி வருது, திருநெல்வேலி பக்கத்திலிருந்து. அலறியடிச்சுப் போய் பார்த்தா, அம்மாவும் சதாசிவமும் அழுதுகிட்டே உட்கார்ந்திருக்க, அங்கனயே செருப்பக் கழட்டிட்டாரு தாத்தா. சதாசிவத்தை விட்டுட்டு உங்கம்மாவ மட்டும் இழுத்துக்கிட்டு வீட்டுக்கு வந்துட்டோம். அப்ப உங்க அப்பா படிச்சு முடிச்சுட்டு சும்மா இருந்த நேரம். என்ன நினைச்சாரோ உந்தாத்தா... கலெக்டர் ஆபிஸ்ல பணத்தைக் காட்டி ஒரு வாத்தியார் வேலை வாங்கிக் குடுத்துட்டாரு. ஒரு கையில அரசாங்க கவரும், மறுகையில் உங்கம்மாவையும் பிடிச்சுக் குடுத்திட்டுதான் ஓஞ்சாறு மனுசன். அதனாலதான் உங்கப்பா இப்படி அணைஞ்சு போயிட்டாரானு தெரியலை ..”

ஒரு ரயில் வந்து நின்றதும், அந்த ஸ்டேசனின் அற்ப பரபரப்பும், படிகளிலிருந்து இறங்குகிற நான்கு பள்ளிச் சிறுவர்களும் அப்பொழுதுதான் உணரப்பட்டனர். பெரியப்பா எழுந்து கொண்டார். கையூன்றி நான் எழுகையில் அவர் அமர்ந்திருந்த இடத்தின் வெதுவெதுப்பு தொட்டது. அவரை விட்டு உடனடியாகப் பிரிந்து செல்ல வேண்டுமெனவும், பிரியாமல் அந்த இருக்கையிலேயே அமர்ந்திருக்க வேண்டுமெனவும் தோன்றியது.

“பக்கத்துல விருதுநகர் வரை ஒரு வேலையிருக்கு தம்பி.... நாளக்கி மதியம் திரும்பிடுவேன். அப்பாகிட்ட சொல்லப்படாது இல்லியா, அதான்..”

பெருக்கல் குறியிட்ட முதுகுடன் நெடுந்தொலைவில் ரயில் சென்று மறையும் வரை பார்த்தபடியிருந்தேன். எதற்காக

இப்படிக் கை மாற்றிக் கொடுத்து விட்டுப் போகிறார்கள். மற்றொருவன் அதைத் தூக்கிக் கொண்டு அலைவதில் என்ன திருப்தி. அம்மாவை அப்பாவுக்கும், தூசியுற்ற இறந்த காலத்தை எனது கைக்குமாய் உலகில் ஒன்றை இறக்கி வைத்து விட்டு மற்றொன்றை சுமந்து செல்கின்ற அலுப்பற்ற காரியம் தொடரத்தான் செய்கிறது. இறங்கியிருந்த பள்ளிச் சிறுவர்கள் ஆளுக்கொரு தண்டவாளத்தில் வலமும் இடமுமாய்ச் சாய்ந்து, நேராகி சென்று கொண்டிருந்தனர்.

ஒருவேளை இவர் கூறியது மிகச்சாதாரண நிகழ்வாகக் கூட இருக்கலாம். அப்பாவின் தனிமை நிறைந்த எதிர்காலத்தில் அவரது மௌனத்தின் பிடிவாதத்தால் ஒருகட்டத்தில் நான் அவரைப் புறக்கணித்து விடாமல் இருப்பதற்காக அப்பா தரப்பில் மிகச்சிறிய இரக்கத்திற்கான ஊற்றுக் கண்ணைத் திறந்து விடுவதன் மூலம் உலர்ந்து விட்ட இருவருக்குமான அன்பில் ஈரம் பரவச் செய்ய முயல்கிறாரோ எனவும் எண்ணினேன். தூரத்தில் ஒரு பெருமேகம் வெளியைக் கடந்து கொண்டிருக்க, பிரம்மாண்ட அதன் நிழலில் வனமும், தண்டவாளங்களும் ரம்மியமான வேறொரு உலகாய் விரிந்திருந்தன. ஸ்டேசனை விட்டு வெளியே வரும் பொழுது, வெயில் இறங்கிக் கொண்டிருந்தது. ஸ்டேசனுக்கும், மெயின் ரோட்டுக்கும் இடையிலான செம்மண் பரப்பில் மஞ்சள் நிற வண்ணத்துப்பூச்சிகள் தங்களுக்குள்ளான விளையாட்டில் பறந்தபடியிருந்தன. வெய்யிலின் வாசத்தை இப்பொழுது உணர முடிந்தது.

இத்தனைக்கும் மத்தியில் அம்மாவின் சித்திரத்தையும், அவள் சார்ந்த எனது ஞாபகக் குறிப்புகளையும் எவ்வித சேதாரமுமற்று பத்திரப்படுத்தியிருந்தேன். சுயநலமிக்க கண்மூடித்தனம் அது. அப்பாவை நெருங்குவதற்கான பாதையின் திறப்பாக மட்டுமே அந்நிகழ்ச்சியை வகைப்படுத்தினேன்.

இந்த சூத்திரத்துடன் அப்பாவை நன்றாகப் பொருத்தி உணர முடிந்தது. இழப்புகளின் வழியாகப் பெறப்பட்ட வாழ்க்கையில் மழுங்கடிக்கப்பட்ட அவரது கனவுகளனைத்தும், பெருஞ்சுமையென மாறிப் போய் மீட்டெடுக்கவியலாத ஆழத்தில் மூழ்கி வைத்திருந்தன. பெருங்கோடையில் தனித்துக் கிடக்கின்ற பனைமரங்களுக்குள் கிளிகள் வசிக்கின்றன.

ஒரு துளி ஈரப்பதத்தைக் கூடத் தரவியலாத அதன் கீச்சு மொழிகளால், பனைகளின் மௌனத்தை ஊடறுக்கவியலாது. அப்பாவிற்கான மொழியை இனி எளிதாக உருவாக்கி விடலாம். பச்சாதாபங்களும், சுயகழிவிரக்கமிகு வர்ணங்களும் பரவிக் கிடக்கின்ற அம்மொழியின் தொடுகையில் இருண்மையான அப்பாவின் அறைகளில் மென் வெளிச்சதை மெதுவாக பரவச் செய்யவியலும். வீட்டை அடைகையில் மேலும் சில தீர்மானங்களும், வரைபடங்களும் எனக்குள் தயாராகியிருந்தன.

தெருவின் இடது சாரியிலிருந்த வீடுகளைச் சுத்தமாகப் புறக்கணித்த மாலையின் இளவெயில் எதிர்ப்புற வீடுகளின் வராந்தாவில் நின்று கொண்டிருந்தது. பெருக்கப்படாத வீட்டின் முற்றமும், பந்தலின் சோர்வு மிகு தோற்றமும் பார்க்கும் போதே அசதியையும் துயரத்தையும் கிளப்பின. மதியம் பார்த்த அதே நிலையிலேயே அப்பா அமர்ந்திருந்தார். எதை கவனித்துக் கொண்டிருக்கிறாரென சரியாகத் தெரியவில்லை. செருப்பைக் கழட்டிவிட்டு சற்று நேரம் அவரையே பார்த்தபடியிருந்தேன். மிகப் புதியதொரு சந்திப்பைப் போல அக்கணம் நிறைந்து கொண்டிருந்தது. அப்பாவின் பார்வை இன்னமும் என்னைப் பொருட்படுத்தவில்லை. உரையாடலின் துவக்கக் குறிப்புகளை நான் எனக்குள் சேகரித்துக் கொண்டிருந்த பொழுதில், தனக்கேயுரிய பிசிரற்ற சன்னமான குரலில்,

“அம்மா இருந்திருந்தா இன்னேரத்துக்கு வாசலை நெறைச்சு கோலம் போட்டிருப்பா இல்ல.” என்றார் அப்பா.

– வடக்கு வாசல் அச்சிதழ், ஜூன் 2007

***

# கீறல்

வேலுமணி அத்தையின் குத்தவைக்கப்பட்ட மஞ்சள் பூசிய முழங்கால்களுக்கு நடுவே பவுனு அக்காவின் குழந்தையைக் குப்புறபடுக்க வைத்து, மிதமான வெந்நீர் நேரடியாக குழந்தையின் உடலில் படாமல் விரலிடுக்கின் வழியே வழிய விட்டு, வழிய விட்டு குளிப்பாட்டும் பொழுதே வெயில் ஏறிவிட்டது. குழந்தையின் கருநிற உடலெங்கும் நீருருண்டைகள் உதிர்ந்து கொண்டிருக்க, மூக்கிலும், காதிலும் ப்பூ.... ப்பூவென ஊதிவிட்டு மெல்லிய வேட்டித் துணியில் அவள் துடைப்பதை சுற்றியிருந்த பெண்கள் எல்லோரும் - எல்லோருக்கும் சராசரியாய் மூன்றரை குழந்தைகள் இருந்தும் கூட - ஒரு அதிசயத்தைப் போலத்தான் பார்த்தபடியிருந்தனர். பவுனு அக்காவும் ஒரு ஓரமாக குத்த வைத்தமர்ந்து கண்களில் நெளியும் பிரமிப்பும், கர்வமுமாய் பார்த்துக் கொண்டிருந்தாள்.

“பால் சாம்பிராணியை எங்கடி... வள்ளி மகளே, அடுப்பங்கரை மேட்டுல கங்கு பிடிச்சு வெச்சிருக்கேன். எடுத்துகிட்டு அப்பிடியே அந்த சங்கையும் எடுத்துட்டு வா.... கண்ணு உதிர்ந்து விழறமாதிரி குழந்தையப் பாக்காதடி.. போய் பேர் சொல்லாதத கொண்டு வா...” என்றாள்.’

அவளுக்குத்தான் எப்படியெல்லாம் எல்லாரையும் சிரித்தபடி வேலை வாங்கத் தெரிகிறது. தனக்கு ஏதாவது வேலை சொல்ல மாட்டாளா எனத்

தோணச் செய்வதற்கு அந்த சிரிப்பும் சொற்களும்தான் காரணம்.

“அண்ணாச்சி, ரெண்டு தட்டி சேத்துப் போட்டு பந்தல நெருக்க வேண்டியதுதான... இப்பிடியா அவரைக் கொடிக்கு கால் ஊண்ண மாதிரி நடுவீங்க...”

கண்டிப்பும் முறைப்புமாக வாய் சொல்லும்போதே, நடந்து போய் ஒரு சொம்பில் உப்பு கரையும் நீராகாரத்தை வேலுப் பண்டாரத்தின் கையில் திணித்து விடுவாள். வியர்வை கசியும் கருத்த தொண்டைக்குழி ஏறி இறங்க அவர் குடிக்கும் போதே, தணிந்த குரலில்.

‘‘அவ சமஞ்சதுல இருந்து ஒவ்வொரு விசேசத்தும் நீங்கதான் பந்தக்கால் நடுறீங்க, இதெல்லாம் நாங்க சொல்லனுமா அண்ணாச்சி...”

மீசையின் விளிம்பெங்கும் நீராகார வெள்ளை படிந்திருக்க கனிந்தபடி வேலு பண்டாரம்,

“இல்ல மதினி... இந்தா நெருக்கிடுதேன்.” என்கையில், நைட்ஷிப்ட் முடிந்து சைக்கிளில் வந்திறங்கும் நடராஜனிடம் வந்து விடுவாள்,

“ஏண்டா ... கிறுக்குப் பயலே. கொஞ்சநாச்சும் புத்தி கிடக்கா. ஏற்கனவே உன் அக்கா புருஷன் இஞ்சி முழுங்கினவன். விடியக்காலைல விசேசத்த வெச்சுகிட்டு ஷிப்டுக்கு போயிட்டியே. தலை தீவாளி கூத்தெல்லாம் மறந்திருச்சா...”

திண்ணையை ஒட்டி சைக்கிளை நிறுத்திக் கொண்டே நடராஜன் ஏதோ சொல்லத் துவங்கும் பொழுதே,

“செரி, செரி. நாளைக்கும் பின்ன உன் சமாதானத்த வாசி. ரெண்டாம் கட்டுல உன் மச்சானும் சொந்தங்களுமா கெடக்கு, இந்தா துண்டு. மாடிப் படிக்கு கீழே ஒரு அண்டா தண்ணி வெச்சிருக்கேன், குளிச்சிட்டு சமையக்கட்டுக்கு வா. ரெண்டு தோசை சுட்டுப் போடுதேன், தின்னுட்டுப் போ.”

அதுவொரு கட்டளையாகவோ, கோபத் திட்டாகவோ, கண்டிப்பாகவோ இருந்தாலும் சொற்களின் மூலைகளுக்குள்ளிருந்து ஈரம் கசியும்படி சொல்லத் தெரிகிறது

அத்தைக்கு. அவள் சொல்வதெற்கெல்லாம் தலையாட்டுவது என்பது வீட்டில் எல்லோருக்கும் நல்லதொரு பாதுகாப்பான உணர்வைத் தருகிறது.

தான் ஐந்தாவது படிக்கும் வரை கொல்லப்பட்டறை சந்தின் காம்பவுண்ட் நெருக்கடிகளுக்கு மத்தியில் அத்தையின் வீட்டிற்கு அடுத்ததிற்கு அடுத்ததில்தான் இருந்தோம். அத்தை உறவு வழியாக வராமல் இயல்பான ஒரு கணத்தில் எப்பிடி உங்களைக் கூப்பிட என்றபொழுதில், அத்தையாகியவள் அவள். சொந்தத்தில் இருந்திருந்தால் ஏதாவதொரு சுழிப்பில் இன்றிருக்கும் ப்ரியத்தை எல்லோரிடமும் பெற்றிருப்பாளா என்பது சந்தேகம்தான். கரண்ட் பில் கட்டவும், கிணற்றிற்குத் தூர் வாரும் மயிலான் வீட்டிற்கும் கொல்லம்பட்டறையை கடந்து போய்த்தானே வரவேண்டும். மறந்தும் கூட அத்தையின் வீட்டிற்குள் நுழையாமல் வர முடியாது. அவளாகப் பார்த்துக் குரல் கொடுக்க முடியாத தருணத்தில், சிலோன் ரேடியோவில் பி.பி. ஸ்ரீனிவாஸின் குரலோ, ரசத்திற்குத் தாளித்து ஊற்றுகிற பட்டமிளகாயின் சுளீர் காரமோ கொக்கியைப் போட்டது போல நினைவைப் பின்னிழுத்து விடும்.

சொல்லி வைத்தது போல கரண்டும் போய்விட்டது. சமையலறையிலிருந்து கசிந்தெழும் வெண்புகை ஓடுகளின் செருகலுக்குள் அப்பி, கூடத்திற்குள் நுழைந்து சுற்றத் துவங்கியது. விசேச வீட்டின் களையாகவும் அது இருந்தது. நானும் பழனிச்சாமியும் வாழையிலையில் பீப்பி செய்வதற்காக அத்தையைச் சுற்றிக் கொண்டிருந்தோம். பரணின் தூசிகளுக்கு நடுவே கால் நீட்டியிருந்த பனையோசை விசிறியை எம்பி எடுக்க முற்பட்டு சரசரவென எதையோ சரித்து விட்டாள பவுனு அக்கா, அவசரத்துல அண்டாவுல கூட கை நுழையாது இவளே. ரெண்டாமத்தவ விசேசத்துக்கு உங்கம்மா இனுகி இனுகி சேத்த பண்டங்கள்ல இடுப்ப இடுப்ப நெளிச்சிடாத. கொஞ்ச வியர்வைல உம்மாப்பிள கரைஞ்சுட மாட்டாரு எனும் பொழுதில் அத்தை அடுக்களைக்குள் இருந்தாள். நிலைப்படியில் எண்ணைக்கடை வீட்டு ஆச்சி காய்கறி அரிந்து கொண்டிருந்தது.

“என்னடா இங்கன ஆட்டம் தூரப்போங்க என்றபடி அடிக்க வருபவள் போல தளர்ந்து சுருக்கமுற்ற இடதுகையை வீசினாள்.

பழனிச்சாமி கத்தினான். கிழவி அதைக் காதிலேயே போட்டுக் கொள்ளவில்லை.

“ஏ வேலுமணி அந்த அருசளவு சாமான எடு.”

ஒரு கையில் கரண்டியும், மறுகையில் அருசளவு பெட்டியுமாக வியர்வையூறும் முகத்துடன் அவள் குனிந்து நிமிர்ந்த கணத்தில் என்னைப் பார்த்தாள். அவளுக்கு எப்பொழுதுமே என் மீது பிரியம். சிரித்தபடி,

“என்ன மருமவனே. பந்திக்கு இளைய வீட்டுல இருந்தே சுருட்டீட்டு வந்திட்டிக போல.”

அந்த நிமிசத்தில் நான் சமையற்கட்டுக்குள் நுழைந்து விட்டேன். உள்ளே நாச்சி சித்தியும் நின்றிருந்தாள். சட்டெனக் குளிர்மை விலகியது. தரையெங்கும் ஈரம், மிகச்சிறிய அவ்வறையில் வெப்பமான சாம்பல் மணம் நாசியை நிறைத்தது. மூன்று அடுப்பில் ஒன்றிலிருந்து எரிந்தபடியிருந்த விறகுகளை வெளியே இழுத்து விட்டாள் அத்தை.

“இங்கன என்ன செய்ற...”

சிறு கிண்ணத்தில் எதையோ மூடி எடுத்துக் கொண்டு வெளியேறுகையில் சித்தி கேட்டாள். நான் பதில் பேசாமல் அத்தையை நெருக்கி நின்ற கொண்டேன். சிரித்தபடியே வெந்து கொண்டிருந்த வாழைப்பூவை வாயில் போட்டுப் புருவத்தைச் சுருக்கி ருசி பார்த்தவள்.

“ஏன் பெரியம்மா.. தூத்துக்குடிக்காரி அவியல்ல உப்பு போட்டுட்டாளா” என்றாள்.

எரிந்து கொண்டிருந்த அடுப்பின் செந்நிற நாக்குகள் அறையின் சுவர்களைத் தீவிரமுடன் நசுக்கியபடியிருக்க, மஞ்சள் பூசிய அத்தையின் வியர்வை முகம் சூரியனை மினுங்கியபடியிருந்தது. வீட்டின் வெளி சப்தங்களடங்கிய அவ்விடத்தில் விறகுகளை நெரித்து உண்கிற தீயின் சப்தமும், உடைந்தடங்கும் சிறுகுச்சிகளின் ஒலிக்குறிப்புகளும் விரிந்திருந்தன. உதிர்கின்றன அவளின் வியர்வைகளுக்குள் சிறு புள்ளியாய் நெருப்புத் துளியிருக்க, அத்தையின் அறியாததொரு முகமாய் அது இருந்தது. உலகின் கடைசி பிரஜைகளென அத்தையும் நானும்

மட்டுமே மீந்தது போலவும் எல்லாவித தீங்கிற்கும் எதிராக என்னைக் காக்கின்றது அவள் மட்டுமேயெனவும் தோன்ற, விவரிக்கவியலாத மனக் கிளர்வுடன் அவளை உரச நின்று கொண்டேன். வெதுவெதுப்பான இடது உள்ளங்கையால் எனது கண்ணத்தை வருடினாள். உயிர்ப் பொருளைப் போல எரிந்து கொண்டிருந்த அடுப்பின் நெருப்புக் கண்களையே இருவரும் பார்த்தபடியிருந்தோம்.

நீர்த்துளியின் அளவையொத்த அச்சிறு கணத்திற்குள் நெடும் சமுத்திரமொன்று அலை பொங்க நீண்டிருந்தது. யாருடைய குரலின் கூர்மையோ அக்கணத்தை குத்திக் கிழிக்கையில் பெரும் பிளவொன்றில் சமுத்திரத்தின் மொத்த நீரும் இறங்கி ஒளிய, வெகு தூரத்திலிருந்த ஆச்சியின் நிழலுரு வெகு வேகத்தில் நெருங்கி விரிய எனது பால்யத்தின் மறக்கவியலா அனுபவ கணம் நிகழ்ந்து தீர்ந்திருந்தது.

“இந்த சட்டிய இறக்கிட்டு வந்து அத்தை நாயணம் செஞ்சு தாரேன் போ” என்றாள் அத்தை.

அடுப்பங்கரை தாண்டி வெளிவருகையில் பந்தலிட்ட திண்ணையின் இருள் தந்த குளிர் உடலைக் கவ்விக் கொண்டது. இரு வேறு உலகங்கள் ஒரு கூரையின் கீழிருந்ததை உடல் உணர்ந்த கணத்தில் மனம் கூசியடங்கியது.

கல் சந்தின் முனையிலிருந்து செருப்புகளின் ஒலி கேட்டது. தானிய மண்டிகளில் கணக்கெழுதுகிற ஆண்கள் விசேசத்தில் தலையைக் காட்டிச் செல்வதற்காக வரத் துவங்கியிருந்தனர். அதற்குள்ளாகவே முன் திண்ணையில் சிவப்பு பச்சைக் கோடிட்ட ஜமுக்காளத்தை விரித்து யாரோ சீட்டுக் கட்டுகளை கலைத்து அடுக்கத் துவங்கியிருந்தனர். மாமா ஒரு இருமலுடன் வந்தார்.

“நாச்சி... இந்தக் காபிய கொண்டு போயி அவுககிட்ட குடு. காலையிலயும் விரதம். சக்கரை உடம்பு. படபடன்னு வந்துடும்.”

எவ்வளவு எளிதான வேலை அது. போதாதற்கு மாமாவின் உரிமை கலந்த கிண்டல்களுக்கு வீட்டுப் பெண்கள் எல்லாரும் சொக்கிக் கிடந்தனர். நாச்சி படக்கென சொல்லி விட்டாள்.

"மதினி... கூடத்துல எங்க வீட்டுக்காரர் இருக்காரு. பார்த்தா சத்தம் போடுவாரு..."

காயை அரிந்தபடி அண்ணாந்து பார்த்த ஆச்சியின் முகம் கூட உடைந்து விட்டது. உள்ளூர அடி விழுந்த குரலில் அத்தை.

"அதுக்கு ஏண்டி இப்படி கொதிக்கிற..." என சமாளித்தாள்.

மாமா ரொம்பவும் தான் தளர்ந்து போயிருந்தார். கழட்டி விடப்பட்ட இரண்டு பித்தான்களின் வழி தெரிந்த நெஞ்சுகூட்டில் வியர்வை அரும்பியிருக்க நோய்க்கூறு நிரம்பிய உடல் ஒவ்வொரு அசைவிற்கும் சுணங்கிக் கொண்டிருந்தது. வெயில் உறைப்பேறத் துவங்கிய முன் மதியத்தில் அழுக்கான உடைகளுடன் திசைக்கொன்றாக குழந்தைகள் உறங்கிக் கொண்டிருந்தன. யாரிடமோ பீப்பி செய்துவிட்ட பழனிச்சாமி திண்ணையின் மரத்தூணின் மேல் சாய்ந்தபடி சுவாரஸ்யமற்று ஊதியபடியிருந்தான். அவனுடன் ஏதோ பேசிக் கொண்டே படுத்திருந்த நான் எப்பொழுதோ உறங்கி விட்டிருந்தேன்.

மிகவும் குழப்பமான பகல் கனவொன்றின் நடுவே வீட்டிற்குள்ளிருந்து எழுந்த கூச்சல்களும் பெருங் குரலொன்றும் எனது உறக்கத்தை கிழிக்கையில் பகலின் வெளிச்சத்தில் இமைகள் கூசின. முதலில் அது காலையா... சாயந்திரமா... என்ற குழப்பமேற்பட்டது. கூடத்தின் வாசலருகே நின்றபடி உச்சகுரலில் திட்டிய நாச்சி சித்தியின் முகம்தான் முதலில் பார்வையில் விழுந்தது.

பக்கத்திலிருந்த சித்தப்பா,

"வாய மூடுடி... வாய மூடுடி நாயே...." என்றவாறே அவளின் முகத்தில் அறைந்தார்.

நின்று கொண்டிருந்தவர்கள் ஆளாளுக்கு "பேச்சை விடுங்க... அவுகள நிப்பாட்டுங்க..." எனப் பதறுகையில் அனிச்சையாய் எனக்குள் அத்தையின் நினைவெழுந்து சடக்கென பதட்டம் நிறைந்தது. என்ன செய்வதெனத் தெரியாமல் திண்ணையில் நின்றிருந்த ஆண்களை விலக்கியபடி நான் எட்டிப் பார்க்கையில், தூரமாய் யாருடைய வீட்டிலோ உலர்வதற்காக வெளியில் கவிழ்த்தியிருந்த உலோகப் பாத்திரங்கள் உமிழ்ந்த

மிகை ஒளிப்பாளங்களின் நடுவே அழுதபடி சென்று கொண்டிருந்தாள் அத்தை.

சிறு இடைவெளியில் சோர்ந்த நடையுடன்,

"ஏ, வேலுமணி. ந்தா நில்லு வேலுமணி..." என்றபடி மாமாவும் போய்க் கொண்டிருந்தார்.

– வடக்கு வாசல் அச்சிதழ், செப்டம்பர் 2008

***